தாவரங்களின் உரையாடல்

எஸ்.ராமகிருஷ்ணன்

தேசாந்திரி பதிப்பகம்

தேசாந்திரி பதிப்பக வெளியீடு: 16

தாவரங்களின் உரையாடல் - சிறுகதைகள்
எஸ்.ராமகிருஷ்ணன்

மூன்றாம் பதிப்பு: ஜீன் 2023

தேசாந்திரி பதிப்பகம்,
டி-1, கங்கை அப்பார்ட்மெண்ட்,
110, 80 அடி ரோடு, சத்யா கார்டன்,
சாலிக்கிராமம், சென்னை 600 093,
தொலைபேசி: 044 23644947.
விலை: ரூ.150

Thavarangalin Uraiyadal - Short Stories
S.Ramakrishnan ©

Third Edition: June 2023, Pages: 176
Size: Demy 1x8, Paper: 18.6 kg maplitho

Published by :
Desanthiri Pathippagam
D-1, Gangai Apartments,
110, 80-Feet Road, Satya Garden, Saligramam,
Chennai - 600 093, Ph: 044 2364 4947
Email : desanthiripathippagam@gmail.com
www.desanthiri.com

ISBN: ISBN: **978-93-87484-14-6**
Wrapper Design: Hari Prasad
Book Design: R.Prakash.
Printed by: Ramani Print Solution, Chennai.

Price: Rs.150

எஸ். ராமகிருஷ்ணன்

எஸ். ராமகிருஷ்ணன், விருதுநகர் மாவட்டம் மல்லாங்கிணறு கிராமத்தில் 1966இல் பிறந்தார். முழுநேர எழுத்தாளரான இவர் தற்போது சென்னையில் வசிக்கிறார்.

சிறுகதைத் தொகுப்புகள்: எஸ். ராமகிருஷ்ணன் கதைகள், நடந்து செல்லும் நீருற்று, பதினெட்டாம் நூற்றாண்டின் மழை, அப்போதும் கடல் பார்த்துக்கொண்டிருந்தது, நகுலன் வீட்டில் யாருமில்லை, புத்தனாவது சுலபம், வெளியில் ஒருவன், காட்டின் உருவம், தாவரங்களின் உரையாடல், வெயிலைக் கொண்டு வாருங்கள், பால்ய நதி, மழைமான், குதிரைகள் பேச மறுக்கின்றன. காந்தியோடு பேசுவேன், நீரிலும் நடக்கலாம், என்ன சொல்கிறாய் சுடரே.

நாவல்: உபபாண்டவம், நெடுங்குருதி, உறுபசி, யாமம், துயில், நிமித்தம், சஞ்சாரம், இடக்கை, பதின்.

கட்டுரைத் தொகுப்புகள்: விழித்திருப்பவனின் இரவு, இலைகளை வியக்கும் மரம், என்றார் போர்ஹே, கதாவிலாசம், தேசாந்திரி, கேள்விக்குறி, துணையெழுத்து, ஆதலினால், வாக்கியங்களின் சாலை, சித்திரங்களின் விசித்திரங்கள், நம் காலத்து நாவல்கள், காற்றில் யாரோ நடக்கிறார்கள், கோடுகள் இல்லாத வரைபடம், மலைகள் சப்தமிடுவதில்லை, வாசகபர்வம், சிறிது வெளிச்சம், காண் என்றது இயற்கை, செகாவின் மீது பனி பெய்கிறது, குறத்திமுடுக்கின் கனவுகள், என்றும் சுஜாதா, கலிலியோ மண்டியிடவில்லை, சாப்ளினுடன் பேசுங்கள், கூழாங்கற்கள் பாடுகின்றன, எனதருமை டால்ஸ்டாய், ரயிலேறிய கிராமம், பிகாசோவின் கோடுகள், இலக்கற்ற பயணி, செகாவ் வாழ்கிறார், ஆயிரம் வண்ணங்கள்.

திரைப்பட நூல்கள்: பதேர் பாஞ்சாலி—நிதர்சனத்தின் பதிவுகள், அயல் சினிமா, உலக சினிமா, பேசத்தெரிந்த நிழல்கள், இருள் இனிது ஒளி இனிது, பறவைக் கோணம், சாமுராய்கள் காத்திருக்கிறார்கள்.

குழந்தைகள் நூல்கள்: கால் முளைத்த கதைகள், ஏழு தலைநகரம், கிறுகிறு வானம், லாலிபாலே, நீளநாக்கு, தலையில்லாத பையன், எனக்கு ஏன் கனவு வருது, காசுகள்ளன், பம்பழாபம், சிரிக்கும் வகுப்பறை, அக்கடா.

உலக இலக்கியப் பேருரைகள்: ஆயிரத்தொரு அரேபிய இரவுகள், ஹோமரின் இலியட், ஷேக்ஸ்பியரின் மெக்பத், ஹெமிங்வேயின் கடலும் கிழவனும், தஸ்தாயெவ்ஸ்கியின் குற்றமும் தண்டனையும், லியோ டால்ஸ்டாயின் அன்னா கரீனினா, பாஷோவின் ஜென் கவிதைகள்.

வரலாறு: எனது இந்தியா. மறைக்கப்பட்ட இந்தியா.

நாடகத் தொகுப்பு: அரவான், சிந்துபாத்தின் மனைவி, சூரியனைச் சுற்றும் பூமி.

நேர்காணல் தொகுப்பு: எப்போதுமிருக்கும் கதை, பேசிக்கடந்த தூரம்.

மொழிபெயர்ப்புகள்: நம்பிக்கையின் பரிமாணங்கள், ஆலீஸின் அற்புத உலகம், பயணப்படாத பாதைகள்.

தொகை நூல்: அதே இரவு அதே வரிகள் (அட்சரம் இதழ்களின் தொகுப்பு), வானெங்கும் பறவைகள்.

ஆங்கிலத்தில் வெளிவந்துள்ள நூல்கள்: Nothing but water, Whirling swirling sky.

இணையதளம்: www.sramakrishnan.com

மின்னஞ்சல்: writerramki@gmail.com

முன்னுரை

லத்தீன் அமெரிக்க இலக்கியங்களை வாசிக்கும்போதே புனைவின் எல்லையற்ற சாத்தியங்களை உணர்ந்து கொள்ளத்துவங்கினேன். ரஷ்ய இலக்கியங்களை படித்து உருவான எனக்குள் மாயமும் விநோதமும் கலந்த லத்தீன் அமெரிக்க கதைகூறல் ஆச்சரியமூட்டியது. அந்த உத்வேகத்தில் எழுதியதே தாவரங்களின் உரையாடல்.

இக்கதை எனது அடையாளங்களில் ஒன்றாக மாறிப்போனது வரலாறு. தாவரங்களின் உரையாடல் தொகுப்பை வெளியிடும் நாட்களில் என் உடனிருந்து அன்பைப் பகிர்ந்து கொண்ட ரியாஸ் மற்றும் நண்பர்களை இந்த தருணத்தில் நினைவு கொள்கிறேன்.

தாவரங்களின் உரையாடல் தொகுப்பு மிகப்பெரிய வரவேற்பு பெற்றதுடன் விருதுகளையும் பெற்றது என் பாக்கியம். இந்த கதைகளிலிருந்தே நான் உருவானேன்.

நீண்ட காலத்திற்கு பின்பு இந்த நூல் மறுபதிப்பு காணுகிறது.

இந்நூலை வெளியிடும் தேசாந்திரி பதிப்பகத்திற்கும், வழிகாட்டிகள் கவிஞர் தேவதச்சன், ஆசான் எஸ்.ஏ.பெருமாள் இருவருக்கும், அன்பு மனைவி சந்திரபிரபா. பிள்ளைகள் ஹரிபிரசாத், ஆகாஷ், ஆகியோருக்கும் தீராத நன்றிகள்.

அட்டை வடிவமைத்த ஹரிபிரசாத்திற்கும், நூலாக்கம் செய்த பிரகாஷ், பிழைதிருத்தம் செய்து கொடுத்த கார்த்திகாவிற்கும் அன்பும் நன்றியும்.

சென்னை
மிக்க அன்புடன்

10.11.2017
எஸ். ராமகிருஷ்ணன்

உள்ளே...

1.	புலிக்கட்டம்	7
2.	வேனல் தெரு	16
3.	தாவரங்களின் உரையாடல்	25
4.	பெயரில்லாத ஊரின் பகல்வேளை	38
5.	நயனம்	63
6.	ரகஸிய ஆண்கள்	68
7.	ஜல சதுரங்கம்	77
8.	கடற்கரை ரயில் நிலையம்	81
9.	பாதம்	89
10.	மழை சார்ந்த வீடு	94
11.	வழி	102
12.	எதிர்பார்த்த முகம்	106
13.	சேவற்குரலோன்	114
14.	உப்பு வயல்	117
15.	புத்தரின் கார்டூன் மொழி	129
16.	அலகில் விருட்சம் முளைத்த செம்பறவை	140
17.	நட்சத்திரங்களோடு சூதாடுபவர்கள்	146
18.	ராமசாமிகள் வம்ச சரித்திரம்: மறைக்கப்பட்ட உண்மைகள்	164

புலிக்கட்டம்

அவன் கைகள் பின்புறமாக கட்டப்பட்டிருந்தன. தன்னைச் சுற்றிலும் உள்ள புறவெளியில் பனி இறங்கிக் கொண்டிருப்பதைப் பார்த்துக் கொண்டிருந்தான். திரட்சி திரட்சியாய் வெண்மை படர்ந்து நிரம்புகின்றது. குளிரின் குணத்தால் வீடுகள்கூட உருமாறத் துவங்குகின்றன. சிவப்பு நாழி ஓட்டு வீடுகள் வளைவுகளில் இறங்கும் வெம்பா வீட்டின் செங்கற்களை ஈரமாக்கி வெறிக்கச் செய்கின்றன. மூன்று தெருக்களும் பிரியும் முனையில் இருந்தது அந்த மைதானம். அவனைத் தவிர அந்த மைதானத்தில் இப்போது நின்றுகொண்டிருப்பவை இரண்டு மரங்கள்தான். அவன் புங்கை மரத்தில் கட்டப்பட்டிருந்தான். உதடு வெடிக்க அவனையும் குளிர் பற்றிக் கொண்டிருந்தது. உறக்கமற்ற வான்கோழியொன்று 'கவக்! கவக்!' என்றபடி தெருவில் அலைந்து கொண்டிருப்பதைப் பார்த்துக் கொண்டிருந்தான். வான்கோழியின் அசைவு தெருவையே சலனம் கொள்ளச் செய்கிறது.

நீளும் பின்னிரவில்தான் நிலா வெளிப்பட்டிருக்கின்றது. முகத்தில் சரியும் தலைமயிரை நீக்கக்கூட கைகளை அசைக்க முடியாது. வெகு வலுவாகவே கட்டியிருந்தார்கள். புங்கை மரத்தில் காய்கள் சடை சடையயாய் தொங்குகன்றன. பூக்களின் வாடை வேறு. மூன்று தெருவினுள்ளும் தன் போக்கில் அலைகிறது காற்று. எல்லா ஜன்னல்களும் அடைக்கப்பட்டிருந்தன. வானம் நீலம் இருண்டு கருத்து வெடித்தபடியே நகர்கின்றது. புங்கை

எஸ்.ராமகிருஷ்ணன் ❋ 7

மரத்தின் பட்டையைப்போல அவனும் மரத்தோடு சேர்ந்து போயிருந்தான். மரத்தின் இலைகள் விரலை அசைந்தபடியிருந்தன. உடம்பின் அடிபட்ட காயங்களில் ஈரக்காற்று புகுந்து வேதனை கொள்ள வைக்கின்றது. தன் கால்களைப் பார்த்தபடியே நின்று கொண்டிருந்தான். காற்று தூக்கி எறியப்பட்ட ஓலைப்பெட்டியை அறுக்கும் சப்தம் கேட்டபடியே இருந்தது. வயசாளியின் இருமலும், தொடர்ந்த புலம்பலும் கேட்கின்றன. அவன் உடம்பில் இரண்டு எறும்புகள் இறங்கத் தொடங்கி இருந்தன. புங்கை மரத்தின் பூக்களின் அடியில் உறங்கிக் கொண்டிருந்த ஜோடி எறும்புகளாக இருக்கக் கூடும். கறுத்த, கட்டுகட்டான வயிற்றோடு எறும்புகள் அவன் நெற்றியில் வந்து நின்று மரத்தின் உருவம் திடீரென மாறிவிட்டது போல திகைப்படைந்து, கீழே இறங்க வழியின்றி அலையத் துவங்கின. வெகுவேகமாக முகத்தின் பரப்பில் எறும்புகள் ஊர்ந்து காதுவழியே தோளில் இறங்கி, திரும்பவும் முகத்திற்கே வந்தன. எறும்பினை ஒருபோதும் இத்தனை அருகில் கண்டதேயில்லை. நுட்ப வசீகரமும், உருண்ட கண்களுமாக அவற்றின் அலைச்சல் தீவிரமாகின்றது. உடல் முழுவதும எறும்பின் பிடியில் சிக்கி சிலிர்த்தது போலாகியது. அவன் இச்சையின்றியே முகம் சுருங்கி விரிகின்றது. இரண்டு எறும்புகளும் நுண்ணிய கால்களால் முகத்தைப் பற்றிக்கொண்டு நகர்கின்றன. வழியின்றி மீண்டும் மரத்தின் கிளைகளை நோக்கி நகர்ந்தன எறும்புகள்.

இந்த இரவின் சில மணிநேரங்களுக்கு முன்பு அவன் கூட ஈர ஓடுகளைப் பற்றி இப்படித்தான் நகர்ந்து கொண்டிருந்தான். அப்போதே காற்றில் குளிர் இருந்தது. சுவர் சுவராகக் கடந்து மேற்கு வளைசலில் அவன் இரவில் போய்க் கொண்டிருக்கும்போது பூசணிக் கொடிகளில் பூக்கள் இரவில் பூத்துவிடுவதைப் பார்த்தான். பின் பனிக் காலத்தில் கேட்பாரற்ற பூசணிக் காய்களின் மீது இலைகள் படர்ந்து மறைக்கின்றன. நாய்களும்கூட அடங்கி மண்ணில் முகத்தைப் புதைத்து உறங்குகின்றன. அவன் இடுப்பில் இருந்த சூரிக்கத்தியை உருவி சுவரில் படர்ந்த கொடிகளை வெட்டியபடியே நடந்தான். சுவர்கள் பொதுமியிருந்தன. பின்கட்டில் உலர வைத்த தானியங்களைக் கொத்த கோழிகள் அற்று காய்கின்றன. நீர்த்தொட்டிகளின் சலனமற்ற நீர், நட்சத்திரங்களைக் காட்டிக் கொண்டிருந்தது. தன் முகத்தையும் அதில் பார்த்துக் கொண்டான். சாக்கு படுதாக்கள் தொங்கும் தொழுவத்தில் இறங்கும்போது மாடுகள் விழித்துக்கொண்டுதான் இருந்தன. தாங்கு கல் வழியே ஏறி ஓட்டின் மீது உட்கார்ந்து

கொண்டான். மெல்ல நகர்ந்து ஏறியதும், மைதானத்தின் புங்கை மரங்களும், வேதக் கோவிலின் மணிக்கூண்டும், கண்ணாடி ஜன்னல்களும் தெரிந்தன. இரண்டடுக்கு ஓட்டுச் சரிவினுள் புறாக்கள் இருக்கின்றதா எனப் பார்த்தான். ஓட்டை மிதித்து நடந்தால் புறாக்கள் விம்மி குரல் எழுப்பிவிடும். மரத்தூசுகள் அடந்த அந்த பொந்தில் புறாக்கள் இல்லை. குருவி முட்டை தென்பட்டது. வெகு அலட்சியமாகவும், தைரியத்துடனும் ஓட்டின்மீது உட்கார்ந்திருந்தான்.

அவன் ஏறியிருந்த வீட்டில் பெண்கள் மட்டுமேயிருந்தார்கள். அந்த வீட்டில் கொடுக்கல்—வாங்கல் ரொக்கம் எப்போதும் உண்டு. ஆண்கள் மாதம் ஒருநாள் வசூலுக்குப் போய்விடுவார்கள். இன்று அது தெரிந்துதான் வந்திருந்தான்.

குனிந்து கண்ணாடி ஓடு வழியாக உள்ளே பார்த்தான். கறுப்பேறிய தரை தெரிந்தது. அறையின் ஒரு மூலையில் விளக்கு எரிந்துகொண்டிருந்தது போலும்; வெளிச்சம் தரைக்கு வருவதும் போவதுமாகயிருந்தது. கிழக்கு ஓடு ஒன்றை எடுத்துவிட்டால் உள்ளே இறங்கிவிடலாம். ஓடு சரியாகச் சொருகப்பட்டிருந்தது. கத்தியைக் கொடுத்து நெம்பினான். ஓடு உடைபட்டது. பாதி ஓட்டைக் கையில் எடுக்கும்போது எதிர்மாடியிலிருந்து பூனை தாவி அடுத்த ஓட்டில் நடந்தது. வாலை சுருட்டிக்கொண்டு அவனைப் பார்த்தபடியே போனது. உடைபட்ட ஓட்டின் வழியே காற்று 'குபுகுபு'வெனப் புகுந்து வீடெங்கும் நிறைகிறது. விளக்கின் வெளிச்சமில்லை. அவன் ஈர ஓடுகளைப் பற்றி உள்ளே இறங்க வழி செய்து கொண்டிருந்தபோது, எதிர்பாராமல் கைவைத்திருந்த ஓடு உடைந்தது. எழும் முன்பு வரிசையாக ஓடுகள் உடையும் சப்தத்துடன் உயரத்திலிருந்து வீட்டினுள் விழுந்தான்.

பெண்கள் சப்தத்துடன் எழுந்து கொண்டார்கள். மூத்தவள் கதவைத் திறந்து தெருவில் கத்தியபடி ஓடினாள். தெருவில் அரவம் கேட்கும் முன்பு எழுந்து ஓட முயன்றான். யாரோ அவன் கால்களைக் குறி வைத்து ஊனு கம்பை வீசினார்கள். கால்கள் மடங்க தெருவில் விழுந்தான். நாய்களின் தூக்கம் கலைந்த குரைப்பும், குழந்தைகளின் அழுகையொலியும் கேட்கத் துவங்கின.

அவன் தலைமயிரைப் பற்றியிருந்த கரம் ஒரு வயசாளியினுடையதாக இருந்தது. அரிக்கேன் விளக்குகளுடன் வந்த சிலர் தூரத்தில் வெறித்துக் கொண்டிருந்தார்கள். பெரியவள் ஓடும்போது தள்ளிய கோழிக் கூட்டிலிருந்த குஞ்சுகள், எதையும்

அறியாது மேயத் துவங்கியிருந்தன. முகத்திற்கு எதிராக தீக்குச்சியை கிழித்துக் காட்டியதும் அவன் கண்களை மூடிக்கொண்டான். ஓங்கி அறை விழுந்தது. ஆள் அடையாளம் சுலபமாகக் கண்டுவிட்டார்கள். பெண்கள் கலையாத உறக்கத்துடன் அவிழ்ந்த சேலைகளைக் கட்டிக் கொண்டிருந்தார்கள். பிடறியை பிடித்துத் தள்ளியபடி அவனை மைதானத்திலிருக்கும் புங்கை மரத்தில் கட்டிவைக்க கூட்டிப் போனபோது, எப்போதுமே உறங்கிக் கொண்டிருக்கும் குருடன் எழுந்து எதையோ விசாரித்தபடி அருகில் வந்து கொண்டிருந்தான். அவன் குரல் இரவு பூச்சிகளின் அறுபட்ட சப்தத்தை ஞாபகப்படுத்தின. உறங்கிய நாய்களை திட்டியபடியே வந்தான் குருடன்.

நிறைய பணமும், தங்கமும் வைத்திருப்பதாக எல்லோரும் நம்பிக்கை கொண்டிருந்த அந்தக் குருடன், தன் படுக்கையிலே தான் எல்லாவற்றையும் வைத்திருந்தான். எப்போதும் உறங்கியபடி கிடக்கும் அவன் குரல் கசப்பும் பிசுபிசுப்பும் கொண்டிருந்தன. அருகில் வந்து அவன் முகத்தில் விரல்களைப் பதித்து, அலையும் குருடனின் விரல்கள் மண்புழுவின் நெளிவைப்போல இருந்தது. அசூயையாகயிருந்தது. பெருமூச்சு விட்டபடியே திட்டினான் குருடன். தனியே வீட்டிற்குப் போகும்வரை பேசியபடியே நடந்த குருடனுக்குப் பின்னால், அவனைத் தள்ளிக்கொண்டு வந்து புங்கை மரத்தில் கட்டினார்கள்.

அம்மாவின் பின் ஒளிந்து பார்த்துக் கொண்டிருந்த சிறுமிகளில் ஒருத்தியை அவன் பார்த்தபடியேயிருந்தான். அவள், அம்மாவிடம் "கள்ளப்பய, என்னயவே பார்க்கான்" எனச் சிணுங்கினாள். சிறுமியின் முகத்தை சேலை மறைத்துக் கொண்டது. உறக்கம் கலைந்த இரண்டு சிறுவர்கள் மரத்தின் எதிரேயிருந்த கல்லில் உட்கார்ந்து அவனைப் பார்த்தபடியே இருந்தார்கள். ஒடிசலான, கன்னம் ஒட்டிய உருவத்தை கள்ளன் என அவர்கள் ஒருபோதும் நினைவு கொண்டதில்லை. அவன் தலைமயிர் சரிய குனிந்திருந்தான். காலையில் போலீஸ் ஸ்டேஷனுக்கு அவனைக் கூட்டிப் போகும்போது உடன் போகவேணுமென சிறுவர்கள் பேசிக்கொண்டார்கள். கூட்டம் கலைந்திருந்தது. அந்த சிறுவர்களை வீட்டிற்குள் விரட்டிவிட்டு, பெரியவர் கல்லில் உட்கார்ந்து சிகரெட் பிடித்துக் கொண்டிருந்தார். வீட்டுப் பெண்கள் அலுத்தபடியே கலைந்து போகும்போது அவன் மனைவியின் சாயல்கொண்ட ஒருத்தி கூட அந்தக் கூட்டத்தில் கலைந்து போனாள். வீட்டில் விளக்கைப் பெரிதாய் தூண்டிவிட்டு

10 தாவரங்களின் உரையாடல்

உறக்கம் வரும்வரை அவர்கள் இனிப்பேசிக் கொண்டிருப்பார்கள் எனத் தோண்றியது.

சிகரெட் புகை அவன் முகத்தைச் சுற்றியது. நாக்கில் சிகரெட் சுவை தானே ஊறியது. காற்றைக் கிழித்துக் கொண்டான். வீட்டில் இந்நேரம் மனைவி உறங்கியிருப்பாள். அவளுக்குக் குழந்தைகள் மேல் எப்போதும் ஆசைதான். எட்டு வருடமாகியும் குழந்தையில்லை. இப்போதும் சிறு பெண்ணைப் போல யார் வீட்டிலாவது திருகை சுற்றிக் கொண்டிருப்பாள். அவளுக்கு மிகச் சிறிய கண்கள். அவள் பெட்டியில், உலர்ந்த தாழம்பூ மடல் கிடப்பதுகூட ஏனோ ஞாபகம் வருகிறது!

திடீரென ஏற்பட்ட அதிர்வென்று ஊர் அடங்காமலேதான் இருந்தது. அந்த இரண்டு எறும்புகள் அவன் தலைக்கு வருவதும், மேலேறுவதுமாகவே அலைந்தன. பனி கால்களின் அடியில் இறங்குவதை உணர்ந்தான். பறவைகள் எதுவும் அடையாத மரமாகயிருந்தது.

கட்டிவைக்கப்பட்ட அவனுக்கு காவலாக யாராவது ஒருவர் மட்டும் மைதானத்தில் இருக்கலாம் எனப் பேசிக்கொண்டார்கள். எப்போதோ பல வருடங்களுக்கு முன்பு பிடிபட்டு, கட்டிவைக்கப்பட்ட கள்ளன் ஒருவன் உதடுகள் வெடித்து, குளிர் தாங்காது செத்துக் கிடந்ததை யாரும் இன்னும் மறக்கவேயில்லை. அந்த மரம் இப்போதில்லை. பெண்களின் பயத்தால் வெட்டுப்பட்டுப் போனது.

ஆனால், இறந்து போன கள்ளன் இரவெல்லாம் கடுமையாக முனங்கினான். திடீரென வெறி வந்ததுபோல கத்துவான். மரத்தையே சாய்த்துக்கொண்டு ஓடுபவன்போல மூர்க்கம் கொள்வான். சமயங்களில் தானே பலருடன் பேசிக்கொண்டது போல பேசிக்கொண்டிருந்தான். அப்போதும் நல்ல பனிக்காலம். நடமாட்டம் அற்ற தெருக்கள். அவன் குளிரை பேயை விரட்டுவதுபோல இரவெல்லாம் திட்டியபடி இருந்தான். அவன் சப்தம் ஓய்ந்து இறந்து போனபோது, ஊரில் வெம்பா அடர்ந்து போயிருந்தது. மூன்று நாட்களுக்கு அவன் உடல் ஊரிலே கிடந்தது. ஆள் அடையாளம் தேடி தெற்குப்பக்கம் போனவர்களும் திரும்பிவிட்டார்கள். அவன் முதுகில் தேளின் உருவத்தைப் பச்சை குத்தியிருந்தான். அந்தக் கள்ளன் யாரென்று தெரியவேயில்லை. அவனை அந்த ஊர்க்காரர்களே சேர்ந்து எரித்து வந்தார்கள். அதற்குப் பிறகு அந்த வருடம் ஊரில்

எஸ்.ராமகிருஷ்ணன்

கடுமையான தண்ணீர் பஞ்சம் வந்ததையும், ஊரின் பலவீடுகளில் தேள் உதிர்ந்ததையும் கண்டார்கள். அந்த மடங்கிய கால்கள் பெண்களின் ஞாபகத்தினுள் புதையுண்டிருந்தது நெடுங்காலமாய்.

அதன் பிறகு இப்போதுதான் அவர்கள் இன்னொருவனைப் பிடித்திருக்கிறார்கள். காவலுக்காயிருந்தவன் ஒரு இடத்தில் நிற்காமல் நடப்பதும், கைகளை சொடுக்கிக் கொள்வதுமாக இருந்தான். அவன் விரல்களில் பாம்பு மோதிரமிட்டிருப்பது அவனுக்குத் தெரிந்தது. காவலுக்கு இருந்தவன் சமயங்களில் அவன் அருகில் வந்து தலைமயிரைப் பற்றித் தூக்கி மூச்சு வருகிறதா எனப் பார்த்துக் கொண்டான். பனி அதிமானதும் காவல்காரனும் போய்விட்ட பின்பு அவன் மட்டும் நின்றிருந்தான்.

விழித்திருக்க இருக்க பசியும் தாகமும் அதிகமாகிக் கொண்டே போனது. அந்த சிறுவர்கள் இன்று இரவு உறங்க மாட்டார்கள் என்றே தோணியது.

அவன் சிறுவனாகயிருந்தபோது உறங்குவதை விடவும் ஊர் சுற்றுவதிலேதான் விருப்பப்பட்டான். உறங்குவதாயினும் காட்டுவெளியின் கோவில் படிகளிலோ, வைக்கோல் போரில் புரண்டோ உறங்க விரும்பினான். அய்யாவின் பழக்கமும் அப்படியேயிருந்தது. ஊரில் கிடைபோடும் கீதாரிகள் வரும் காலத்தில், அய்யா அவர்களோடு காட்டில்தான் தங்குவார். அவனும் உடன் போவான். கீதாரிகளுடன் காட்டில் உறங்கும்போது அதிசயக் கனவுகளின் ஊற்று கசிந்து பெருகத் துவங்கும். கீதாரிகள் அய்யாவிற்குப் பயந்தார்கள்.

காட்டில் சாப்பாட்டு ருசி மாறிவிடும். நிலா வெளிச்சத்தில் மணலில் அய்யா பதினெட்டாம் புலி கட்டம் வரைவார். மணல் கோடுகள் கட்டமாகும். கீதாரிகள் அவரோடு விளையாட பயந்தார்கள். சிவக்குளம் கீதாரி அய்யாவோடு விளையாடினான். அன்று நிலா விரிந்த இரவு. அவன் பக்கத்திலே உட்கார்ந்திருந்தான். அய்யாவிற்கு புலிகள். கீதாரிக்கு ஆடு. புலியாட்டம் துவங்கியது. அய்யாவின் புலிகளால் ஒரு ஆட்டைக்கூட தொட முடியவில்லை. ஆடுகள் புலியை அடைத்து விட்டன. ஏழு ஆட்டம் தொடர்ந்தது. புலிகளே அடைபட்டன. கீதாரி ஜெயித்துக் கொண்டேயிருந்தான். எட்டாவது ஆட்டத்தில் கீதாரி தற்செயலாக அய்யாவின் கண்களைப் பார்த்தான். கோபமும் குரோதமும் கொண்ட அந்தக் கண்கள் புலியை ஞாபகப்படுத்தின. எட்டாவது ஆட்டத்தில் வேண்டுமென்றே புலி, ஆடுகளை வெட்ட வழி பண்ணி ஆடினான் கீதாரி. அய்யாவிற்குக் கோபம் அதிகமானது. "விட்டுக்கொடுத்து

விளையாட வேண்டியதில்லை” என அதட்டினார். அடைபட்ட ஒரு புலி மட்டுமே மிஞ்சியபோது கீதாரி ஆட்டத்தை நிறுத்திவிட்டு மல்லி காபி போடத் துவங்கினான்.

தூரத்தில் கிடை ஆடுகள் தரைபார்த்து அசைவற்று நின்றன. அய்யா அடைபட்ட புலிகளை பார்த்தபடியேயிருந்தார். நெருப்பு கல்லிநின்று வெடித்து செத்தைகளில் தாவியது. பூதாகாரமான நிழல்கள் தோன்றி மறைந்தன. மல்லிவாடை கொதித்தது. சூடாக மல்லி காப்பியை குடித்துவிட்டும் அய்யா தோற்றுத்தான் போனார். கீதாரி ஆடுகளுக்கு நடுவில் உறங்கப் போனான். அவனும் அய்யாவும் புலிக்கட்டத்தின் பக்கமே படுத்துக் கிடந்தார்கள். விளையாட்டில் புலியாய் மாறியிருந்த கற்கள், இப்போது வெறும் கற்களாயிருந்தன. அய்யாவிற்கு உறக்கம் கொள்ளவேயில்லை. புரண்டு கொண்டேயிருந்தார்.

கீதாரி ஆடுகளுக்குள் பதுங்கிவரும் உருவத்தைப் பார்த்தபடியே படுத்துக்கிடந்தான். அய்யாதான் கையில் கத்தியோடு ஆடுகளுக்குள் பதுங்கி கீதாரி படுத்துக் கிடந்த இடத்திற்குப் போய்க் கொண்டிருந்தார். ஆடுகள் உடம்பை நெளித்துக் கொண்டன. கோழை ஒழுகும் மூக்கை அய்யா மேல் உரசி நின்றன ஆடுகள். அய்யா அருகில் வந்து எழும்போது, கீதாரி ஆடுகளை விரட்டுவதுபோல எதிர்ப்பக்கம் சூ! சூ! என குரல் கொடுத்தான். கத்தியை இடுப்பில் சொருக்கக்கொண்டு அய்யா, தீப்பெட்டி கேட்டபடியே, இன்னொரு ஆட்டம் போடலாமா எனக் கேட்டார். அவன் அந்த இடத்திலே அய்யா காலில் விழுந்து “எதும் தப்பா நடந்திருந்தா மன்னிச்சுருங்க... பிழைக்க வந்தவன்” என கும்பிட்டு எழுந்தான். அய்யா அவனோடு உட்கார்ந்து கொண்டார். விடியும்வரை கீதாரி தன் குடும்பத்தைப் பற்றியே பேசிக் கொண்டிருந்தான். அன்றிரவு ஆற்று மணலில் படுத்துக்கிடந்தபோது அடித்த ஆட்டுக்குட்டிகளின் பால்வாடை அவனுக்குப் பிடித்திருந்தது.

சிகரெட் புகையும் அடங்கிவிட்டது. அவன் மரத்தோடு சரிந்து நின்று கொண்டிருந்தான். வெம்பா படர ஆரம்பித்து. அடுத்திருக்கும் மரம், வீடுகள், வேதக்கோவில், வான்கோழி எதுவும் தெரியவில்லை. எல்லாமும் வெம்பாவினுள் போய்விட்டன. மரத்தின் இலை இலையாக வெம்பா படிகிறது. குளிர்ச்சி கொண்ட மரம் அசைவற்று நின்றது. அவன் எதையும் பார்க்காமலிருக்க கண்களை மூடிக்கொண்டான். பட்டை உதிர்ந்த மரத்தில் ஈரம் ‘குபுகுபு’வென ஊருகின்றது.

அடைக்காமல விட்டுப் போன கோழிக் குஞ்சுகள் வெம்பாவில் மாட்டிக்கொண்டு சப்தமடைகின்றன. அவன் தளர்ந்து போயிருந்தான். மெல்ல தான் மரத்தினும் புகுந்துவிட்டது போலவும், எல்லாக் கிளைகளும் தன்னிடமிருந்தே கிளைக்கின்றன எனவும் உணர்வு கொண்டான். இப்போது மரத்தின் முண்டுகளும், வெடிப்பும் அசைவற்ற தன்மையும் அவனுக்கு, துக்கத்தையே தந்தது. தன் கைகள் கட்டப்படாமல் உயரே அசைத்துக் கொண்டிருப்பதாக தோணியது.

மரத்தின் வயிறு திறந்து அதனுள் புகுந்து கொண்டது போன்றும், பசுமை சாறுகள் தன் உடலெங்கும் ஓடுவதாகவும், வெகு பாதுகாப்பான இடத்தினுள் தான் பதுங்கியுள்ளதாகவும் உணர்ந்தான். உடல் பருமன் அழிந்து மரமெங்கும் நீண்டது. ஊரின் உயரத்திற்கு வியாபகம் கொண்டிருந்தது மரம். அண்ணாந்து பார்த்தபோது ஆயிரக்கணக்கான இலைகளும், காய்களும் விநோதமாக தோன்றின. புங்கை இலைகளை சொருகிக் கொண்டு வேட்டைக்குப் போனதன் ஞாபகம் திரும்பியது.

வேட்டைக்குச் செல்லும் அய்யாவின் பின்பு உடம்பில், தலையில் இலைகளை குத்திக்கொண்டு துணை வேட்டையாடி, தெருச் சுற்றி வரும்போது அறுபட்ட கோழியின் ரத்தம் தெருவெங்கும் திட்டுத் திட்டாய் படியும்.

ஆகாசம்கூட இப்போது கலங்கிய ரத்த திட்டைப்போல சிதறிக் கொண்டிருந்தது. ஈரம் நிரம்ப துவங்க, உடல் துவண்டு உறக்கத்தினுள் இழுத்துக் கொண்டிருந்தது. ஏதோ ஒரு புள்ளியில் பனி சில்லிட அவன் உறக்கம் கொண்டான். எதுவும் அப்போது நினைவில் இல்லை. வெயில்பட்டபோதே நினைவு வந்தது.

அந்தச் சிறுவர்கள் இருவரும் எதிரில் உட்கார்ந்திருந்தனர். சிறுவர்களில் ஒருவனிடம் அவனின் சூரிக்கத்தி இருந்தது. அதைக் காட்டி மற்றவர்களை மிரட்டிக் கொண்டிருந்தான். மைதானம் பிரகாசமாகி, மரம் அவனை வெளியேற்றியது போல் திமிறி நின்றது. ஊரின் அமைப்பே மாறியிருந்தது. அவனைக் கூட்டிப்போக வந்திருந்த ஆட்கள் குளித்து, படியத் தலை வாரியிருந்தார்கள். மரத்தில் சரிந்திருந்த அவன் தலையை நிமிர்ந்து பார்த்தபடி பேசிக் கொண்டார்கள்.

“கிறங்கிப் போயி கிடக்கான். கஞ்சித் தண்ணி கொடுத்துதான் கூட்டிட்டுப் போகணும்...”

சிறுவர்களில் ஒருவன் வேகமாக ஓடி, தண்ணீர் செம்பும் கஞ்சியுமாக வந்தான். எதையும் குடிக்க முடியவில்லை. வயிற்றைப்

புரட்டியது. பெண்கள் சிறு குழந்தைகளுக்கு 'கள்ளப்பயல்' காட்டிக் கொண்டிருந்தார்கள். வெயில் ஏறியிருந்தது. இரவில் பார்த்த முகங்கள் எல்லாம் மாறியிருந்தன. அவனை தெரு வழியாக நடத்திக் கூட்டிப் போகும்போது நாய்கள் குரைத்தபடி பின் தொடர்ந்தன. அவன் தெரு தாண்டும்போது திரும்பி, வந்த மைதானத்தைப் பார்த்தான்.

மரம் வெயிலில் நின்றிருந்தது. இரவிலிருந்து கீழே இறங்க வழியற்று திரிந்த இரண்டு எறும்புகள் வேகமாக மரத்தில் இறங்கத் தொடங்கின. அவன் தலை இருந்த இடம் வந்ததும் திகைப்படைந்து நின்று மெல்ல கால்களை நகர்த்தி ஊர்ந்தன. மரம் தன் உருவில் இருப்பதாக உணர்ந்ததும், வேகமாக இறங்கி தரையில் போய்க்கொண்டிருந்தபோது அவர்கள் ஊரைக் கடந்து போயிருந்தார்கள். சூரியன் உச்சிக்கு வந்திருந்தது.

~

எஸ்.ராமகிருஷ்ணன்

வேனல் தெரு

பதினாலாம் நூற்றாண்டு யுத்தத்தில் தப்பிய குதிரை போல வேனல் தெரு, வசீகரமாக வாலை ஆட்டி அழைத்துக் கொண்டிருந்தது. நீண்ட உருவங்களாகவும் தோற்றம் கலைவுற்றவர்களாகவும் குடிகாரர்கள் கடந்து கொண்டிருந்தனர். வேனல் தெருவின் இருபக்கமும் நீண்ட வரிசையாக மதுக்கடைகளே நிறைந்திருந்தன. கண்ணாடி குடுவைகளில் தேங்கிய மது, தன் நீள் தொடு கொம்புகளால் பார்ப்பவரின் கண்களை சுருட்டி அழைத்துக் கொண்டிருந்த்து. நகரின் தொல் பழமையான இந்த்த் தெருவின் இமைகள், இரவுபகல் பேதமின்றி சிமிட்டிக்கொண்டிருந்தன. வயதை மறந்த குடிகாரர்கள் தங்களை மீறி ஸ்நேகித்துக் கொண்டும், பரஸ்பர அன்பில் கட்டுப்பட்டவர்களாய், நேசம் மட்டுமே வழியும் மதுக்குடுவையுடன் விடாது பேசியபடியிருக்க, எரிந்து கொண்டிருக்கும் ஒன்றிரண்டு குண்டு பல்புகளுக்கு ஊடே பெண்களும் கூட, கபடின்றி சிரித்தபடி முக்காடு விலக்கி குடித்துப் போகின்றனர். போதை ததும்பிய வெண் கனவிலே உருக்கொண்டது போல வியாபித்திருக்கிறது வேனல் தெரு. மனிதர்கள் மதுவுடன் தங்கள் ஆகிருதிகளை கரைத்துவிட்டு திரவம் போலாகி மதுப்புட்டியினுள் சேகரமாகிவிட முயன்று கொண்டிருந்தனர்.

நீண்ட தாடியும் கருத்தரம் புட்டியுமாக நிற்கிறாரே, அதோ கூட்டத்தின் கடைசியில், அவரிடம் கேளுங்கள். தனது

விநோத கனவுகளில் நூறு நடிகைகளை காதலித்து தோற்ற கதை அவரிடம் ஒரு சுருள் பூச்சியாய், ஆயிரம் கால்கொண்டு ஊர்ந்துகொண்டிருக்கிறது. என்றோ இறந்துபோய் விட்ட எல்.பி.வனமோகினிக்காகத்தான் அவர் இப்போது மது அருந்திக் கொண்டிருக்கிறார். இருபது வயதிற்குள் எண்ணற்ற நடிகர்களால் காதலிக்கப்பட்டு, எவரையும் வெறுக்கத் தெரியாமல் சுயமரணம செய்து கொண்ட அந்த நடிகையின், சுருள் கூந்தல் இழையொன்று மதுவின் வழியே தன்மீது படர்வதாகவே அவர் நினைத்துக் கொள்கிறார். எல்.பி.வனமோகினியை அவர் நேரில் கண்டவரில்லை. யாரோ தந்த சினிமா புகைப்படதாளில் சுழித்த உதடுடன் இருந்த அவள், நரி ஒன்றை தன்னோடு அணைத்துக் கொண்டிருந்தாள். நரியே அவளை காதலிக்க செய்தது. இந்த நூற்றாண்டின் இரண்டாம் பத்தில் இறந்து போனாள் வனமோகினி. என்றாலும் என்ன? அவளை உயிருடன் எழுப்பும் மதுப்புட்டிகள் அவரிடம் இருந்தனவே. அவரின் மனதில் அன்பின் சிறு துவாரங்களின் வழியே தீர்க்க முடியாத துக்கம் சுரந்து கொண்டிருக்கிறது. அன்பே துக்கத்தின் துளிதானோ? உலகில் வனமோகினியின் காலம் இன்னும் எத்தனை நூற்றாண்டுகளுக்கு இருக்கும்? அவரிடமிருந்து தேவைப்படுமாயின் மதுவை நீங்களும் பெற்றுக் கொள்ளலாம். இன்று அவரிடமிருந்த மதுப்புட்டியைப் பிடுங்கிக் கொண்டு அவரை மிதித்து தள்ளியபடி நகர்கிறானே அந்த இளைஞன், அவன் பெயர் என்னவாயிருக்கும்? வேனல் தெருவிற்குள் வருபவர்கள் எவராகயிருப்பினும் பெயர் ஒன்றுதானே? இளைஞன் தன்னிடமிருந்த சில்லறைகளை தெருவெங்கும் வீசி இறைக்கிறான். எவனோ ஒரு கடைக்காரன், தன்னிடம் சில்லறையில்லை என எந்த ஊரிலோ மறுதலித்ததின் பதிலாக இங்கே சில்லறைகள் வீசுகிறான். பின்பு மெதுவாக தன்னிடமிருந்த நூறு ரூபாய் தாளை சுருட்டி அதன் முனையில் நெருப்பிட்டு புகைக்கிறான். அவனைப் பார்த்து யாரோ சிரிக்கிறார்கள். ஏழாம் நம்பர் கடை மூலையில் இருக்கும் இருவர்தானே சிரித்தது. அவர்களில் ஒருவனுக்கு பணத்தை புகைப்பவனிடமிருந்து ஒரேயொரு தம் அடிக்க ஆசை எழ, கால் பின்னிய நிலையில் எழுந்து வந்து அவனிடம் தம் கேட்கிறான். வந்தவன் உதட்டிலும் பணத்தின் நீலநிறம் ஒட்டிக் கொள்கிறது. இருவரும் புகைக்கிறார்கள். அவர்களுக்குள் ஏற்பட்ட புதிய நட்பிற்காக இருவரும் ஒரே மதுக்கோப்பையை பகிர்ந்து கொள்கிறார்கள். கோப்பை காலியானதும் இருவருக்குள் விரோதம் துவங்குகிறது. தனது பணத்தைப் பிடுங்கி சுருட்டி

புகைத்துவிட்டான் என வந்தவனுக்கு எதிராக கூச்சலிடுகிறான் இளைஞன். ஏழாம் கடைசியில் இருந்தவனோ தன்னுடன் இருந்த நண்பன் எவன் என அறியாது மற்றொருவன் தோளில் சாய்ந்து கொண்டு உறவை விளித்து 'மாப்ளே... மாப்ளே...' என செல்லமிடுகிறான். இத்தனை குடிகாரர்களுக்கும் நடுவில் சிதறிய நாணயங்களை குனிந்து அவசரமும் ஒடுக்கமுமாக பொறுக்கி கொண்டிருக்கிறாளே அந்த செங்கிழவி, அவளைவிடவும் திருடக்கூடியவர் இந்த வேனல் தெருவில் எவரும் கிடையாது. நாணயங்களை குனிந்து சேகரித்தபடியே, அவள் கால் செருப்புகளை திருடி ஒளிக்கிறாள் பாருங்கள். அவள் உடைந்த குப்பிகளுக்குள் நாணயங்கள் சிதறுகின்றன. அவள் தன் வாய் அகன்ற மதுப்புட்டியில் நாணயங்கள் போட்டு குலுக்குகிறாள். அதுதான் எத்தனை இனிமையாக சப்தமிடுகின்றன. நாணயங்கள் நிரம்பிய மதுபுட்டியுடன் வேனல் தெருவில் இருந்த இருள் சந்தில் போகிறாள். அங்கும் சிலர் குடித்துக் கொண்டுதானிருக்கிறார்கள். அவர்கள் நிலத்தோடு உரையாடிக் கொண்டிருப்பது போல முணுமுணுக்கின்றனர். விலை மலிந்த சாராய வீதி அந்த இருள் சந்து, தகரக் குவளைகளில் மஞ்சள் சாராயம் மினுக்கிறது. செங்கிழவி தன் மதுப்புட்டியை ஒரு தகரக் குவளையில் கொட்டுகிறாள். மிச்சமான சாராயத்தில் ஊறுகின்றன நாணயங்கள். தங்கத்தை போன்ற வசீகரமான அத் திரவத்தை அவள் உதடு தீண்ட விரிகின்றது. ஒரு வான்கோழியைப் போல சப்தமிட்டபடி அவள் குடித்துவிட்டு தகரக் குவளையைத் தருகிறாள். அவளுடைய வயது மெல்ல கரைந்து மீண்டும் பால்யம் கண்டவள் போல, தனது மார்புகளை சாராயக்காரனிடம் காட்டி இச்சை மொழியில் பேசுகிறாள். அவனோ 'கிழட்டு நாயே' என ஏசியபடி மீண்டும் தகரக் குவளையில் சாராயம் தருகிறான். இனி இரவு முழுவதற்கும் வேறு கிடைக்காது என்பது தெரியும். நீண்ட கயிற்றால் காலி மதுப்புட்டியை இடுப்பில் சுற்றி நாணயம் தேடி அலையத் துவங்குவாள். வேனல் தெருவிற்கு எல்லா இரவும் மது வாங்க வரும் பக்கீர் வந்திருக்கக் கூடும். அவரது மிகப்பெரிய மோட்டார் சைக்கிள் ஓசையைக் கேட்டதும், கிழவி ஓடுகிறாள். பக்கீர் என்றைக்கும் போலவே இரண்டாம் கடைமுன் நிற்கிறார். அவருக்கு உரியதை பெற்றுக்கொள்கிறார். இளம் பெண்ணைப் போல, அவரை உரசி சிரிக்கிறாள் செங்கிழவி. அவர் வண்டியில் அமர்ந்தபடி எல்லா நாளையும் போலவே, தனது இடது காலால் அவளை உதைத்துத் தள்ளிவிட்டு, ஐந்து ரூபாயை எறிந்து புறப்படுகிறார். அதை எடுக்க மனம் அற்றவளாக அவரின்

மனைவிகளை பற்றிய வசைகளை பெருக்கியபடி நிற்கிறாள். அந்தப் பணம் இரவெல்லாம் எவராலும் எடுக்கப்படாமல் அந்த இடத்தில் கிடக்கும். விடிந்த பின்பு அதை அவளே எடுத்துக் கொள்ளக்கூடும். ஆயினும் இரவில், அவள் அதன்மீது மூத்திரம் பெய்வதையோ, காறி உமிழ்வதையோ எவர் தடுக்க முடியும்? வழியற்ற ஒருவன் அப்பணத்தை எடுத்த நாள் ஒன்றில், கிழவி அவன் உடைகளை அவிழ்த்துவிட்டு ஆடையற்ற அவன் உறுப்பில் புட்டியால் அடித்திருக்கிறாள் என்கிறார்கள். எனினும் புறக்கணிக்கப்பட்ட பணம் வெறும் காகிதமாக இருளில் வீழ்ந்து கிடக்கும்.

வேனல் தெருவிற்கு புதிதாக வந்த அந்தப் பையனைப் பாருங்கள். இப்போதே மீசை அரும்ப துவங்கியிருந்த அவன், எதிர்வீட்டில் குடியிருந்து வேறு ஊருக்கு மாற்றலாகிப்போன மாணவிக்காகவும் தன் முதற் காதலுக்காகவும் மதுப்புட்டியைத் திறக்கிறான். அவனிடம் சொல்லவொண்ணாத காதல் இருக்கிறது. தோற்றுப்போன தன் முதல் காதல் பற்றி யாரிடமும் பேசமுடியாத தவிப்பில், அவன் கடைசியில் தன்னிடமே பேச முயலுகிறான். தன்னிடம் பேசுவதை விடவும் வேறு எவர் கிடைக்கக் கூடும் நல்துணை. அவனுக்கு குடிக்கத் தெரியாமல் இருக்கக்கூடும். ஒருவேளை மது அவனை வீட்டிற்குத் திரும்பவிடாமல் ஏதோ ஒரு தெரு இருளில் விழச்செய்யக்கூடும். ஆனாலும் அவனுடன் பேசுவதற்கு வேறு வழிதான் என்ன இருக்கிறது? குடிப்பதன் மூலம் தவிர தன்னை நேசித்துக் கொள்ள வேறு பாதைகளை யார் அவனுக்கு கற்றுத் தரக்கூடும். அவன் கறுப்பு திரவம் ஒன்றை வாங்கியிருக்கிறான். அத்திரவம் அவன் உடலில் கண்ணாடி இதழ் போல, நீர்தட்டானின் சிறகை விடவும் மெல்லியதாக, இரு சிறகுகளை கிளை விடச் செய்யும். இதை நினைத்தபடியே குடிக்கிறான். பனை விசிறியை போல வடிவம் கொண்ட அந்த சிறகு அருகில் குடித்து கொண்டிருப்பவன் கண்ணுக்குக்கூட தெரிகிறது. அவனுள் மிதந்து கொண்டிருந்த திரவம் மாற்றலாகிப் போன பெண்ணின் சுவடுகளைப் பற்றிச் சென்று, தெரியாத ஊரில் உறங்கும் அவள் வெண்பாதங்களை முத்துகின்றன. அவன் இப்போது அந்தப் பெண்ணையே குடித்துக் கொண்டிருக்கிறான். புட்டியில் ஒருதுளி திரவமும் இல்லாமல் தீர்த்துவிட்டான். நீர்மை படர்ந்த கண்களுடன் தன் முதல் காதலைப்பற்றி தன்னிடமே பேசிக் கொள்கிறான். விசும்பலும் ஏக்கமும் ஊர்கின்றன உடலெங்கும். சக குடிகாரன் ஒருவன் அவனை நோக்கி, தன் கைகளை விரிக்கிறான். கரங்களில் ஊடே

எஸ்.ராமகிருஷ்ணன் 19

நுழைந்த மாணவனை முத்தமிடுகின்றன பெரு உதடுகள். மாறிமாறி முத்தமிட்டுக் கொள்கிறார்கள். பின் இருவரும் தோளில் கை போட்டபடி அடுத்த மதுக்கடைக்குப் போகிறார்கள். அவர்களை இடித்துக்கொண்டு போகும் நபர், பையனின் நல்லாசிரியராக இருக்கிறார். எனினும் என்ன? இரவில் ரகசிய படிக்கட்டுகளின் வழியே உலவும் குடிகாரர் அவரும்தானே. காலி மதுப்புட்டிகளில் விரல் நுழைந்து துழாவும் குருடன் செபாஸ்டியன், புட்டிகளில் மிஞ்சிய மதுவை துளிதுளியாக, தன் சிரட்டையில் சேகரிக்கிறான் பாருங்கள். எவனோ குடித்து மீதம் வைத்துப்போன பாதி புட்டி ஒன்றால் சிரட்டையே நிரம்பிவிடுகிறது. இனி அவனை விடவும் யோகமும் சந்தோஷமும் கொள்ளக்கூடிய மனிதன் எவனிருக்கிறான். வேனல் தெரு இடிந்த மூத்திர பிறையின் படிக்கட்டில் அமர்ந்தபடி, அவன் இரவு உணவையும் சிரட்டை மதுவையும் ருசித்து குடிக்கிறான். பகல் முழுவதும் கூவி பெற்ற நாணயங்களையும் மனிதர்களையும் மறந்துவிட்டு, தான் கண் பார்த்து அறியாத வேனல் தெருவின் வாசனையை முகர்ந்தபடி களிப்புறுகிறான். சந்தோஷம் ஒரு சல்லாத்துணிபோல உடல் மீது படர்கிறது. தன்னிடமிருந்த பீடியை புகைக்கத் துவங்கியதும், உலகம் ஏன் இத்தனை சந்தோஷமாகவும், இடைவிடாத களிப்பையும் கொண்டிருக்கிறது என எண்ணிக்கொண்டான். ஸ்திரிகளையும் வீட்டையும் மறந்த வேனல் தெரு மதுக்குடியர்களுக்குள் மட்டும், எப்படி வற்றாமல் களிப்பு பீறிடுகிறதோ என புரியவேயில்லை. கசப்பு முளைத்த நாவுடன் அவர்கள் உலகின் மொத்த களிப்பையும் திருடி வந்து விட்டார்களாயென்ன? வேடிக்கையும் உல்லாசமும் நிரம்பிய அத்தெருவிற்குள் குற்றம் என எதைச் சொல்லிக் கொள்ள கூடும். திறந்த இரவினுள் குற்றங்கள் நிழலைப் போல சப்தமிடாதபடியே உலவுகின்றன.

பண்டிகை நாள் தவிர வேறு காலங்களில் ஒப்பனையற்றுப் போன ஸ்திரிபார்ட்காரன் ஒருவன் மட்டும், குடியில் குரல் உயர்த்திப் பாடாமல் இருந்திருந்தால், உல்லாசத்தில் இந்த லயம் இருந்திருக்கக் கூடுமா? அவனுக்கு பெண்களை விடவும் அடர்ந்த கூந்தல். ஸ்திரி முகம் கொண்ட அவன், வேனல் தெருவிற்கு குடிப்பதற்கு ஒருபோதும் தனியே வருவதேயில்லை. ஒரு ஆட்டுகுட்டியை மார்போடு அணைத்து எடுத்துக் கொண்டு வருவான். கற்பனையான உபவனத்தில் தோழியோடு அலையும் ராணியைப் போல நடக்கிறான். அவனுடைய தோளில் சரசரக்கும் தலைமயிர் குடிப்பவர்களுக்குள் சரசத்தின் மூச்சை கிளப்பிச் செல்கிறது. வேஷமிடாத போதும் அவனால்

ஸ்திரிபார்டினின்று தப்பிக்க முடியவில்லை. பொய் மார்பகமும் உயர் கொண்டையும் அணியவில்லையே தவிர, அவன் முகத்தில் மஞ்சள் திட்டுகளும், கைகளில் வளையும் சப்தமிட வருகிறான். அவனுடைய ஆட்டுக்குட்டி துள்ளி குடிகாரர்களின் ஊடே அலைகிறது. ஆட்டின் கழுத்தில் புரளும் ஒற்றை மணி சப்தம் கேட்ட குடிகாரன் எவனோ தங்களுக்கு குடிப்பதற்காக வாங்கிய புட்டியுடன் இருளில் மறைகிறான். ஆட்டின் கண்களில் பழகிய போதையின் சுகிப்பு தெரிகிறது. அவனும் ஆடுமாக குடிக்கிறார்கள். இருவரும் இரவெல்லாம் குடிக்கக்கூடும். குடித்த ஆடுகள் எப்போதும் இயல்பிலே புணர்ச்சிக்கு ஏங்குகின்றன. அவை மனித பேதமறியாது கால்தூக்கி நிற்கின்றன. நள்ளிரவு வரை அவர்கள் பேசிக் கொண்டேயிருக்கிறார்கள். ஆடு வேனல் தெருவின்று கிளம்பி அவர்கள் மஞ்சள் அழியும் உலர்ந்த வீதிகளில், காகிதத்தை மென்றபடி அலையத் துவங்குகிறது. மூடிய வீடுகளுக்கு வெளியே முரட்டு குடிகாரனைப் போல ஆடு மணியசைத்து சுழல்கிறது. தடுக்க யார் இருக்கிறார்கள். உல்லாசம் தெருவில் தனியே நடனமிடுகிறது என்பதைத் தவிர.

வேனல் தெரு மதுக்கடைகள் மூடப்படுவதேயில்லை. கடைகளுக்கு குடிக்க வருபவர்கள் மட்டுமல்ல, கடையில் இருக்கும் விற்பனை செய்யும் நபர்களே கூட ஒரே முக சாயலில்தானிருக்கிறார்கள். அவர்களுள் நான்காம் கடை சிப்பந்தியின் கண்கள், புட்டிகளை வாங்கும் எல்லா மனித முகத்தையும் துளையிட்டு அறிந்து விடுகின்றன. மதுகடைச் சிப்பந்திகள் சில்லறை தராமல் ஏமாற்றும் போதோ, கள்ள மதுவை விற்கும் போதோ கூட குடியர்கள் ஏன் எதிர்பார்ப்பதில்லை. வேனல் தெரு இரவு எப்போதும் அரை மயக்க நிலையிலேயே இருக்கிறது. பொருள் வழி அலையும் வியாபாரிகளும், பயணிகளும் இதனுள் நுழையாமல் செல்ல முடிவதேயில்லை. தனது குறிப்பேட்டில் யாரோ பயணியின் கைகள் தெருவின் ஞாபகத்தினை எழுத் தாக்குகின்றன. பின் அவனும் களைத்து விடுகிறான். நேற்றாக இருக்கலாம், குடிக்க வந்தவர் இருவர் நெடும் காலத்தின் பின் சந்திப்பு கொண்டு நினைவை பரிமாறியபடி குடித்தனர். அவர்கள் பர்மாவிலிருந்து நடந்து வந்தவர்கள் என தெரிகிறது. மதுப்புட்டிகள் காலியாகியபடி இருந்தன. பின் இருவரில் மூத்தவன் மதுப்புட்டியை உயர்த்தி அதனுள் பர்மா மூழ்கியிருப்பதாகக் கூறுகிறான். திரவம் மெல்ல வடிய பர்மா நகரம் கண்ணாடி மீறி விரிகிறது. இருவரும் யுத்தத்தின் முந்திய மரவீடுகளின் சாலையில் நடக்கின்றனர். ஜப்பானிய

விமானங்களின் குண்டு நகர் மீது சிதறுகிறது. தெருக்களுக்குள் ஓடுகிறார்கள். துப்பாக்கி ரவை எட்டாதவெளியில் பயணித்து நடந்தபோது, ஒருவன் மற்றவனை நோக்கி துப்பாக்கியை நீட்ட, தோட்டா பீறிட்டு முதுகில் பாய்கிறது. விழித்துக் கொண்டவனைப் போல குடிப்பவன், கண்ணாடி புட்டியைத் தூக்கி உடைக்கிறான். பர்மா சிதறுகிறது. சுட்டுக் கொண்டது யார் யாரை என புதிர் விலகாமல் சொந்த துயரத்திற்காக மீண்டுமொரு மதுப்புட்டி வாங்க நடக்கின்றனர்.

இரவு நீள நீள மயங்கி சரிந்த சாயைகளின் நடமாட்டம் ஓய்ந்த பின்பும் வேனல் தெரு விழித்தபடிதானிருக்கிறது. என்றோ இந்த நகரையாண்ட வெள்ளைப் பிரபுவின் குள்ளமான சிலையைப் பாருங்கள். அதன் கண்கள்கூட இந்த தெருவைப் பார்த்தபடிதானிருக்கின்றன. பிறந்த தேசம் விட்டு கனவுக் கப்பலில் மிதந்தபடி அந்த துரை இந்நகரை நன்றாக அறிந்திருந்தான். அந்த சிலையின் கீழே உளறுகிறானே ஒருவன், அவன் எதைத்தான் பேசுகிறான். காதில் விழுகிறதா? என்றோ மழை வெறித்த நாள் ஒன்றில் சிவப்புக் குடையுடன் வந்த இரண்டு சட்டைக்காரப் பெண்கள் கண்ணீர் மல்க, அந்த சிலையின் முன்பாக மௌனித்து விட்டு, ரோஜா மலர்களை அங்கு விட்டுச்சென்றனரே அன்றும் அவன் அங்கு குடித்துக்கொண்டிருந்தான். ரோஜா மலர்கள் வேனல் தெரு மதுக்குடியர்களைப் பேச்சற்று போகச் செய்தது. மதுக்கடைக்காரர்களுக்கு அந்த ரோஜாக்களைப் போல குற்ற உணர்வை ஏற்படுத்தும் எந்த பொருளும் இதுவரை உலகில் இருந்ததாக நினைவில்லை. இருபத்தி எட்டு மதுக்கடை சிப்பந்திகளும் ரோஜாக்களை எவராவது எடுத்துப் போய்விடவேண்டும் என ஆசைப்பட்டார்களே அன்றி, எவனும் கீழ் இறங்கி அந்த ரோஜாக்களை எடுத்து எறிய இயலவில்லை. பதினாலாம் கடைச்சிப்பந்தி ஒருவன், தன் ஆறு வயது மகள் ஞாபகம் பெரு மைல்களுக்கு அப்பால் உள்ள கிராமத்து வீட்டின் கதவுகளைத் தட்டி முகம் பார்க்க ஆசையுற்று புலம்பினான். அவனாலும் இந்த ரோஜாக்களை எடுத்துவிட முடியவில்லைதானே. மூன்று நாட்கள் வரை அதே இடத்தில் காய்ந்து, சருகாகிய நிலையில் ரோஜாக்கள் இருந்தன. பின் காற்று அதைத் தன்னோடு கூட்டிப்போனது. காற்றில் மறைந்து விட்ட ரோஜா ஏற்படுத்திய வெறுமை கடைச் சிப்பந்தி ஒருவனுக்குத் தாளாமல், அவன் வீதியின்று அழித்து ஓடி, நகரை விட்டு புலம்பி ஓடுகிறானே அது எதற்காம்? விசித்திரம்தான் மனிதர்களாக உருக்கொண்டு இங்கு வருகின்றதாயென்ன?

மழிக்கப்படாத மயிர் படர்ந்த முகத்துடன் ஒருவன் எல்லா மதுக்கடைகளிலும் இரஞ்சும் குரலில் பணத்தை வைத்துக்கொண்டு கேட்டும், எவரும் இல்லையென தலையாட்டுகிறார்களே தெரிகிறதா? அவனுக்கான மதுப்புட்டிகள் உலகில் இல்லாமல் தீர்ந்து விட்டனவா? அவன் குடிப்பதற்காக எதையும் கேட்பதாகத் தெரியவில்லை. அருகில் வந்து அவன் குரலைக் கேளுங்கள். வேறு எதோ ஒரு பொருளிற்காக மன்றாடுகிறான். படர்ந்த மீசையில் கண்ணீர் துளிர்ந்து நிற்க அவன் வேதனையுடன் எதைத்தான் கேட்கிறான்? நேற்றுதானோ இல்லை வருடத்தின் முன்பாகவோ ஏதோ ஒரு மதுக்கடையில், அவன் இறந்துபோன மனைவியின் மணநாள் பட்டு புடவையொன்றை விற்று குடித்து போயிருக்கிறான். இன்று புடவையின் ஞாபகம் பீறிட, தேடி மீட்டுக் கொள்ள அலைகிறான். அந்தப் புடவையின் ஒருமுனை தீயில் எரிந்து போயிருக்கும் என்பதும், அதை செய்தவன் அவன் என்பதையும் யார் அறிவர்? எல்லா மதுக்கடைக்காரர்களும் அவனையறிவர். புடவை என்றில்லை. கடிகாரங்கள், நிலைக் கண்ணாடி என எத்தனையோ விற்றுக் குடித்துப் போயிருக்கிறான். அந்தப் புடவையை அடைந்தவன் எக்கடையின் சிப்பந்தி எனத்தான் தெரியவில்லை. அவனது பரிதாபம் தாங்காது சக குடிகாரன் ஒருவன் விடாது பேசுகிறான். ஒரு சிப்பந்தி அவனைக் கூப்பிட்டு குடிகாரர்கள் விற்றுப்போன பொருட்களின் சேகர அறையைத் திறந்து காட்டுவதாகக் கூறுகிறான். அந்த அறையினுள் புடவைகள், மரக்கண்ணாடிகள், கடிகாரங்கள், மணல்குடுவைகள், பழம் துப்பாக்கி, இசைத்தட்டுகள், புகை பிடிக்கும் குழல், கோப்பைகள், தைல ஓவியம் எனக் குவிந்து கிடக்கின்றன. தன் மனைவியின் புடவையைத் தேடி சலிக்கிறான். என்றோ அடமானத்தில் வைக்கப்பட்டுப் போன சித்திரக்காரனின் இதயம் ஒன்று மிக மெதுவாக துடித்துக் கொண்டிருந்தது அறையில். அந்த அறையை விட்டு அகலாது ஆறுநாட்கள் புடவையைத் தேடிக் கொணடிருந்தான்; பின்னொரு நாள் வெளிறிய முகத்துடன் மனைவியின் புடவையை நெருப்பிட்டு எரித்து சாம்பலாக்கி குடித்தவன் நானே எனக்கூறி தெருக்கடந்து சென்றான். கடைச்சிப்பந்திகள் அறிந்திருக்கிறார்கள், குடிகாரர்கள் எதையும் நினைவில் வைத்துக் கொள்வதேயில்லை என்பதை.

வேனல் தெரு என்பதே ஒரு கண்ணாடி கூண்டுதான் போலும். இங்கே வருபவர்கள் மதுவால் மட்டும் போதையாடுகிறார்கள் என எவராலும் தீர்க்கமாகச் சொல்ல முடியாது. விசித்திரம் ஒரு மோதிரமென இவர்கள் விரல் சுற்றிக் கொள்ள உறக்கமற்று

எதைத்தான் அழித்துவிட குடிக்கிறார்கள். வாகனங்கள் ஊர்ந்து அலையும் நகர வீதியில் கூக்குரலிட்டு வெறியுடன் ஒருவன் நீட்டுகிற கத்தியின் பரப்பில், வேனல் தெரு உருக்கொண்டு விடுவதைப் பல கண்களும் அறிந்தேகிடக்கின்றன. என்றாலும் நண்பர்களே, மதுக்கடைகள் மூடப்படுவதேயில்லை. மீன் கறிகளையும் மிஞ்சிய மதுவையும் குடித்துப் பெருத்த எலிகளின் கூட்டமொன்று, தெருவை கருமி பூமியினுள் இழுத்துச் சென்றவிட முயல்கின்றன. தன் தலைமயிர்நிலத்தில் வேர்விட நூற்றாண்டுகளாக ஒருவன் இத்தெரு நடுவில் வீழ்ந்து உறங்கிக் கொண்டேயிருக்கிறான். அந்த மனிதன் விடுபட்டுப்போன சீன யாத்திரிகர்களில் ஒருவன் எனச் சொன்னால் நம்புவீர்களா நீங்கள்?

~

தாவரங்களின் உரையாடல்

'தி கிரேட் கோஸ்ட்' கப்பல் மூலம் இங்கிலாந்திலிருந்து இந்தியா வந்து கொண்டிருந்த ராபர்ட்ஸன், உடன் வந்த எந்த ஒரு கிழக்கிந்திய கம்பெனி அதிகாரியுடனும் உரையாடுவதையோ, மது அருந்துவதையோ தவிர்த்து தன் அறைக்குள் நாள் எல்லாம் நிலவியல் வரைபடத்தை ஆராய்ந்தவாறே, பதினோறு நாட்கள் பயணம் செய்தபோது, இந்திய மலைச் சரிவுகளிலும், குறிப்பட்ட குடும்பங்களாலும் வளர்க்கப்பட்டு வரும் விசித்திர தாவரங்கள் பற்றியும் சங்கேத சித்திரங்களால் உருவான தாவர வளர்முறை குறிப்புக்களையும், கிரகண தினத்தன்று தாவரங்கள் தங்களுக்குள் நடத்தும் உரையாடலை அறியும் சூட்சும சமிக்ஞைகள் குறித்தும், வியப்பும் பயமுமாக அறிந்தபோது, மீட்பரின் பண்டிகையான கிறிஸ்துமஸ் பிறந்து கம்பெனி அதிகாரிகள் உல்லாசிகளாகக் குரல் எழுப்பிக் கொண்டிருந்தனர்.

அதிகாரிகள் பலரும் இந்தியாவிற்குப் பலமுறை வந்து போனவர்களாயிருந்ததால், போதையின் சுழற்சியில் ஸ்தனங்கள் பருத்த கருத்த பெண்களையும், வேட்டையாடும் வனங்களைப் பற்றியும், துப்பாக்கியறியாத மக்களின் முட்டாள்தனம் பற்றியும் உளறிக் கொண்டிருந்தனர்.

திரிகூடமலை தாண்டவராய சுவாமிகளின் 'தாவரங்களின் ரகசிய வாழ்க்கை' என்ற நூலைப் பற்றி அறிந்திருந்த ராபர்ட்ஸன், அதன் மூலப்பிரதி எங்கும் கிடைக்காததைப் பற்றி யோசித்தபடியே

உல்லாசிகளின் குரல் கேட்காத தன் அறையில், திரிகூடமலை குறித்த மனப் பதிவுகளை எழுதிக் கொண்டிருந்தான். இதுவரை மேற்கு உலகம் அறிந்திருந்த தாவரவியல் அறிவு எல்லாவற்றையும் துகளாக்கச் செய்யும் தாண்டவராய சுவாமிகளின் மூலப் பிரதியைத் தேடுவதற்கான வழிமுறைகளைத் தயாரித்திருந்தான். அத்தோடு கிரகணத்தன்று நடக்கும் தாவரங்களின் உரையாடலைப் பதிவு செய்வது இந்தப் பயணத்தின் சாராம்சம் எனக் கொண்டிருந்தான். தாவரவியல் பற்றிய இந்திய நூல்கள் யாவும் கற்பனையின் உதிர்ந்த சிறகுகளான கதை போல இருந்தது ஆச்சரியமாகவே இருந்தது.

கிறிஸ்துமஸிற்கு அடுத்த நாள் இரவு கப்பலின் மேல் தளத்தில் வந்து நின்றபோது அவன் முகம் வெளிறியும், கடற்பறவைகளின் விடாத அலையைப்போல அதிர்வு கொண்டதாகவுமிருந்தது. தன்னுடைய சாம்பல் நிறத் தொப்பியை ஒரு கையில் பிடித்தபடி கடலின் அலைகளை அவன் பார்த்துக் கொண்டிருந்தபோதும் கூட, தாண்டவராய சுவாமியின் நினைவிலிருந்து மீள முடியாமலேயிருந்தது. இந்திய வாழ்வின் புதிர் பாதைகளில் எல்லா குடும்பத்தின் உள்ளும் ஒளிந்திருக்கும் ரகசிய குறியீடுகள், அவர்களின் மாயாவிநோத கற்பனைகள் குறித்தும் அவன் நினைத்துக் கொண்டிருந்தான். கப்பலில் பயணம் செய்த ஒரேயொரு பெண்ணான எமிலி தாம்சன், தன் அறைக்குப் போகும் சமயமெல்லாம் ராபர்ட்ஸன் அறையில் விளக்கு எரிவதைப் பார்த்துப் போனாள். உறக்கமற்றுப் போன அவன் பிதற்றல் சப்தம், அவள் அறையில் தினமும் கேட்டபடியே இருந்தது. யாருடனோ பேசுவதுபோல தனக்குள்ளாகவே அவன் பேசிக் கொண்டிருந்தான். இரவு உணவு கொண்டுவரும் ஸ்பானியச் சிறுவன் பார்த்தபோது, கண்கள் வீங்க காகிதங்களுக்கிடையில் வீழ்ந்து கிடந்தான் ராபர்ட்ஸன். அவனது பூனை, துப்பாக்கியின் மீது உறங்கிக் கொண்டிருந்தது. மருத்துவர் வந்து அவனுக்கு சிகிச்சை தந்த நான்காம் நாளின் பகலில் அவன் ஒரு கையில் பூனையும், மறுகையில் கறுப்புத் தொப்பியுமாக மேல் தளத்திற்கு வந்தான். அவனது பூனை கடலையே வெறித்துப் பார்த்துக் கொண்டிருந்தது. மீன் குஞ்சுகள் பூனையின் நிழலை தண்ணீரில் கண்டு விலகி உள் பாய்ந்தன. அன்றிரவு அவன் கனவில், சிறுவயதில் அவன் கேட்ட இந்தியக் கதைகளில் இருந்த சாப்பாடு பூதங்கள் வயிறு பருத்து வீங்க, கப்பலை விழுங்கி ஏப்பமிட்டன.

கப்பல் கரையை அடையயிருந்த மாலையில் அவன் பூனையுடன் தன் பெட்டிகளைத் தயாரித்துக் கொண்டு நிலப் பகுதிகளை பார்த்தபடி வந்தான். கப்பலைவிட்டு இறங்கும்

முன்பு ஒரு பாட்டில் மது அருந்திவிட்டு புட்டியை கடலில் தூக்கி எறிந்தான். கடலில் சூரியன் வீழ்ந்தது. மீன் படகுகள் தெரியும் துறைமுகம் புலப்படலானது. இதுவரை அறிந்திராத நிலப்பகுதியின் காற்று, பூனையின் முதுகினை வருடிச் சென்றது. அது கண்கள் கிறங்க, கவிந்த மாலைப் பொழுதைப் பார்த்தபடியே ராபர்ட்ஸனுடன் குதிரை வண்டியில் பயணம் செய்தது.

ஏழு நாட்களுக்குப் பிறகு அவன் மதராஸ் வந்து சேர்ந்தான். அன்று விடுமுறை நாளாகயிருந்ததால் நகரில் மக்கள் கூட்டம் அதிகமில்லை. கடற்கரையெங்கும் பறவைகளே அமர்ந்திருந்தன. ஒன்றிரண்டு குழந்தைகள் மீன்வலைகளை இழுத்தபடியே தூரத்தில் அலைந்தனர். கடற்கரை வேதக் கோவிலுக்கு ஜெபம் செய்ய நடந்து கொண்டிருக்கும் போது வழியில் ஆறுவிரல் கொண்ட பெண் ஒருத்தி, கையில் நார்க் கூடையுடன் வெற்றிலை ஏறி சிவந்த பல்லுடன் ராபர்ட்ஸனைப் பார்த்துச் சிரித்தாள். சிவப்பு கட்டிடங்களும், நாணல் வளர்ந்த பாதையோர மரங்களும், தென்னை சரிந்த குடில்களும் கொண்ட அந்தப் பிராந்தியம், கனவிலிருந்து உயிர் பெற்றதுபோல இருந்தது. பிரார்த்தனையை முடித்துவிட்டு வரும்போது, வெல்சி மாளிகையிலிருந்து வந்து தனக்காகக் காத்துக் கொண்டிருந்த கோமதிநாயகம் பிள்ளையைச் சந்தித்தான் ராபர்ட்ஸன். அப்போது பிள்ளைக்கு ஐம்பத்திரெண்டு வயதாகிக் கொண்டிருந்தது. அவரது மனைவி எட்டாவது குழந்தையை கர்ப்பம் கொண்டிருந்தாள்.

ஆறுவிரல் கொண்டவளை திரும்பும் வழியில் சந்தித்தபோது அவளிடம் விலக்கமுடியாத கவர்ச்சியும் வசீகரமும் இருப்பதை அறிந்து நின்றான் ராபர்ட்ஸன். அவன் முகத்திற்கு எதிராகவே அவள் சொன்னாள்: "அருவி, பெண்கள், விருட்சங்கள், இவற்றின் மூல ரகசியங்களை தேடாதே; போய் விடு" அவள் சட்டென விலகிப் போகும் போது, அவன் கையில் ஒரு மரப் பொம்மையைக் கொடுத்துப் போனாள். அந்த மரப்பொம்மைக்கு ஆண், பெண் இரண்டு பால் குறிகளுமேயிருந்தன. அதன் உடலில் ஏராளமான சங்கேத மொழிகள் செதுக்கப்பட்டிருந்தன. கையளவில் இருந்த அந்த பொம்மையை மறைத்தபடியே, அவளைப் பற்றி கோமதிநாயகம் பிள்ளையிடம் கேட்டுக்கொண்டு வந்தான் ராபர்ட்ஸன். அவள் குறி சொல்லும் கம்பளத்துக்காரி எனவும், அவர்கள் வாக்கு பலிக்கக் கூடியது எனவும் சொல்லியதும், அவளது கறை படிந்த பல்லின் வசீகரத்தில் சாவு ஒளிந்திருந்ததை அவனால் உணர முடிந்தது.

பிள்ளையுடன் அடுத்தநாள் திரிகூடமலையைப் பற்றியே பேசிக்கொண்டிருந்தான். எல்லா துரைகளையும் பிடித்து ஆட்டும் வேட்டையின் தீராத ஆசை ராபர்ட்ஸனையும் பிடித்திருக்கும் என நினைத்துக் கொண்டார்; என்றாலும் அவன் ஏதோ சுவாமிகள், சுவாமிகள் என அடிக்கடி புலம்புவதையும் விசித்திர தாவரங்களைப் பற்றிக் கேட்பதையும் கண்டபோது, 'எதுக்கு இப்பிடி கோட்டி பிடிச்சு அலையுதான்' என அவராகவே சொல்லிக் கொண்டார். ராபர்ட்ஸன் மதராஸில் தனியே சுற்றி பழைய மொகலாய கால கட்டிடத்தில் ஒளிந்திருந்த, புஸ்தகக் கடைகளில் தேடி தாவர சாஸ்திர நூற்களையும், அரண்ய கதாசரித பிரதியையும் வாங்கி வந்தான். குடும்பங்களில் பரம்பரையாக இருந்துவரும் சில தாவரங்கள் காலத்தின் நீள் கிளைகளாக உயிர்வாழ்ந்து, சில அதீத சக்திகள் பெற்றுவிடு வதையும், ஆண் பெண், உறவின் எல்லா ரகசியங்களையும் அவர்களுக்குக் கற்றுத்தருவது அந்தத் தாவரங்களே எனவும், அத்தாவரங்கள் குடும்பத்தின் பூர்வீக ஞாபகங்களைச் சுமந்தபடியே இருப்பதால் அவை ஒளிரும் தன்மையடைகின்றன என்பதையும் அறிந்தான். இன்னமும் போதை வஸ்துகளாகும் செடிகளைப் பற்றியும் ரகசியங்களைத் தூண்டும் கொடிகள், கன்னிப் பெண்களின் நிர்வாணம் கண்டு கனவில் பூக்கும் குளியலறை பூச்செடிகளையும், குரோதத்தின் வாசனையை வீசி நிற்கும் ஒற்றை மரம்; ஆவிகள் ஒளிந்திருக்கும் மரக்கிளைகளின் கதைகளை அறிந்தபோது, அவன் வேட்கை அதிகமாகிக் கொண்டேபோனது. ராபர்ட்ஸனின் பூனை சுற்றுப்புறங்களில் அலைந்து பழகிக் கொண்டிருந்தது. பச்சைநிறக் கண்களும், கறுப்பு உருவும் கொண்ட இந்த பூனை, நடக்கும் வெளியைக் கடந்து விடாமல் விலகி சிறுபாதைகளில் பதுங்கிச் சென்றனர் பெண்கள்.

கோமதி நாயகம்பிள்ளை திரிகூட மலைக்குப் போவதற்கான பயண ஏற்பாடுகளை செய்திருந்தார். ராபர்ட்ஸன் மனைவிக்கு கடிதம் எழுதிக் கொண்டிருந்தான். கடித்ததின் கடைசி வரியை முடிக்கும் முன்பு யாரோ கதவைத் தட்டும் சப்தம் கேட்டு வெளியே வந்தபோது, ஆறு விரல் கொண்ட பெண் தொலைவில் போய்க் கொண்டிருந்தாள். அவன் வாசல் படியில் சேவலின் அறுபட்ட தலை ரத்தம் கசிய வெறித்துக் கிடந்தது.

திரிகூட மலையில் எண்ணற்ற அருவிகள் வீழ்ந்து கொண்டிருந்தன. கல்யாளிகளும், சிங்கமுக நீர்வாய் கொண்ட கல் மண்டபங்களும், பெயர் தெரியா மரங்களும், குரங்குகளும், நிறைந்த திரிகூட மலையின் குகைகளுக்குள் துறவிகளும்,

சித்தர்களின் படுகைகளும், ஏன் நீர்ச்சுனைகளும், வால் நீண்ட தட்டான்களும், இதய வடிவ இலை நிரம்பிய புதர் செடியும், நத்தைக் கூடுகளும், இடிந்த புத்தர் கோவில்களும், நாக காவும், வெளுத்த பாறைகளும், கருத்த பாறைகளும், உறங்கும் மரங்களும் நீலியின் ஒற்றை வீடும், மர அட்டைகளும், காட்டு அணில்களும், இறந்துபோன வேட்டையாட்களின் கபாலங்களும், யானைகளின்சாணக் குவியலும், படை ஈக்களும், தேன் வட்டுகளும், சொறியன் பூக்களும், நீர்சுனையில் தவறி வீழ்ந்து இறந்து போனவர்களின் வெளிறிய ஆடைகளும், புணர்ச்சி வேட்கையில் அலையும் குடியர்களும், கள்ளச் சூதாடிகளும், முலை அறுந்த அம்மன் சிலையும், பன்றி ரத்தம் உறைந்த பலி கல்லும், ஸ்தனங்களை நினைவுபடுத்தும் கூழாங்கற்களும், சாம்பல் வாத்துகளுமிருந்தன. ராபர்ட்ஸன் வந்து சேர்ந்தபோது மழைக்காலம் மீதமிருந்தது. பின்பனிக் காலமென்றாலும் மழை பெய்தது. மலையின் ஒரு புறத்தில் வெயிலும் மறுபக்கம் மழையுமாகப் பெய்த காலை ஒன்றில் திரிகூடமலை முகப்பில் வந்து சேர்ந்திருந்தான். மரங்களை வெறித்தபடி வந்த அவனுடைய பூனை, மாமிச வாடையை காற்றில் முகர்ந்தபடியே தலையை வெளியே தூக்கியது.

திரிகூட மலையின் பச்சை உடலெங்கும் பரவி ஆளையே பச்சை மனிதனாக்கியது. நெடுங்காலமாகத் தான் வரைபடங்களிலும் கற்பனை யிலும் கண்டிருந்த திரிகூட மலையின் முன்னே நேரிடையாக நின்று கொண்டிருந்தான் ராபர்ட்ஸன். மலை தன் தொன்மையான ஞாபகங்களை தனக்குள்ளே புலம்பிக்கொண்டு ஒடுங்கி நின்றது. மனிதப் பேச்சுக் குரல் அடங்கிய பெருவெளியொன்று மலையின் கீழே வீழ்ந்திருந்தது. வெயில் நகர்வதும், மழை மறைவதுமான ஓட்டம் தொடர்ந்து கொண்டிருந்தது. எல்லாப் பாறைகளும் அரவம் கண்டு திமிறி நின்றன. கையிலிருந்த பூனையை கீழே இறக்கிவிட்டபடி இரட்டை அருவியின் வழியில் நடந்தான் ராபர்ட்ஸன். பாதை எங்கும் சிவப்பு பூக்கள் வீழ்ந்திருந்தன. எண்ணற்ற வடிவங்களில் இலைகள் வெறித்தன. சிதைவுற்ற கோவிலின் முகப்பு வீரர்கள் பாசிபடர, உறைந்து கிடந்தனர். பகல் நீண்டு கொண்டிருந்தது. வேட்டையாட்களின் தடங்கள் மிஞ்சியிருந்தன. அருவியின் இரைச்சலைக் காற்று மலைமீது வாரி இறைத்துக் கொண்டிருந்தது. வழிகளை அடைத்துவிட்ட பாறைகளில் கால் தடங்கள் அழிந்து இருந்தன. வழியெங்கும் சிறு குகைகள் தென்படலாயின. அவன் சிறு குகைகளுக்குள் நுழைந்து பார்த்தான். எலிகள் இறந்துபோன

குகைளாயிருந்ததால், துர்வாடையும் மண் கலயங்கள் உடைந்து கிடப்பதையும் எல்லா குகையும் பெண்ணின் வாடையே கொண்டிருந்தது எனவும் அறிந்தான். குகையின் உட்புறத்தின் வெக்கையில் வெளவால்கள் உறங்கிக் கொண்டிருந்தன. ஒன்றிரண்டு குகைகளில் நீர்ச்சுனைகள் இருப்பதையும் அவற்றின் மீது கண் வடிவப் பாறைகள் அடைக்கப்பட்டிருப்பதையும் கண்டான். இரட்டையருவியின் பின் வழியெங்கும் மரங்கள் அடர்ந்திருந்தன. இலைகள் உதிர்ந்த ஒன்றிரண்டு மரங்கள் மட்டும் வனத்தையே வெறித்தபடியிருந்தன. ஆள் நடமாட்டம் குறைந்த வனப்பகுதி போல இருந்தது. பூனை எங்கோ சுற்றி உடலெங்கும் காட்டு ஈக்கள் அப்பிக்கொள்ள தலையை சிலுப்பி வந்தது. ராபர்ட்ஸன் ஈக்களை விரட்டுவதற்காக நெருப்பைப் பற்ற வைத்தான். பூனை நெருப்பின் சுடர்களை நோக்கி தன் நாக்கை சுழற்றியது. முதல் நாளின் மாலை வரை இரட்டையருவியின் பின் வழியெங்கும் அலைந்து திரும்பினான் ராபர்ட்ஸன். அவனது எல்லா வரைபடங்களும் விளையாட்டுப் பலகை போலாகி விட்டது. எல்லா வழிகளும் அடைபட்டு இருந்தன. அல்லது பாதி வழிகள் அறுந்து போயிருந்தன.

கோமதி நாயகம் பிள்ளை இரவு ராபர்ட்ஸனை சந்தித்தபோது, அவன் மிகுந்த ஏமாற்றம் கொண்டவனாகவும் கசப்பின் சுனைகள் ஊறி பீறிடுபவனாகவும் இருந்தான். அவனால் எந்த ஒரு வழியையும் காண இயல வில்லை. அடுத்த நாள் கோமதிநாயகம் பிள்ளை ராபர்ட்ஸனை கூட்டிக்கொண்டு கூடங்காவு கிராமத்திற்குப் போனார். ஓட்டு வீடுகள் நிறைந்த ஊரின் மீது வெயில் இறங்கிக் கொண்டிருந்தது. பசுக்களும் குழந்தைகளும் நிறைந்த அந்த ஊரில், தான்தோன்றியா பிள்ளையின் வீட்டிற்குள் இருவரும் சென்றனர். நீர் உடம்பும் கருத்த பாதங்களும் கொண்ட தான்தோன்றியா பிள்ளை, ராபர்ட்ஸனைக் கண்டதும் வரவேற்று இருக்கச் சொன்னார். அன்றெல்லாம் தொடர்ந்த பேச்சின் பின்பு பிள்ளைவாள் உள் அடுக்கில் வைத்திருந்த சாஸ்திர புத்தகங்களையும் ஏடுகளையும் கொண்டுவந்து காட்டிய பின்பு ராபர்ட்ஸன் அவரிடம் கேட்டான்:

“தாவரங்கள் பேசக்கூடியதா, விசித்திர தாவரங்கள் இங்கேயும் இருக்கிறதா?”

உள் கட்டுவரை நடந்துபோய் திரும்பிய தான்தோன்றியா பிள்ளை பெண்கள் எவரும் இல்லையென்பதை ஊர்ஜிதம் கொண்ட பின்பு மெதுவாகச் சொன்னார்:

“பேசக் கூடியதுதான்; வீட்டுப் பெண்கள் இதை கேட்டிரக் கூடாதுனுதான் ரகசியமா சொல்றேன்; தாவரங்கள் பேசக்கூடியது; ரகசியம் தெரிஞ்சது, மனுசாளைப் போல தசைகளும் கூட உண்டுன்னு தாண்டவராய சுவாமிகள் சொல்லியிருக்காரு.”

தாண்டவராய சுவாமிகள் பேரைக் கேட்டதும் ராபர்ட்ஸன் விழிப்புற்று, அவரைப் பறறிய தகவல்களைக் கேட்கத் துவங்கினான். தனக்கு அதைப் பற்றி எதுவும் தெரியாதென்றும், வனத்தில் அவர் நிர்வாணியாக இருந்தவர் என்றும், அவர் ஊருக்குள் வரும் நாட்களில் வீடுகளை எல்லோரும் அடைத்துக்கொள்வர்; பெண்கள் எவரும் குறுக்கே வரமாட்டார்கள் என்றும், அவருக்காக தானியங்கள் தரப்பட்டன என்றும் சொல்லிய பின்பு, கடைசியாக சுவாமி பால்வினை நோய் வந்து மரித்துப்போனார் என்பதையும் சொன்ன போது, ராபர்ட்ஸனால் இவை புனைவு என்பதாகவே புரிந்து கொள்ள முடிந்தது.

மழைக்காலம் முழுவதும் ராபர்ட்ஸன் பலரையும் சந்தித்துத் திரும்பினான். தாண்டவராய சுவாமிகளைப் பற்றி அறிந்திருந்த பலரும் கூட அவரைப் பற்றிய கதைகளையே எடுத்துக் கூறினர். கதைகளில் அவர் மலை விட்டு கீழ் வரும்போது மரங்களை உடன் கூட்டி வரச் செய்யக் கூடியவர் என்றும் மரங்களின் விசித்திர ஆசைகளைப் பூர்த்தி செய்ய இளம் பெண்களின் உடலை அறியச் செய்தவர் என்றும், அவர் ஒரு தந்திரவாதி என்றும் பாலியல் போக முறைகளைக் கண்டறிந்தவர் என்றும் கதை வழி பிரிந்துகொண்டே போனது. எவரிடமும் ‘தாவரங்களின் ரகசிய வாழ்க்கை’ நூலின் மூலப்பிரதி கிடைக்கவேயில்லை. பதிலாக ஆறு விரல் கொண்டவராக, நீண்ட ஜடை முடியும் மெலிந்த உடலுமான தாண்டவராய சுவாமிகளின் உருவப் படத்தையே அவர்கள் காட்டினர்.

மழைக்காலம் நின்ற பின்பு திரிகூட மலையின் வழிகள் திறந்து கொண்டன. பின்னிரவு முடியும் முன்பு மலையின் உட்புறத்தில் புகுந்து நடக்கத் தொடங்கிய ராபர்ட்ஸன், ஒரு வார காலத்திற்குத் தேவையான உணவை, தன்னுடனே எடுத்துச் சென்றான். வனத்தின் இருண்டபாதைகள் வெயில் வரவால் விலகத் துவங்கின. பாறைகளில் இருந்த மஞ்சள் பூச்சிகள் உதிரத் துவங்கி இருந்தன. தூர் பெருத்த மரங்கள் பெருமூச்சிட்டவாறே இருந்தன. பாறை வழிகளில் உள்ளே இறங்கிப் போன பின்பு வனத்தின் உள் அடுக்குகளுக்கு வந்து சேர்ந்தான் ராபர்ட்ஸன். வனம் ஒரு பசுமையான கோப்பை போலிருந்தது. எல்லாப்

பொருட்களும் வடிவம் சிதறிப் போயிருந்தன. பாறைகளும், விருட்சங்களும் இன்றி வேறு எவற்றையும் காணவில்லை அவன். பகலைவிட இரவில் அவன் மிகுந்த குளிர்ச்சியையும் பசுமையையும் உணர்ந்தான். எங்கோ கிசுகிசுக்கும் சப்தங்களும், சிறகு ஒலிகளும் கேட்பதும் அடங்குவதுமாகயிருந்தன. பிணைந்து கிடந்த இரட்டை மரங்களின் உடல்கள் நெளிவுற்றன. சர்ப்பங்கள் ஒளிந்த உயர் மரங்களின் மீது இருள் இறங்கியிருந்தது. பாதி ஒடிந்த அம்புகள் பாய்ந்த மரங்களைக் கண்டபடியே அடுத்தநாளில் அவன் இன்னமும் அடி ஆழத்தில் நடந்து சென்றான். இப்போது மரங்கள் தனித்தனியாகவும் மூர்க்கம் கொண்டுமிருந்தன. கல் உருப்பெற்ற மரங்கள் ஈரம் உறிஞ்சிக் கொண்டிருந்தன.

மூன்றாம் நாள் காலை அவன் பூனை மிகுந்த கலக்கமுற்று எல்லாச் செடிகளுக்கும் பயந்து அலைந்தது. பூனை விரல்கள்பட்டதும் சில இலைகள் மூடிக்கொண்டன. தனியே பறக்கும் வண்ணத்துப்பூச்சிகள் பூனையின் மேலே பறந்து பார்த்துச் சென்றன. பாறையிலிருந்து தாவ முயன்று வீழ்ந்த பூனையின் சப்தம் கேட்டு, அதன் பின் இறங்கிய ராபர்ட்ஸன் இதுவரை எவரும் கண்டறியாத அருவியைப் பார்த்தான்.

மிகுந்த உயரத்திலிருந்து வீழ்ந்து கொண்டிருந்த அருவியது. பாறையின் விளிம்பில் இருந்து எழுந்து வீழ்ந்து கொண்டிருக்கும் அருவியின் பிரம்மாண்டம் இதுவரை அறியாததாகயிருந்தது. அதைவிட பெரிய விநோதமாக இருந்தது, அந்த அருவி சப்தமிடாதது. இத்தனை உயரத்தில் இருந்து வீழ்ந்த போதும் அருவியில் துளி சப்தம் கூட இல்லை. பிரம்மாண்டமாக மௌனம் வீழ்ந்து கொண்டிருப்பது போல இருந்தது. சப்தமில்லாத அருவியை அவன் முதன்முறையாக இப்போதுதான் பார்க்கிறான். நீரின் அசைவு கூட கேட்கவில்லை. நீர் வீழ்ந்து ஓடும் ஈரப் பாறைகளுக்குள் ஒரு விலங்கைப் போல வீழ்ந்தபடி அருவியின் தோற்றத்தினைப் பார்த்தபடியே இரண்டு நாட்கள் கிடந்தான். எங்கும் சப்தமில்லை. அருவியின் சப்தம் எங்கு சென்று பதுங்கிக் கொண்டது எனப் புரியவில்லை. பூக்கள் படர்ந்த பாறையில் படுத்துக் கிடந்த பூனையும், இந்த விசித்திர காட்சியின் வியப்பில் தன்னை விடுவிக்க முடியாமல் கிடந்தது. அவன் மூன்றாம் நாள் எழுந்து அருவியின் ஊடே சென்று நின்றான். வேகமும் குளிர்ச்சியும் நறுமணமும் கொண்ட அருவி, அவனைப் புரட்டித் தள்ளியது. அருவியின் வலப்புறம் எங்கும் பூத்துக்கிடந்த வெள்ளைப் பூச்செடிகளைப் பார்த்தபடியே கிடந்தான். அந்தப் பூக்கள் எட்டு இதழ் அமைப்புக் கொண்டதாகவும் குழல் போன்றும் இருந்தன.

ஒரேயொரு வெள்ளைப் பூச்செடியை மண்ணோடு பேர்த்துக் கொண்டான். அருவியின் வரைபடத்தை பகல் முழுவதும் வரைந்து முடித்துவிட்டான். சப்தமில்லாத அருவியின் சிலிர்ப்பு தாங்காது, அவன் தப்பி பாறைகளின் மீது ஊர்ந்து, ஆறு நாட்களுக்குப் பின்பு ஊர் வந்து சேர்ந்தபோது அவனுக்கு நீர் ஜுரமும் பிதற்றலும் கண்டிருந்தது. கோமதிநாயகம் பிள்ளை வைத்தியம் செய்த பின்பு, அவன் குணமாகினான். என்றாலும் சப்தமில்லாத அருவியைப் பற்றிய சிந்தனை அவனை மிகுந்த மனவேதனைக்கு உட்படுத்தியது. வனத்தில் இருந்து திரும்பிய பின்னாட்களில் அவன் நடவடிக்கையிலும் மாற்றம் கண்டது.

ஒரு இரவில் அவன் கண்ட கனவில் உடலே பெரிய மலையாகி உடல் உறுப்புகள் விருட்சங்களாகியிருந்தன. இதயத்திலிருந்து, உடல் எங்கும் ரத்தம் சப்தமில்லாத அருவியைப் போல பொங்கி தலை முதல் கால்வரை ஓடிக் கொண்டிருந்தது. சப்தமில்லாத அருவி ஓடும் வனம் உடல்தான் என்றும் தாவரங்களின் ரகசிய வாழ்க்கையில் குறிப்பிடப்படும் தாவரம் மனிதன் தான் எனவும், மனித உடலினுள் புதைந்திருக்கும் விருட்சங்கள்தான் பேசக்கூடியவை, ரகசிய இச்சைகள் கொண்டவை என்றும் புரிந்து கொண்ட பின்பு அவன் ஆடைகளை எல்லாம் துறந்துவிட்டு, தனது கறுப்புப் பூனையுடன் திரிகூட மலையில் துறவியாக அலைந்து திரியத் தொடங்கினான்.

பளியப் பெண்கள் பலமுறை சருகுகளுக்குள் வீழ்ந்தபடி கிடக்கும் பூனைச் சாமியாரை பார்த்துப் போயிருக்கிறார்கள். அவன் உடலில் அட்டைகள் கடித்த வடுக்களும், தோல் வெடிப்புகளும் கண்டிருக்கிறார்கள். அவனது பூனை குணம் மாறி எப்போதும் கத்தி அலைந்தது. மரங்களைப் பிராண்டியபடி அலைவதையோ காற்றில் தெரியும் ஏதோ உருவத்தை அது துரத்திக்கொண்டு போவதையும் பார்த்திருக்கிறார்கள். பூனை சாமியாரின் முகம் முழுவதும் கோரை மயிர்கள் பெருத்துவிட்டன. அவர் பளிய கிராமங்களுக்கு வந்து சில நாட்கள் இருப்பதும் உண்டு என்றாலும் யாருடனும் பேசுவதைத் தவிர்த்துப் போன அவரை உடலில் ஒளிந்திருந்த விருட்சங்கள் தூண்டிக் கொண்டேயிருந்தன. கிரகணத்தன்று எல்லோரும் வீட்டினுள் சென்று பதுங்கிக் கொண்டனர். அன்று பூனைச் சாமியார் மலை கிராமத்திற்குப் போனபோது ஊரே வெறித்துக் கிடந்தது. பளியர்கள் தாவரங்கள் பேசிக் கொள்ளும் நாள் இது என அவருக்குச் சொன்னார்கள். அவர் மலையின் இடப்புறமிருந்து கீழே இறங்கினார். கிரகணம் படரத் துவங்கியது. பகல் கறுத்து

வனத்தின் மீது இரவு வீழ்ந்தது. ஈக்களும் நுழைந்துவிடாத இருள். மரங்கள் தலையைத் தாழ்த்திக் கொண்டன. கிளைகள் நீண்டு ஒன்றின் மீது ஒன்று புரண்டன. சிறு செடிகள் துடிக்கத் துவங்கின. இலைகளின் ஸ்பரிசமும், மெல்லிய வாசமும் ஏதோ ஒருவித மயக்க நிலையை உருவாக்கின. ஒன்றிரண்டு பூக்களின் இதழ்கள் விரிந்து எதிர்செடியின் இலைகளைக் கவ்விக் கொண்டன. பூமியெங்கும் நீரோட்டம் போல வேர்கள் அதிரத் தொடங்கின. மரங்களின் மூச்சுக் காற்று சப்தமிட்டது. உடலை நெகிழ்த்தி மரங்கள் வேட்கை கொண்டன. கல் மரங்கள் மெல்ல ஒளிரத் துவங்கி பின் தன் கிளைகளை நீட்டியது. உறங்கிக் கொண்டிருந்த ஒன்றிரண்டு மரங்கள் கூட விழிப்புற்று இச்சையைப் பகிர்ந்து கொண்டன. வனமெங்கும் மெல்லிய பச்சை நிற ஒளியொன்று படர்வதும் மறைவதுமாகியிருந்தது. தாவரங்களின் உரையாடல் அதுதான் எனப்பட்டது பூனைச் சாமியாருக்கு. ஒன்றையொன்று கவ்விக்கொண்ட இலைகளின் நரமபுகளில் இருந்து ஒளி கசிந்து கொண்டிருந்தது. சர்ப்பங்களைப் போல மூர்க்கமுற்று மரங்கள் பிணைந்து கொண்டன. மலைப் பாறைகளில் இருந்ததனிமரங்கள் இடம பெயர்ந்து இறங்கி வருவது போல உடலை விரித்துப் பாறை விளிம்பில் நின்ற பூமரங்களின் கனிகளை சுவைக்கத் துவங்கியது. எண்ணற்ற விதைகள் உதிரத் துவங்கின. கிரகணம் விலகத் துவங்கி மெல்ல வெயில் கீறி வெளிப்படத் துவங்கியதும், இலைகள் சுருள் பிரிந்து மீண்டன. மரங்கள் உடலை நேர்செய்து கொண்டன. பாதி தின்ற பழங்கள் துடித்தன. பூக்களின் மீது விடுபட முடியாத இலைகள் அறுபட்டன. வெயில் ததும்பியதும் மரங்கள் விழிப்புற்று நின்றன. புணர்ச்சிக்குப் பிந்திய பெரிய அமைதியும், ஆசுவாசமும் இச்சையின் துடிப்பும் வனமெங்கும் நிரம்பியது. காற்று லாஹரி போன்ற வாடையைப் பரப்பியது. வனம் தன் இயல்பு கொண்டு ஒடுங்கிற்று. இதுவரை தான் கண்டவை எல்லாம் நடந்ததா, அல்லது ஏதும் உருவெளித் தோற்றமா எனத் தெரியாமல் விழித்தான் ராபர்ட்ஸன். இது உண்மை எனில் தாவரங்களின் ரகசிய வாழ்க்கை மனித வாழ்வை ஒத்ததுதானா? இதன் ஞாபக அடுக்கில் எண்ணற்ற செய்திகள் ஒளிந்து கொண்டிருக்குமா? பூனை சாமியாரின் உள்ளே ஒடுங்கியிருந்த தாவரவியல் ஆராய்ச்சியாளர் ராபர்ட்ஸன் உயிர் பெற்று வெளிவந்தான். தான் கண் முன்னே கண்டதெல்லாம் நிஜம், தான் கண்டது இதுவரை எநத ஒரு தாவரவியலாளனும் கண்டறியாத மாபெரும் விந்தை. இனிமேல் தான் மனிதர்களைப் பற்றி அறியும் எல்லா சோதனை முறைகள் வழியே, தான் தாவரங்களையும் அறிய

34 தாவரங்களின் உரையாடல்

வேண்டியதிருக்கும்; மனித நுட்பங்கள் கனவுகள் எல்லாமும் கொண்டதாக இருப்பதால்தான் விருட்சங்கள் மனிதனோடு எளிதாக உறவு கொண்டு விடுகின்றன. இனி தான் கண்டவற்றைப் பதிவு செய்ய வேண்டி கீழே போகலாம் என அவன் முடிவு கொண்ட பின்பு பளிய கிராமத்திற்குப் போனான் ராபர்ட்ஸன்.

கிராமத்தின் பின்பு பளியப் பெண்கள் குளித்து ஈர உடலுடன் எதிரில் நடந்து சென்றனர். அப்போதுதான் அவன் கவனித்தான். எல்லாப் பெண்களின் வயிற்றிலும், இலைகளும், பூக்களும் விரிந்த கொடியொன்று பச்சை குத்தப்பட்டிருந்தது. அந்தப் பச்சை குத்தப்பட்ட செடி போன்றே ஸ்தனங்களின் மேலும் பச்சை இலைகள் போர்த்தப்பட்டிருப்பது போல் சித்திரம் இருந்தது. இந்திய வாழ்வில் தாவரங்கள் எதை எதையோ உணத்தும் அபூர்வ குறியீடாக இருப்பதை உணர்ந்து கொண்டு, அவன்தன் பூனையை விடுத்து அவசரமாக மலையை விட்டு இறங்கி கீழே வந்தான். ஏற்கனவே தன்னால் மூடப்பட்ட தன் அறைக்கதவு அப்படியே சாத்தப்பட்டிருந்தது. ராபர்ட்ஸன் இறந்து போனதாக கோமதிநாயகம் பிள்ளை கொடுத்த தகவலும் இங்கிலாந்து போயிருந்தது. அறையின் பின் வழியே நுழைந்து, தன் மேஜையைத் திறந்தபோது பல்லிகள் உறங்கிக் கொண்டிருந்தன. தாண்டவராய சுவாமியின் மூலப் பிரதி ஒன்றே கிடையாது எனவும், வனமே அந்த மாபெரும் மூலப்பிரதி எனவும் அவன் குறிப்பதற்காக தனது டயரியைத் தேடி எடுத்தான். அறை எங்கும் தூசிகளும் சிலந்தி வலைகளும் இறைந்திருந்தன. அவசரமாக தன்னுடைய ஆடைகளை அணிந்து கொண்டு அறைக் கண்ணாடியில் தன்னைக் கண்டபோது அவனுக்கு வெற்றியின் மிதப்பும், சிரிப்பும் பெருகியது. முன் கதவைத் தள்ளித் திறந்து வெளியே யாரும் வருகிறார்களா எனப் பார்த்தான். நடமாட்டமேயில்லை. அறை அலமாரியில் இருந்த மதுப்புட்டியை வெளியே எடுத்தான். மதுப்புட்டியின் அருகிலிருந்த கண்ணாடி குவளைகள் சரிந்து வீழ்ந்தன. அலமாரியின் உயரத்தில் இருந்து உடைந்து சிதறிய கண்ணாடிகளைக் குனிந்து பெருக்கும்போது சட்டென உறைத்தது. 'கண்ணாடி உடையும் சப்தம் எங்கே போனது?' சப்தம் ஏன் வரவில்லை; ஒரு நிமிட நேரத்தில் பின் அறையின் மூலையில் அவன் கொண்டுவந்த வெள்ளைப் பூச்செடியைக் கண்டான். அது உயரமாக வளர்ந்து கிளை எங்கும் பூக்களாக மலர்ந்திருந்தது. அப்படியானால் சப்தம் எங்கே போகிறது; கையிலிருந்த மதுப்புட்டியை உயரத்திற்கு தூக்கி எறிந்தான். அது சுழன்று வீழ்ந்தது சப்தமின்றி. அவன் உடனடியாக அந்தப் பூச்செடியை

தூக்கிக் கொண்டுபோய் பின் வெளியில் வைத்துவிட்டு வந்து இன்னொரு மதுப்புட்டியைத் தூக்கி எறிந்தான். அது சப்தமாக உடைந்து வீழ்ந்தது. எனில் அந்த பூச்செடிதான் சதப்தத்தை உறிஞ்சிவிடுகிறதா? சப்தத்தை உறிஞ்சும் பூச்செடி ஒன்று இருக்க முடியுமா? அவனால் நம்பவே முடியவில்லை. பூச்செடியை தன் அறைக்குத் தூக்கிவந்து நாள் முழுவதும் அதை சோதித்துக் கொண்டிருந்தான். அந்தச் செடிதான் சப்தத்தை உறிஞ்சி விடுகிறது எனத் தெரிந்தது. எனில் சப்தமில்லாமல் அருவி வீழ்வதற்குக் காரணம் அந்தப் பூச்செடிகள்தான் என அறிந்து கொண்டான். அந்தச் செடியை பதனப்படுத்திக் கொண்டான். மூன்று நாட்கள் உட்கார்ந்து குறிப்புகள் எழுதிக்கொண்டு, கோமதிநாயகம் பிள்ளையைப் பார்க்கப் புறப்பட்டான்.

அவர் வீட்டில் குழந்தைகள் விளையாடிக் கொண்டிருந்தன. கோமதி நாயகம் பிள்ளையின் மனைவி அவனைக் கண்டு பயந்து போனாள். அவன் வீட்டின் உள் அறைக்கு வந்தபோது கோமதிநாயகம் எதிர்ப்பட்டு, அவனை எதிர்பாராது கலங்கி வரச் சொன்னார். அவன் இங்கிலாந்து புறப்படுவதாகவும், திரிகூட மலைக்குத் திரும்பவும் வருவதாகவும் சொல்லிப் போனான். ராபர்ட்ஸனைக் கண்ட பயத்தால் கர்ப்பத்தில் உள்ள குழந்தை முகம் புரண்டு கொண்டது. அவன் கப்பலில் இங்கிலாந்து புறப்படும்போது குறி சொல்பவள் தந்த மரச் செதுக்கு பொம்மையையும், சப்தம் உறிஞ்சும் தாவரமும், குறிப்புகளும் கொண்டு சென்றான். கப்பல் மிக மெதுவாகவே சென்றது. அவன் கப்பலில் உடன் வரும் எல்லோருடனும் எதையாவது பேசினான். தினமும் அளவுக்கு அதிகமாக மது அருந்தியும் ஆடி கூச்சலிட்டும் பொழுதைப் போக்கினான்.

அவன் புறப்பட்ட ஒன்பதாம் நாளில் கடலில் உள் ஒளிந்திருந்த புயல் வெளியேறி கப்பலை அலைக்கழிக்கத் துவங்கியது. காற்று, நீரை வாரி இறைத்தது. கடலின் நிறம் மாறியது. எல்லோரையும் பிடித்துக் கொண்ட மரண சகுனங்கள் பேச்சை துண்டித்தது. நிலம் தெரியாத கடல் வெளியில் நின்றது கப்பல். எப்போது கப்பல் நொறுங்கியது என எவரும் அறியவில்லை. ஒரு அலையின் உயரத்தில் அவன் கடைசியாக கண் விழித்தபோது எங்கும் பசுமை பொங்கி வழிந்தது. பின் அவன் உடல் பல நாட்கள் கடல் அலைகளின் மீது மிதந்தது. கரையில் அவன் உடல் ஒதுங்கியபோது நீண்ட முதுகில் சூரியன் ஊர்ந்து சென்றது.

நுரை ததும்பும் நீரின் ஆழத்தில் புதைந்துபோன அவனது தோல் பையில் இருந்து குறிப்புகளை பின்னாட்களில் தினமும் கொஞ்சம்

36 தாவரங்களின் உரையாடல்

கொஞ்சமாக மீன்கள் தின்று போயின. அவனது ரகசியங்கள் மீனின் உடலில் மிக பாதுகாப்பாகச் சென்று சேகரமாயின. மரப்பொம்மை மட்டும் வெடித்துத் துண்டுகளாகியது.

தன்னோடு ஒரே அறையைப் பகிர்ந்துகொண்ட ராபர்ட்ஸனின் புதிய கண்டுபிடிப்பான தாவரங்களின் ரகசிய வாழ்க்கை பற்றிய கருததுக்களை, சப்தமில்லாத அருவி பற்றி உலகிற்குத் தெரியப்படுத்திய ரிச்சர்ட் பர்டன் என்ற புலிவேட்டைக்கார ராணுவ அதிகாரி, பின்னாட்களில் ஒருமுறை திரிகூடமலை வந்தபோது அந்த இடம் எதையும் பார்க்க முடியவில்லை. அதற்குப் பதிலாக அவருக்குக் கிடைத்ததெல்லாம் ராபர்ட்ஸினின் குறிப்புக்களே, அவர் அதைத் தொகுத்து 1864 ல் வெளியிட்டார். அது பலருடைய கவனத்தையும் பெறாமலே போனதற்கு பெரிய காரணமாகயிருந்தது. இது புலி வேட்டைக்காரனின் கற்பனை என்பதாகத் தாவரவியல் அறிஞர்கள் கருதியதே.

1946ல் இந்தியா வந்த தாவரவியல் ஆராய்ச்சி மாணவரான ஜான் பார்க்கர், திரிகூட மலை முழுவதையும் அறிந்து கொண்டு, ராபர்ட்ஸன் குறித்த இடத்திற்கு சென்றபோது அங்கே அருவி சப்தத்தோடு வீழ்ந்து கொண்டிருந்தது. வெள்ளைப் பூச்செடிகள் ஏதுமில்லை. தாவரங்களின் நுட்ப உணர்வுகளுக்குக் காரணம் எலக்ட்ரோ மாக்னட் அலைகள் உள் வாங்குவதனால்தான் என்று விளக்கியதோடு, தாவரங்கள் பற்றிய பல இந்தியக் கதைகள் சுவாரசியமானவை, அவற்றில் ஒன்றுதான் ராபர்ட்ஸனின் குறிப்பும் என எழுதி முடித்தான். அங்கிருந்த ஒருநாளின் இரவில் அவனோடு உறங்க அழைத்து வரப்பட்ட பளியப் பெண்ணின் உடலில் இருந்த பச்சை குத்தப்பட்ட இலைகள், உறவின் போது தன் உடம்பில் ஊர்வதாகத் தோன்றியது போதை என சுய சமாதானம் கொண்டபோது, உடலில் பச்சையான திட்டுகள் படர்ந்திருந்ததையும், அதைப் பற்றி ஆராய முடியாத போதெல்லாம் ராபர்ட்ஸனின் நினைவிலிருந்து தப்ப முடியாமல் போனதையும் ஜான் பார்க்கர் உணர்ந்து கொண்டுதான் இருந்தான். கோமதிநாயகம் பிள்ளையின் எட்டாவது குழந்தையாகப் பிறந்த பெண்ணிற்கு ஆறு விரல்கள் இருந்ததற்கும் அது கர்ப்பத்தில் ராபர்ட்ஸனை பார்த்ததற்கும் தொடர்பிருக்கிறதா என எவருக்கும் தெரியாமலே போனது தனி விஷயம்.

~

பெயரில்லாத ஊரின் பகல் வேளை

இருட்டு தாரைதாரையாக இறங்கிக் கொண்டிருந்தது. ஆகாசத்திற்கும் நிலத்திற்குமான இடைவெளியை மூடி நிரப்ப முயன்று கொண்டிருந்தது இருள். வழியும், மரங்களும் வீடுகளும் கூட தலை மாற்றி வைக்கப்பட்டுவிட்டனவா? ஆகாசத்தின் துகள்களாக மிதக்கும் நட்சத்திரங்கள் சரிந்து தரையிலிருந்து முளைத்திருக்கின்றதா? பாதை புலப்படாத இருட்டு எல்லாப் பக்கத்திலும் நடமாட்டமற்ற வெளி இறுகிக்கொண்டு வந்தது. புதையுண்டிருந்த மரங்களில் நாடி ஒடுங்கி நின்றது காற்று. இருளின் எல்லாச் சுனைகளும் திறந்து கொண்டு இடைவிடாது சுரந்து கொண்டிருந்தன. முணங்கல்களும் பேச்சரவமுமில்லை. பறவையொன்றின் ரெக்கையொலி மட்டுமே சடசடக்கின்றது. மண்புழு ஊர்ந்த தடம்போல நிலமெங்கும் பாதை கிளை பிரிகின்றது. பூச்சிகள் இருளைக் குடித்தபடி மயங்கிக் கிடந்தன. தீர்க்க முடியாத வருடங்களின் தனிமை இருளாக நின்று ஊர் பார்த்துக் கொண்டிருந்தது. நடமாட்டத்தின் பேரில் அக்கறையற்று உருவாகியிருந்தது எங்கும் இருட்டு.

பஸ்ஸிலிருந்து இறங்கி வழிப்பாதையில் நடக்கத் துவங்கிய இருவருக்குமே இருளின் பிசுபிசுப்பு பயத்தையும் தனிமையையும் பெருக்கியது. நடக்க நடக்க காடு விரியத் துவங்கியது. உடன் நடந்தபோது அடுத்தவரின் முகம் தெரியவில்லை. வீசி நடக்கும் கைகளின் தீவிரத்தில் விலகிச் சரிகின்றது இருள். வானம் சரிந்து

பூமியோடிருந்தது. இருவரும் பெருமூச்சு விட்டபடியே நடந்தார்கள். வெகு நெருக்கத்தில் ஆகாசம் தணிந்திருந்தது. வெக்கை உறைந்த நிலத்தில் நடை ஆயாசமாகவும் தன்மை புரியாமலுமிருந்தது. எங்கோ ஒடுங்கிய காற்று சீறத் துடிப்பது போல ஒரு சுழல்மூச்சின் சப்தம் கேட்பது. இருவரில் எவரும் பேசவேண்டுமென்றோ, புகை பிடிக்கவோ கூட நாட்டமில்லை. நடக்க நடக்க கரடு தட்டிய நிலமும், கரம்பை மணல்களுமானநிலப்பரப்பு விரிந்திருந்தது. பாறைகள் சில பூமியுள் புதையுண்டிருந்தன. நடந்து விலகும்போது காலில் எத்திய ஏதோ ஒரு பொருள் சிதறி ஓடியது. முன்னால் செல்பவன் அவனை விட்டு விலகிச் சென்ற பிறகும் பின்னாடி வந்தவன் விரல்களை கொஞ்ச நேரம் பார்த்தபடி நின்றான். காலில் எதுவும் தெரியவில்லை. பிரம்மாண்டத்தின் மீது வெளிச்சத்தை பரப்ப தீப்பெட்டியிலிருந்து குச்சியொன்றைக் கிழித்தான். நெருப்பு ஓசை துல்லியமாகக் கேட்டது. ஒரு நிமிடம் எல்லாமும் ப்ரகாசமாகி ஒளிர்ந்து நின்றது. மரங்களின் மூர்க்க ரூபமும் பாறைகளின் திமிறிய முகங்களும், கருத்த நிலமுமாக ஒளியில் தோன்றின. அடுத்த குச்சியைக் கிழித்துப் பார்த்தான். அவன் காலைப் பற்றியிருந்தது மாட்டின் தலை. எப்போதோ புதையுண்டு போன மாட்டின் திறந்தவாய் எலும்புகள் சிதையத் தெரிந்தது. கண்கள் வெற்றிடமும் பலத்த கபாலமுமாக மாட்டின் தலை எலும்பு அரித்துக் கிடந்தது. முன்னால் போனவன் போய்க் கொண்டேயிருந்தான்.

எந்த நாளிலோ செத்துப்போன மாட்டு தலையின் தீவிரம் புதையுண்ட மண் எங்கும் நிறைந்திருந்தது. ஈரம் கசியும் மாட்டின் கண்களை ஞாபகப்படுத்தியது இருள். கபாலத்தைத் தூக்கி எறிந்தான். வழிப்பாதைகளில் மாடுகள் செத்துக்கிடப்பதைக் கண்டிருக்கிறான். சில உடைமரங்களில் மாட்டின் தொப்புள்கொடிகள் ஓலையில் சுற்றப்பட்டு நெடுங்காலம் இருப்பதைக் கூட கண்டிருக்கிறான். இறந்த மாட்டின் விலா எலும்புகள் நிலத்தினின்று மீறி வலையெனப் படர்ந்திருப்பதை பார்த்திருக்கிறான். மாட்டின் வெறுமையுற்ற கண்களே நிலப்பரப்பின் வாழ்வு.

முன்னால் நடந்து போனவனுக்கும் பின்னவனுக்குமான தொடர்பு அறுந்து போனது. வேகமாக நடக்கத் துவங்கினான். மணல் பழுத்துப் போன வெளி நடக்க நடக்கப் புதையுண்டது. அருகில் நடை சப்தம் கேட்கத் துவங்கிய பின்பே முன்னால் சென்றவன்நிதானமானான். இருவரும் கடந்து போனார்கள். இருட்டிலிருந்து அவன் குரல் கேட்டது.

“உனக்கு ஊர் எதாவது தெரியுதா.”

“கிழக்கே பாரு. வெளிச்சம் சரிந்து கிடக்குது...”

குரல் அடங்கி இருவரும் அவரவர் இயல்பு போக்கின் வழியே மீண்டும் நடக்கத் துவங்கினர். முன்னால் நடந்தவன் தனிமை தாங்காது அவனாகவே பேசிக்கொள்ளத் துவங்கிவிட்டான். அவன் ஒருவனின் பேச்சே பலரது குரல் போல திசை குழம்பிக் கேட்கத் துவங்கியது. பின்னால் வந்தவன் எதையும் சட்டை செய்யவில்லை. ஆள் அற்ற இடத்தில் நடந்து கொண்டிருக்கிறோம் என்பதே அவனுடைய ஒரேநினைவாக இருந்தது. வழி சிலநேரம் அகன்றும், பலநேரம் மறைந்து வளைவதுமாகவேயிருந்தது. தானாகப் புலம்பிக்கொண்டு வந்தவனின் குரல் அசட்டையாகவும், பல சமயம் எரிச்சலூட்டுவதாகவுமிருந்தது. குரல் கடந்துகொண்டேயிருந்தது. உடைமரங்கள் தென்படத் துவங்கின. பூவாடை, முன்னால் சென்றவன் பயத்தில் முணங்கினான். திடீரென அவன் குரல் உயர்ந்து கேட்டது.

“தீக்குச்சியைக் கொளுத்தேன்”

தீக்குச்சியின் வெளிச்சம் பரவியபோதும் பிரகாசமான இடைவெளியை ஊதி அணைத்தது இருட்டு. திரும்பவும் அவனருகில் போய் தீக்குச்சியை உரசிக் காட்டியதும் அவன் முகத்தில் ரத்தக் கோடுகள் தெரிந்தன. நகத்தின் பிறாண்டல். அவன் விரல்களால் கன்னத்தை மூடிக்கொண்டான். முகம் இந்த வெளிச்சத்தில் விகாரமாகிறது. ரத்ததுளிகள் தெரிந்தன. இன்னொரு குச்சியை உரசிப் வெற்று வெளியில் காட்டினான். சடசடப்பு ஒலியுடன் பறந்து கொண்டிருந்தது ஒரு பறவை. வௌவாலாகத்தான் இருக்க வேண்டும். அதுதான் முகத்தில் அடிக்கக் கூடியது, முணங்கியபடி நடந்தவன் கேட்டான்.

“ஊர் அருகில் தானிருக்க வேண்டும். வௌவால் அலைகின்றதே”

“சொல்ல முடியாது. காட்டு வௌவாலகவுமிருக்கக் கூடும்.”

வழி தன் போக்கில் ஊர்ந்து போனது. இருவரும் அருகருகே நடந்து போனார்கள். முதுகிலிருந்த பை கணக்கத் துவங்கியது. முடிவற்ற கனவில் செல்வது போலவே இருவருக்கும் தோன்றியது. பின்னால் வந்தவன் கேட்டான்.

“அவர் வீட்டில் இருப்பார்தானே.”

“எங்கேயும் போகமாட்டார். எப்படியும் ஊரில்தான் இருக்க வேண்டும்.”

ஊர் வழி புலப்படத் துவங்கியது. நாய்களின் ஓசை விட்டுவிட்டுக் கேட்கத் துவங்கியது. ஊர் மயங்கிக் கிடந்தது. உறக்கத்தின் ஊடே ஊரின் சொல்லவொண்ணா அழகும் வசீகரமும் வெளியெங்கும் ததும்பிக் கொண்டிருந்தன. எல்லா ஊரும் இரவில் வசீகரம் கொண்டுவிடவே செய்கின்றன. நீரில் மூழ்கிக் கிடப்பது போலிருந்தது ஊர். சரிந்து பிரியும் பாதை வழியாக ஊர் முகப்பினுள் நடந்தனர். ஊரை வட்டமிட்டு இருந்தது சாம்பல் நிற வெளிச்சம். மனிதர்களின் நடமாட்டம் உள்ள ஊர்களுக்கு மட்டுமே அந்த வெளிச்சம் வருவதாகச் சொல்வார்கள். இரவில் எல்லோரும் உறங்கிவிடுவதால் எல்லோரின் கண்களிலும் பதுங்கிய வெளிச்சம் இரவில் பிரிந்து ஊரைச் சுற்றிக்கொண்டிருக்கும். அந்த வெளிச்சம் அகன்ற ஊர்கள் வெகு சமீபத்தில் அழிந்து போய்விடும் என்பார்கள்.

ஊர் எல்லாப்புறமும் திறந்து கிடந்தது. மங்கிய கூரைகள், தெளிவற்ற நாய்க்குரைப்பும், சிதறிய நட்சத்திரவொளியும், அடங்கிய வெம்மையுமாக இருந்த ஊரினுள் நடந்தனர். தெருவில் உறங்கிக் கொண்டிருந்தனர் ஜனங்கள். எல்லாமும் உறைந்து போனதுபோல் இருந்தன. கல் திண்ணைகளில் படுத்துக் கிடந்த உருவங்கள் எல்லாமே ஒன்றைப் போலவேயிருந்தன. தெருக்களில் நீண்ட சப்தமின்மை நிறைந்திருந்தது. கூரைகளின் கருத்த வைக்கோல்கள் காற்றில் அகப்பட்டு அலைக்கழிக்கப் பட்டுக்கொண்டிருந்தன. கயிற்றுக் கட்டில்களில் புதைந்த முகங்கள், சாம்பல் நிறவெளிச்சத்தில் வீடுகள் விநோத தோற்றம் கொள்கின்றன. ஈரப்பசையற்ற ஊர். புழுதி அடைந்த தெருக்கள். பெரிய பாறையொன்று ஊரின் நடுவில் கிடந்தது. அசையாத வேப்பமரங்கள் வருபவர்களைப் பார்த்தபடியிருந்தன. மடத்தைக் கடந்தபோது யார் குரலோ கேட்டது.

“யார் வீட்டுக்குப் போகணும்.”

“ரெங்கசாமி...”

“சிவப்பு துண்டு ரெங்கசாமியா”

அவர்கள் தலையாட்டினார்கள். மடத்தின் தூணுல சாயந்தவாறு கேள்வி கேட்ட நபர் அவர்களிடம் சொன்னான்.

“இப்படி. கிழக்கு வழியாப் போங்க... அடுத்த ஊர், பக்கம்தான்... நேரம் என்னயிருக்கும்”

“ரெண்டு மணிக்கும் மேலாயிருச்சு...”

பேச்சுக்குரல்கள் அடங்கிவிட்டன. அவர்கள் கிழக்கு வழியில் நடந்தனர். கட்டை கட்டையாக நின்ற வீட்டுச் சுவர்களைப் பார்த்தபடியே நடந்தனர். வெருகுப் பூனையொன்று எங்கோ அலைந்து விட்டுத் திரும்பிக்கொண்டிருந்தது. இருவரும் நடந்த வழியைத் திரும்பிப் பார்த்தனர். பின்னாடி எதுவுமில்லை. அடுத்த ஊரை அவர்கள் வந்து அடைந்தபோது மணி மூன்றாகிவிட்டது. பழங்கிராமம். எதுவும் சரிவரப் புலப்படாத தெருக்கள். வீடுகள் அதிகமில்லை. திசைக்கொன்றாய் சிதறப்பட்டது போல கிடந்தன. நிசப்தம் தன் பூஜ்ய அளவை விடவும் கீழே போயிருந்தது. தெருவில் அவர்கள் இந்த இரவிலும் ஒரு பெண்ணின் நடமாட்டத்தைக் கண்டனர். அவள் இவர்கள் வருவதைப் பார்த்து நின்று கொண்டிருந்தாள். கிட்டத்தில் வந்ததும் கேட்டாள்.

"யாரு..."

"ரெங்கசாமி வீடு எங்கயிருக்கு?"

"அந்த ரெட்டைக் கதவு போட்ட வீடுதான்... தட்டுங்க"

இருவரும் ஆசுவாசமுற்றார்கள். பெரிய கதவு. குமிழைப் பிடித்தபடி தட்டினார்கள்.

"ரெங்கசாமி... தோழர்..."

எழுந்து கொள்ளும் சப்தம் கேட்டது. கதவு திறந்து கொண்டது. ஒற்றைச் சேலையில் இடுக்கிய கண்களுடன் கர்ப்ப ஸ்திரீ ஒருத்தி கதவைப் பிடித்தபடி கேட்டாள்.

"யாரு வேணும்"

"ரெங்கசாமி."

"பின்னாடி படுத்திருக்காக... அப்பிடி வாங்க..."

அவர்கள் பின் வாசலுக்குப் போவதற்குள் ஆள் எழுந்து கொள்ளும் சப்தம் கேட்டது. கயிற்றுக் கட்டிலினின்று எழுந்து ரங்கசாமி வந்தார். அவர்களின் முன்னே வந்த பின்புதான் ஆள் அடையாளம் தெரிந்தது. அந்தப் பெண் பின் கதவைத் திறந்து கொண்டு நின்றாள். ரங்கசாமி அவர்களை உட்காரச் சொன்னார். வாசல்படியில் உட்கார்ந்து கொண்டனர். அவள் உள்ளே போய் கதவைப் பூட்டிவிட்டாள். ரெங்கசாமி ஒரு பீடியை பற்ற வைத்துக் கொண்டார். அவர் தலையணைக்கு அடியில் சூரிக்கத்தி தெரிந்தது. பீடிப்புகை சுழன்றது. அவர் பீடியை அணைத்துவிட்டுக் கேட்டார்.

"வழி கண்டுபிடிக்க கஷ்டமாயிருந்ததா."

"இருட்டு வழியே தெரியலே... பாதையிலே இருந்து ரொம்ப உள்ளேயிருக்கே"

"வெளியே படுக்குறீங்களா, இல்ல வீட்டுக்குள்ள..."

"உள்ள வாணாம்"

"இருங்க... வாரேன்" — ரெங்கசாமி எழுந்து தெருவின் உள்ளேபோனார். அவர்கள் பேசாமல் தலை கவிழ்ந்து உட்கார்ந்து கொண்டார்கள். ரங்கசாமி திரும்பி வந்து கூப்பிட்டார்.

"வாங்க... மாடியில படுக்கலாம்..."

அவர்கள் தெருவைக் கடந்து போனார்கள். பெரிய வீடு அது. கதவு திறந்தே கிடந்தது. இப்போதுதான் பெருக்கப்பட்ட தரையில் புழுதியடங்கவில்லை. பெரிய மரப்படிகள்.

"எங்க வேணும்னாலும் படுத்துக்கோங்க. வீட்டில யாருமில்லை. காலியான வீடு. மேல போயி வேணும்னாலும் படுக்கலாம்" — என்றார் ரெங்கசாமி.

இருவரும் கைலியைக் கட்டிக்கொண்டு மாடிக்குப் போனார்கள். குட்டையான மாடிச்சுவர். காரை பெயர்ந்த தளம். இருட்டு அங்கும் அலைந்து கொண்டிருந்தது. படுத்தபடியே அவர்களுடன் ரெங்கசாமி பேசிக் கொண்டிருந்தார். அவர் உறங்கத் துங்கிவிட்டனர். நிசப்தம் மெல்ல பேச்சை வெகுஆழத்தினுள் கொண்டு ஒளித்து வைத்தது. உறக்கமும் பிசுபிசுப்பாக அப்பிக் கொண்டது.

இருவர் முதுகிலும் வெயில் ஊர்ந்து கொண்டிருந்தது. காரைக் குவியலின் ஊடே படுத்து உறங்கிக் கொண்டிருந்தனர். வெயில் ஏறியிருந்தது. எங்கும் பேச்சரவம். நடமாட்ட ஒலி. புழுதி பறக்கும் தெருவில் காற்று சுழன்று கொண்டிருந்தது. ரங்கசாமி மாடியில் ஏறி அவர்களை எழுப்பினார். மரங்களின் மீது ஏறிய வெயில் வெற்றுக் கிளைகளைத் தடவிச் சென்று கொண்டிருந்தது.

"அப்பு... சங்கரு... எந்த்ரிங்க... வெயில் வந்துருச்சே..."

புரண்டு படுத்தனர். சமையல் புகை பரவத் துவங்கியிருந்தது. கடுகின் வாசம். கண்ணைத் திறக்க முடியவில்லை. முகத்திற்கு எதிராகச் சூரியன். வெக்கை, வெடித்துச் சிதறியது போல வெளிச்சம். சங்கர், காரைகள் கப்பிய முதுகைத் தட்டிவிட்டான். அப்புவிற்கு உடலெங்கும் அசதியாகயிருந்தது. தலை சிலுப்பிக்

எஸ். ராமகிருஷ்ணன்

கொண்டிருந்தது. எழுந்து நின்றனர். ஊரே வெளிச்சமாயிருந்தது. கூரை வீடுகளும் காரை வீடுகளுமாகச் சொற்ப வீடுகளேயிருந்தன. ஊரின் புதிர்த்தன்மை எல்லாவற்றின் மீதும் படர்ந்து போயிருந்தது. ரெங்கசாமி தோளில் சிவப்புதுண்டு போட்டிருந்தார். அவரோடு கீழேயிறங்கி வந்த பிறகுதான் அந்த வீட்டைப் பார்த்தார்கள். யாருமற்ற வீடு, நிறைய ஜன்னல்கள், சுவர் பிளவுண்டு போயிருந்தது. சுவரில் கண்ணாடி பதித்திருந்தார்கள். ரெங்கசாமி அவர்களிடம் சொன்னார்.

"ஊரக் காலிபண்ணிப் போகும் போது விட்டுட்டுப் போயிட்டாங்க... பெரிய்ய வீடு"

பின் கட்டு சரிந்து போய் செடி கொடிகள் முளைத்துப் போயிருந்தன. ஆள் வசித்த அடையாளம் அழிந்து போயிருந்தது.

மூவரும் தெருவிற்கு வந்தபோது நாய்கள் வெறித்துக்குரைத்தன. அயல் ஆட்களைக் கண்டறியாத நாய்கள் அவை. தெருவில் புழுதி சுழன்று கொண்டிருந்தது. ஆடு, மாடுகளின் சப்தமும் அமுங்கிப் போயிருந்தது. வழியெங்கும் நிசப்தம். சிறுவர்களின் முகங்கள் கூடத் தென்படவில்லை. கல் உரல் பழுத்துக் கிடந்தது. மங்கிய வெளிச்சம் பதுங்கிய வீடுகள். மரங்கள் அசைவற்று நின்றிருந்தன. நாள்பட்ட மரங்களாயிருக்க வேண்டும். பட்டைகள் வெடித்துப் பிளந்திருந்தன. அதிகம் ஆள் முகமே தெரியாத ஊராயிருந்தது.

ரெங்கசாமியின் வீடு பகலில் உருமாறியிருந்தது. உள்ளே நல்ல வெளிச்சம். அகன்ற ஜன்னல் கதவுகள். உள்ளே போய் உட்கார்ந்து கொண்டார்கள். நெல் குலுக்கைகள் அடைந்த அறையில் நெல் மணம் கசிந்து கொண்டிருந்தது. நாள்பட்ட நெல்லின் வாடை, வீட்டின் குணாம்சத்திற்குப் பொருந்தாது தொங்கிக் கொண்டிருந்தது பிடல் காஸ்ட்ரோவின் படம். அதனருகில் இளம் வயதில் செத்துப் போன தமிழ் எழுத்தாளனின் புகைப்படம். செம்படை அணிவகுப்பு ஓவியம். பரண், அலமாரியெங்கும் மாஸ்கோ வெளியிட்ட புத்தகங்கள்.

அந்த அறை இரண்டாக, கண்ணுக்குப் புலப்படாத நூலால் பிரிக்கப்பட்டிருந்தது போல இருந்தது. அலமாரியின் அருகிலிருந்து சமையலறை வரை ஒரு பகுதியாகவும், மற்றவை இன்னொரு புறமாகவும் தெரிந்தது. அலமாரியில் சம்பந்தமற்ற காகிதங்கள், பத்திரிகைகள் கிடந்தன. சமையலறையில் இருந்து பெண்ணின் உலகம் தன் வஸ்துகளான சேலைகள், துணிகள் பாத்திரங்கள் எனத் தனித்து பிரிந்திருந்தது. காஸ்ட்ரோ இரண்டு உலகிற்கும் நடுவில்

இருந்தார். சங்கர் வீட்டின் சுவர்களைப் பார்த்தபடியேயிருந்தான். அப்புவும், ரெங்கசாமியும் வெளியே எழுந்து போய் விட்டார்கள். புகை வீடெங்கும் சுழன்று கொண்டிருந்தது. இரவில் பார்த்த அந்த கர்ப்பஸ்திரிரங்கசாமியின் மனைவியாக இருக்கக்கூடும். அவள் புகையின் ஊடேயிடிருந்தாள். வயிறு முன் சரிந்து போயிருந்தது. முகம் பருத்து பெருமூச்சு விட்டுக் கொண்டிருந்தாள். அவளால் நேராக உட்கார முடியவில்லை. காலை மடக்கியபடி சாய்ந்து உட்கார்ந்து கொண்டாள். வெளிறிய பாதங்கள். புகை நின்றதும் அவள் முகம் தெரிந்தது. களைத்து ஓய்ந்த முகம். அசதியும் பலவீனமுமான கண்களை அவனால் நேராகப் பார்க்க இயலவில்லை. அடிபட்ட பறவையின் மூடிய இமைகளை ஞாபகமூட்டும் கண்கள். ஈரம் கசிந்து ததும்புகின்றன. அவள் எழுந்து பின்வாசலுக்குப் போய் உட்கார்ந்து கொண்டாள். உள்ளே வேறு யாரோ ஒரு பெண் வந்தாள். சங்கரிடம் கேட்டாள்.

“எங்க அவுக...”

“வெளியே உட்கார்ந்து இருக்காங்க”

பின்வழியில் கடந்து போனபின்பு, அந்த அறையில் யாருமற்றுப்போய் சங்கர் மட்டுமே மிஞ்சினான். எழுந்து அலமாரியில் பீடித் துண்டுகளைத் தேடினான். அடுப்பில் குனிந்து பற்ற வைக்கும் போது சாம்பல் பறந்தது. மாஸ்கோ புத்தக வரிசைகளைப் பார்த்தபடி பீடி குடித்தான். எல்லா புத்தகத்தின் முகப்பிலும் அடையாளமிருந்தது.

அப்புவும், ரெங்கசாமியும் மடைக்கரைக்கு வந்தார்கள். இலைகள் உதிர்ந்த மேடொன்றில் ரெங்கசாமி படுத்துக் கொண்டார். வறண்ட கிணறு குருவியின் அலைக்கழிப்பிலிருந்தது. அப்பு எதிரில் உட்கார்ந்து கொண்டான். மரங்களின் பழுத்த இலைகளின் ஊடே முணுமுணுத்தன பறவைகள். ரெங்கசாமி அப்புவிடம் கேட்டார்.

“என்ன ஆச்சு... இப்பிடி ராத்திரியில கிளம்பி வந்திட்டீங்க?”

“நேத்து மறியல்ல அடிதடி... ஒரு காக்கி குல்லா காலி... யாருன்னு தெரியலே... என் காலடியிடில கிடந்தது உடம்பு... வயசாளி, எல்லா இடத்திலயும் தேடுறாங்க... நம்ம ஆள்கதான் யாரோ செஞ்சுட்டாங்க. தப்ப வேற இடமில்ல. அதான்...”

“வந்தது யாரு...”

“பாதுகாப்பு துறை அமைச்சர், கறுப்பு கொடி காட்டினோம்...”

அவர்கள் பேசாமலிருந்தார்கள். ஒரு இலை காற்றில் மிதந்து மிதந்து போய்க் கொண்டிருந்தது. அப்பு ரெங்கசாமியிடம் கேட்டான்.

“ஊர் ஏன் இப்பிடியிருக்கு...”

“அழியிற ஊரு அதான்... ஆள் எண்ணிக்கை குறைஞ்சு போச்சு. இப்ப நாற்பத்தியேழு பேர்தான் ஊர்ல இருக்கோம்”

“மத்தவங்க...”

“எல்லாத்தையும் விட்டுட்டுப் போயாச்சு. இங்க என்ன இருக்கு சொல்லு”

“இப்ப இருக்கவங்களும் போயிருவாங்களா”

“வேறவழி... வீடுகள் காலியான ஊரிது... வெக்கை ஜனிக்கும் பூமி... எங்காவது பூனைக்குட்டி இருக்கத பாத்தியா. அதுகள் கூட கலைஞ்சு போக ஆரம்பிச்சிருச்சு. ஆட்களோட பழகின நாய்களும், ஒன்றிரண்டு ஆடு, மாடுகளும்தானிருக்கு”

அவர்கள் பேசிக் கொண்டிருக்கும் போது கழுதையொன்றின் கொடூர சப்தம் கேட்டது. அது நெடுநேரம் காற்றில் அதிர்வை ஏற்படுத்திவிட்டது. துயரம் படிந்த அந்தக் குரலை அவர்கள் கேட்டபடியிருந்தனர். சப்தம் அடங்கி ஓய்ந்த பின்பு ரெங்கசாமி சொன்னார்.

“வண்ணாப் பயக விட்டுட்டுப் போன கழுதை. தானா கிடந்து சாகப் போகுது”

காற்று இலைகளை வாரிச் சுழன்றது. கால் மணல்களைப் பறித்தது காற்று. அப்பு அவரிடம் கேட்டான்.

“நீங்க குடும்பத்தோட வந்திரப் போறிங்களா”

“நகரம்தான் வேலைகளுக்கு வசதிப்படும். இங்க தகவல் எதுவும் தெரியமாட்டேங்குது. உலக அரசியல் நிலைமை தெரியலே. என் கேஸ் என்னாச்சு...”

“இன்னும் விசாரணையிருக்கு. இப்பகூட ரெண்டு பேரப்பிடிச்சுட்டுப் போயிட்டாங்க”

“உங்களையும் தேடுறாங்களா”

“தேடுறாங்க...”

அவர்கள் பேச்சு நின்று போனது. கொக்கு கூட்டமொன்று கடந்து போனது. ரெங்கசாமி அவர்களிடம் கேட்டார்.

46 ✺ தாவரங்களின் உரையாடல்

"புஸ்தகம் எதுவும் கொண்டு வந்தீங்களா"

"இருக்கு... சமீபமா நாம் போட்ட நோட்டீஸ், அறிக்கைகள் இருக்கு... இந்தப் பக்கம் நம்ம ஆட்கள் உண்டா?"

"ரெண்டு பேர் உண்டு. நாளைக்குப் போகலாம். இங்கிட்டும் தொப்பிக்காரன் தொல்லை உண்டுதான்."

அவர்கள் பேசிக் கொண்டிருக்கும்போது ஒற்றை கொக்கொன்று பறந்து வந்து கரையில் அமர்ந்தது. இருவரும் அதைப் பார்த்தபடியிருந்தனர். கொக்கு இருவரையும் சட்டை செய்யாது நின்றது. கொக்கின் மீதும் புழுதி படர்ந்தேயிருந்தது. ரெங்கசமி அதிசயம் போல அவனிடம் சொன்னார்.

"ரொம்பநாள் ஆச்சு கொக்கு பார்த்து... இந்தப் பக்கம் வரவே வராது. தெக்க போற கொக்கு மாதிரியிருக்கு... மூச்சு வாங்குது பாரு"

கழுத்தைச் சிலுப்பிக் கொண்டிருந்தது கொக்கு. சங்கர் அவர்களைப் பார்த்துவந்து கொண்டிருந்தான். அவன் வந்த போதும் அவர்கள் கொக்கிலிருந்து பார்வையை விலக்கவில்லை. சட்டென ஒரு கணத்தில் பறக்கத் துவங்கியது. மிதப்பது போல பறந்தது. அவர்கள் மறையும் வரை கொக்கினைப் பார்த்துக் கொண்டிருந்தார்கள். காலை மெல்ல மறைந்து கொண்டிருந்தது. இயக்கமின்மை கொண்டிருந்தது. இயக்கமின்மை எல்லா பொருள்களையும் தொற்றிக்கொண்டு நிறைந்தது.

ஊரிலிருந்து பிரிந்தேபோக முடியாத ஒருவன் அந்த ஊரிலிருந்து வந்தான். அவன் பகல் முழுவதும் வாசலை ஒட்டிய திண்ணையில் உட்கார்ந்தபடி வெயிலின் நகர்வைப் பார்த்தபடியிருப்பான். வயது அதிகம் என்ற போதும் அவன் உயரம் கொள்ளவில்லை. சுருங்கிய முகம். பகலெல்லாம் அவனுடைய பாதங்களை வெறித்து பார்த்தபடியிருப்பான் மிகப் பெரிய பாதங்கள். விநோத தோற்றத்துடன் யானையின் பாதங்களை ஞாபகமூட்டும் பெரிய பாதம். அகன்று படர்ந்த விரல்கள். காட்டுக் கிழங்கைப்போல தோன்றின. உடலோடு பொருந்தாத பாதங்கள் அவை. அவன் வெளியில் நடப்பதில்லை. சில அடி தூரம் தவிர அவனால் நடக்கவே முடியாது. எப்போதாவது அவன் தெருவில் நடக்கும்போது அவனுடைய பாதச் சுவடு படர்ந்து விரிந்திருப்பதை குழந்தைகள் பயத்தோடும், ஆர்வத்தோடும் பார்த்துப் போவார்கள். அகன்ற பாதம் தனக்கு

ஏன் வந்தது என யோசித்தபடியேயிருப்பான். இரவிலும் அவன் உறக்கம் கொள்வதில்லை.

தொடர்பற்ற எதையாவது யோசித்தபடியிருப்பான். பெண்களைப் பார்த்துக் கொண்டிருப்பதென்றால் அவனுக்கு விருப்பமுண்டு. உடலின் பல இடங்களிலும் அவன் பச்சைக் குத்தியிருப்பான். கைகளில், தொடைகளில் பெண் உரு அழியாமல் பச்சைக் குத்தப்பட்டிருக்கும். பெண்களைப் பார்ப்பது அவனுக்கு வேதனை தருவதாகவும் இருந்தது. இரவில் அவன் உரக்கக் கத்தி அழும்போது நாய்கள்கூட மௌனித்துக் கேட்டபடியிருக்கும். நெடுநேரம்வரை அவன் அழுது கொண்டேயிருப்பான். சில நாட்கள் தெருவின் நடுவில் கைகளை மார்பின் குறுக்கே கட்டிக்கொண்டு மிரட்சியோடிய கண்களுடன்நட்சத்திரங்களை எண்ணிக்கொண்டிருப்பான். தான் செத்து விட்டதாகக் கூக்குரலிடுவான். கண்களை மூடி தெருவில் கிடக்கும் அவனை யாரும் சட்டை செய்வதில்லை.

அவனுக்கு விந்தையான கனவுகள் வரும். அதைப்பற்றி அவனே அவனுடன் சுவாரஸ்யமாகப் பேசிக் கொண்டிருப்பான். வெகு சமீபமாக அவனையறியாது ஒருபயம் அவனை அழுத்திக் கொண்டிருந்தது. ஊரில் ஆட்கள் குறைந்து கொண்டிருக்கிறார்கள் என்பதை உணரத் துவங்கினான். எல்லோரும் போய்விட்டால் ஊர் என்னவாகும்? பட்டினியில் சாக நேருமா? உடல் வெடித்து விடுமா? அவன்குழம்பிப் போயிருந்தான். உலகத்திலேயே மனிதர்கள் குறைந்து கொண்டு வருகிறார்கள் என யோசிக்கத் துவங்கினான். விந்தையான கனவால் அலைகழிக்கப்பட்டான்.

மிகப் பெரிய கறுப்பு மூடியிட்ட கப்பல் ஒன்றின், ஒளிபுகா உட்புறத்தில் மனிதர்கள் எல்லோரும் ஏற்றப் பட்டு அடைக்கப்பட்டிருந்தனர். கடலில் கப்பல் மிதக்கின்றது. எங்கும் மனிதமுகங்கள். பெண்களும், குழந்தைகளும் கண்களைத் திறக்கவேயில்லை. ஒவ்வொரு நாளும் மனிதர்களின் உடலிலிருந்து செடி கொடிகள் முளைக்கத் துவங்குகின்றன. எல்லோரின் காது மடல்களும் இலைகளாக மாறி அசைகின்றன. விருட்சம் போல பிளவுபடுகின்றன உடல்கள். கப்பலின் வெளிப்புறத்தில் வெக்கை மஞ்சள் பாகைப் போல் உருகி கடலின் பரப்பை நிறைக்கின்றது. கடலே மஞ்சள் அலைகளை வீசுகின்றது. பறவையின் முகம் கொண்ட ஒருவன் கப்பலின் திரையைக் கிழித்து கடலில் குதிக்கின்றான். கடலில் இலைகள் அசைகின்றன. தாங்க முடியாத துயரமான கனவுகள் இதுபோல் அவனைப் பிடித்துள்ளன.

எல்லாமே நிஜம் என நம்பத் துவங்கினான். தன்னுடைய காது மடல்கள் கூட இலைகளாகத் தோன்றிவிடுமோ என்று கூடப் பயந்தான். அவனை யாரும் முகம் கொண்டு பார்ப்பது கூட இல்லை. எப்படியாயினும் அவனோடு ஏழு மாதங்களுக்கு மேல் ஒரு சமயம் ஒரு பெண் உடன் வசித்திருக்கிறாள். அவள் யாரையும் உடன் அழைத்து வராமல் தானாகவே இந்த ஊருக்கு வந்தவள். பெரிய பாதக்காரனின் வீட்டில் தங்கிக்கொண்டாள். அவள் உயரமாகவும், நிறமாகவுமிருப்பாள். அவள் சதா ஓரிடத்தில் நிற்காது அலைந்து கொண்டிருப்பாள். பெரிய பாதக்காரனுடன் பேசும்போது மட்டும் எரிந்து விழுவாள்.

அவள் ஊரிலிருந்த பலரோடும் உறவு கொள்கிறாள் என அவன் தினமும் ஏசுவான். அவள் எதையும் கேட்டுக் கொள்வதில்லை. அவள் இரவில் தன் உடலைக்காட்டியபடி கிடக்கும்போது அவன் மூர்க்கம் கொள்வான். அவள் எப்போதாவது அவனுக்காக எதையாவது திங்க கொண்டு வருவாள். அந்தப் பெண் மழைக் காலத்தின் இரவில் சில சமயம் அவனை அணைத்துக்கொண்டு படுத்துக் கொள்வாள். மழையின் இடைவிடாத சத்தத்தால் அவன் சந்தோஷம் கொள்வான். மழைக்காலம் முடிந்த பின்பு அவள் சொல்லிக் கொள்ளாமலே போய் விட்டாள். அவள் போன அன்றுதன் பாதங்களை இழுத்துக் கொண்டு அவன் தெருவிலிட்டக் கூச்சல் எல்லோருக்கும் துக்கத்தை தந்தது. அதன் பிறகு எந்தப் பெண்ணும் அவனுடன் பேசுவதுமில்லை. மழைக்காலமும் அதன் பிந்திய காலங்களில் அருகிப் போனது.

சமீபமாக அவனைத் துன்புறுத்திக் கொண்டிருப்பது கழுதையின் குரல். அது அவனின் தனிமையை ஞாபகப்படுத்திக் கொண்டேயிருந்தது. வரவர அது கத்தும்போது அவனால் சகித்துக்கொள்ளவே முடியவில்லை. ஊரில் திரியும் அயல் முகங்களையும் அவனால் சகிக்க முடியவில்லை. நேற்று பகலில் வண்ணானின் இடிந்த வீடுகளைக் கடந்து கழுதை தெருவிற்கே வந்து விட்டது. அறுபட்ட மூக்கோடு செம்மை படர்ந்திருந்தது கழுதையின் முகம். பெட்டை கழுதையது. விலா எலும்புகள் துருத்திக் கொண்டிருந்தன.

அது குட்டியாகயிருந்துதுள்ளி அலைந்த காலம் அவனுடைய ஞாபகத்திலிருந்தது. செம்பட்டை முடியோடு சுவர்களை உரசித் திரிந்த கழுதைக்குட்டியது. சிறுவர்களுக்குப் போக்குக் காட்டி ஓடும். பின் காலத்தில் அது பருத்த வயிறோடு தெருவில் நிழல் தேடி அலைந்து வீட்டின் முகப்புச் சுவரில் ஒண்டிக்

கொண்டிருப்பதையும் கண்டிருக்கிறான். கேட்பார் அற்ற கழுதைகள் ஊரின் அழிவைச் சொல்லித் திரியக் கூடியவை. வண்ணாக்குடி அழிந்த ஊரில் ஜனங்கள் வசிக்க முடியாது என பெண்கள் அழுதார்கள்.

இரண்டு நாட்களாகப் பெரிய பாதக்காரன் வீட்டை விட்டே வராமலி ருந்தான். அவன் வீட்டினுள் தவளையொன்று சுத்தித் திரிந்தபடியிருந்ததைப் பார்த்தபடியிருந்தான். மூடிய கதவுகளின் வழியாகவும் வெயில் உள்ளே வந்து கொண்டிருந்தது. அவன் வீடு ரெங்கசாமியின் வீட்டின் எதிரில் இருந்தது. ரெங்கசாமியும், அப்புவும், சங்கரும் வெளியில் புறப்பட்டபோது மூடியக் கதவினைக் கடந்து போனார்கள். ரெங்கசாமி சுவரோரமாக இருந்த பெரியபாதச் சுவடைப் பார்த்தபடி கடந்து போனார்.

மூவரும் ஊரின் வெளியில் நடந்து போகத் துவங்கினர். பகல் மங்கியிருந்தது. காட்டுப் பாதைகள் வளைந்து கிடந்தன. வெம்பரப்பின் மீது தாழப் பறந்து கொண்டிருந்தது பருந்து. தாயும் மகளுமாக இரண்டு பெண்கள் அவர்கள் முன்னால் சென்று கொண்டிருந்தார்கள். வீசி நடக்கும் கைகள். பாதையின் நீட்சி முடிவு கொள்ளவில்லை. தெற்கில் நீண்ட பாதையில் அவர்கள் போய்க்கொண்டிருந்தார்கள். தூரத்தில் விளிம்பு தெரிய அடங்கியிருந்தது மலைப்பட்டி. சர்ச் கோபுரம் தவிர வேறு உயரம் அதிகம் தெரியாத ஊரது. காட்டு வழியில் ஆள்தடம் நிறைந்து போயிருந்தது. உடைந்த கோவிலில் மூளிக் கைகளும், அறுபட்ட முலைகளுமாகத் தேவதைகள் காடு பார்த்துக் கொண்டிருந்தன. வெறிச் சோடிய நிலம். பாம்புகள் ஊர்ந்து சட்டையைக் கழட்டிக்கொண்ட புதர்கள் சலனமின்றியுள்ளன. ரெட்டைக் கண் பூச்சிகள் புதர்ச் செடிநிழலில் ஒதுங்கி நின்று கண்களை உருட்டுகின்றன. மலைப்பட்டிக்கு அவர்கள் வந்து சேர்ந்தபோது வெயில் ஏறியிருந்தது.

சிவப்பு ஓட்டு வீடுகள் நிறைந்த ஊர். மூங்கில் தட்டியடித்த வீடுகளுமிருந்தன. கிறிஸ்துவ பாதிரி வீட்டின் முன்பு கல்வாழை மரம் தெரிந்தது. அவர்கள் தெருவினுள் நடந்து போயினர். பெரிய குன்றி முத்து மரம். இலைகள் சலசலக்க நின்றிருந்தது. வீட்டின் அபூர்வ நிறங்கள் காலம் மாறாமலிருந்தன. வரிசை வரிசையாக ஜன்னல்களைக் கடந்து போயினர். மங்கிய நிழலில் மனிதர்கள். மரப்படிகள் தெரிந்த வீடுகள். பாதி மூடிய கதவை விலக்கி உள்ளே போயினர். திறந்த உள்முற்றத்தில் வெயில் பிரகாசித்துக்

கொண்டிருந்தது. வேப்பம் பூவின் வாடை நிறைந்த வீடு. ஆள் நடமாட்டம் தெரிந்தது. ரெங்கசாமி கூப்பிட்டார்.

"தாஸ் அண்ணே..."

நிழல் நீண்டு வெளியே வந்தது. தாஸ் மேல் சட்டையில்லாமல் கறுத்த உடலுடன் வெளியே வந்தார். பார்த்தவுடன் சிரிப்பு. அப்பு வீட்டின் உள்ளே தெரியும் முகங்களைப் பார்த்துக் கொண்டிருந்தான். இரண்டு சிறுமிகள் வெறித்துக் கொண்டிருந்தார்கள். ரெங்கசாமி தாஸிடம் சொன்னார்.

"டவுன்ல இருந்து வந்திருக்காங்க, உங்களைப் பார்க்கணும்னாங்க. கூட்டிட்டு வந்தேன்."

"வாங்க, மேல போவம்."

பெரிய படிக்கட்டுகள். பாத்திரங்கள் கவிழ்த்தி வைக்கப்பட்டிருப்பதை விலக்கி மேலே ஏறிப் போனார்கள். கூரையிட்ட மாடி மூவரும் சுவரில் சாய்ந்து உட்கார்ந்து கொண்டார்கள். தாஸ் எதிரில் உட்கார்ந்து கொண்டார். தானியங்கள் உலரப் போட்ட தரை. கீழிருந்து பேச்சுக் குரல் கேட்டது. தாஸிடம் ரெங்கசாமி சொன்னார்.

"ராத்திரிதான் வந்தாங்க. சின்ன கேஸ் ஒண்ணு. அதான் இங்கயிருக்கலாம்னு."

அப்பு பதில் சொன்னான்.

"கஷ்டம்தான், எதுவும் செய்ய முடியாது..."

அவர்கள் உலக அரசியல் நிலைமைகள் பற்றிப் பேசத் துவங்கினார்கள். சங்கர் ஆட்டுக் குட்டிகள் கத்துவதிலே கவனம் கொள்ளத் துவங்கினான். பல நாடுகளைக் கடந்து போய்க்கொண்டிருந்தது அவர்களின் பேச்சு. சம்பந்தமின்றி சங்கர் கல்லூரியின் விடுதியிலிருந்ததைப் பற்றி யோசித்துக் கொண்டிருந்தான். விடாத மழைநாள் ஒன்றின் ஞாபகம் எழுந்தது. மைதானமெங்கும் மழை பெய்து கொண்டிருந்தது. விளையாடும் பையன்கள் போய்விட்டார்கள். பரந்த மைதானத்தில் பெய்து கொண்டிருந்த மழையை வேடிக்கை பார்த்துக் கொண்டிருந்தார்கள் பையன்கள். ஈரம் இறங்கிய கட்டிடங்கள். அவன் அறையிலிருந்து பார்த்தபடியேயிருந்தான். மழையின் வாடை எங்கும் நிரம்பியது. அறையெங்கும் புத்தகங்கள் கவிழ்ந்து கிடந்தன. காலி சிகரெட் பெட்டிகள், சிகரெட் பிடித்தபடி மழையைப் பார்த்துக் கொண்டிருந்தான். புகை மழையில் கரைந்தது. சிகரெட்டை ஓடும்

தண்ணீரில் தூக்கிப் போட்டான். மிதந்து போய்க் கொண்டிருந்த சிகரெட் துண்டு வசீகரத்தைத் தந்தது. மழை வெறித்த மைதானத்தில் இரண்டு காவலர்கள் வந்து கொண்டிருந்தார்கள். அவர்களின் நிதானமும், சாவகாசமும் மழையை ஒத்தேயிருந்தன. யாரிடமோ விசாரித்தபடி வந்தார்கள். அவர்கள் சங்கரின் அறைக்கு வந்து சேர்ந்தபோது நனைந்திருந்தார்கள். கரகரத்த குரலில் அவனோடு பேசினார்கள். அறை முழுவதையும் அவர்கள் பார்த்தனர். அவர்களுக்குள் பேசியபடி சிகரெட் பற்றவைத்துக் கொண்டனர். போகும்போது அவனிடம் சொன்னார்கள்.

"காலைல பத்துமணிக்கு ஸ்டேஷனுக்கு வா" முதல் தடவையாக அவன் சிவப்பு காவல் அறைக்கு அப்போதுதான் போனான். மூவரும் பேச்சை நிறுத்திவிட்டார்கள். அப்பு உணர்ச்சிவசப்பட்டுச் சொன்னான்.

"நான் நிச்சயம் காஸ்ட்ரோவை நம்பறேன். அது தோற்காது" எவரிடமிருந்தும் பதில் வரவில்லை. நிசப்தம் நிறைந்தது. தாஸ் குறுக்கிட்டுச் சொன்னார்.

"டீ குடிக்கலாமா?"

அப்பு சங்கரையே பார்த்துக் கொண்டிருந்தான். சங்கர் கண்களை மூடியபடி சரிந்து உட்கார்ந்திருந்தான். அப்பு அவன் தோளில் கைகளை வைத்துக் கொண்டான். தாஸ் கீழே இறங்கிப் போனார். அவர் வரும்போது துணியில் பிடித்த சொம்பில் டீ வந்தது. வெயில் நன்றாக முற்றிருந்தது. சேவல் எங்கோ கொக்கரித்துக் கொண்டிருந்தது. டீயின் உஷ்ணம் கதகதப்பாக இறங்கியது. காற்றுக் குறைந்த தெரு. அவர்கள் பேச்சுக் குரல் குறைந்து ஆளுக்கொரு பக்கமாகப் படுததுககொண்டார்கள். அப்பு நிறைய நோட்டீஸ்களை எடுத்து தாஸிடம் கொடுத்தான். அதன் பின்பு அவர்கள் பேசிக்கொள்ளவில்லை. தாஸ் ரெங்கசாமியிடம் சொன்னார்.

"இருங்க, சாப்பிட்டுப் போகலாம். நானும் வர்றேன்." மதிய வெயிலைப் பார்த்து காகங்கள் கரைந்து கொண்டிருந்தன.

வெளியிலிருந்து பெண் குரல் கேட்டது. உள்ளிருந்து பூவண்ணம் எழுந்துகொள்ள முயன்றாள். கால் சூகை கண்டிருந்தது. உள்ளே வரும்படி சப்தமிட்டாள். உள்ளே வந்த பெண் அடுப்படி சுவரைப் பிடித்தபடியே கேட்டாள்.

"ரெங்கசாமி மாமாயில்லையா?"

"மலைப்பட்டிக்குப் போயிருக்காரு."

"கூடப் போறவங்க யாரு, உங்க சொந்தமா?"

"அவுக கட்சிக்காரங்க. டவுன்லயிருந்து வந்திருக்காங்க."

அவர்கள் போனபிறகு பூவண்ணம் படுத்துக் கொண்டுவிட்டாள். உதடு உலர்ந்து போயிருந்தது. தலைமயிர் கலைய வியர்த்திருந்தாள். அவளுக்கு எதுவுமே பிடிப்பதில்லை. வீட்டிலிருந்த புஸ்தகங்கள், தாடி வைத்த படங்கள், காகிதங்கள், ஏன் மைக்கூடைக் கூட அவளுக்குப் பிடிக்கவில்லை. அதிலும் பச்சை நிற கண்கள் கொண்ட அந்த தாடி முகமும் உள்ள ஃபோட்டோ, அவளால் தாங்க முடியாததாயிருந்தது. எந்த நேரமும் அந்தக் கண்கள் தன்னையே பார்த்துக் கொண்டிருப்பதாகப்பட்டது. சதா இந்தத் தாடி வைத்த முகங்களின் புஸ்தகங்களைப் படிப்பதால் என்னவாகிவிடப் போகிறது? ஊரே காலியாகிப் போகும் நாளில் நாம் எங்கே செல்வது? யோசனைகள் வலைகளாகப் பிரிந்து சுழன்றன. ஒரேஒரு தடவை அவளை நகரத்திற்கு அழைத்துக்கொண்டு போயிருக்கிறார் ரெங்கசாமி.

அதுவும் கட்சி அலுவலகத்தின் அறையில் தங்க வேண்டியதாகியது. எங்கும் தட்டி பேனர்கள் சிவப்பு மசியால் எழுதப்பட்ட வாசகங்கள். பாயில் உறங்கிக் கொண்டிருந்தார்கள் இளவட்டப் பையன்கள். அழுக்கடைந்த ஜிப்பாக்கள் தொங்கிக் கொண்டிருந்தன. கழுவப்படாத சமையல் பாத்திரங்கள் நிறைந்து கிடந்தன. சிதறிய பிரஷ் கட்டைகள். பகல் முழுவதும் அங்கேயே உட்கார்ந்து இருந்தாள். பேசியபடியேயிருந்தார்கள். காகிதங்களைப் பரப்பிக்கொண்டு பேசிக் கொண்டிருந்தார்கள். பார்த்த முகம் போலத் தோன்றும் உருவப்படங்கள் சுவரில் தொங்கிக்கொண்டிருந்தன. கசப்பான டீயை அவளும் குடிக்க வேண்டியிருந்தது. அந்த அறை, அவர்கள், காகிதங்கள் எதுவும் பிடிக்கவில்லை. மெல்லிய குரலில் பின்பு பேசிக் கொள்ளத் துவங்கி, பின்பு வெளியேறிப் போய்விட்டனர். அவள் மட்டுமே தனித்து இருந்தாள். கோபமும் அழுகையுமாக வந்தது.

மாலையில் வெளியிலிருந்து ரெங்கசாமியும் இன்னொருவனும் வந்தார்கள். வந்தவன் பதற்றமாக ரெங்கசாமியிடம் சொன்னான்.

"எல்லோரையும் பிடிச்சுட்டுப் போயிட்டாங்க."

"அப்ப இங்கயும் வருவாங்களா?"

"நிச்சயம் வருவாங்க."

அவளைக் கூட்டிக்கொண்டு அறையிலிருந்து வெளியேறினார்கள். எங்கே போகிறார்கள் என்றே புரியவில்லை.

பரபரப்பும் சந்தடியுமான தெருக்கள். வாகனங்களின் இரைச்சல். குப்பைகள் நிறைந்த வீதி: எல்லாப் பக்கமும் சப்தம் விரட்டுகின்றன. அழுக்கடைந்த பிச்சைக்காரர்கள் இலைக்குப்பைகளின் ஊடே பழங்களைத் தேடிக் கொண்டிருக்கிறார்கள். நடக்கவே அசூயையாக மாறிய வீதி. வளைந்த தெருமுனைகள். புறாக்களின் கோவில் பொந்துகளைப் போல வீடுகள். ஜன்னல்கள் அற்ற அறைகள். நீர் குழாய்கள். கூரை வீடுகள். சாக்கடை உடைந்த முன்வாசல். மரங்களற்ற நகரம். கருத்த தண்டவாளங்களைக் கடந்து போனார்கள். பரபரப்பான வியாபார ஸ்தலத்தின் முக்கிய தெரு வந்தது. வீடுகள் எனச் சொல்ல முடியாத சரிவான இருப்பிடங்கள். புகை படிந்த தகரங்கள். வெறித்த சிறுவர்கள். விலக்கி விலக்கி கடந்து குறுகலான வழியினுள் போய் முடிந்த மாடிப்படி ஒன்றின் கீழே பூட்டியிருந்த கதவைத் தட்டினார்கள். கண்ணாடி அணிந்த ஆள் ஒருவன் கதவைத் திறந்தான். அவனோடு ரெங்கசாமி எதுவோ பேசினார். அவன் அறையை விட்டு வெளியேறிப் போனான். மாடிப்படியின் கீழ்பகுதி அது. அதை அறையாக மாற்றியிருக்கிறார்கள். தாழ்ந்த ஜன்னல். இரண்டுபேர் படுத்துக்கொள்ளும் இடம். நெருக்கமான சுவர்கள். அவளை உள்ளே இருக்கச் சொல்லி விட்டு ரெங்கசாமி வெளியே போனார். திரும்பி உள்ளே வந்து கதவைப் பூட்டிக் கொள்ளச் சொல்லி விட்டு அவர் போனபின்பும் அவள் உகாந்தேயிருந்தாள். கதவைச் சாத்தியதும் அறை சுருங்கிக் கொண்டது. எந்தப் பக்கமும் வழியற்ற சதுரச் சுவர்கள் இறுக்கின. அவள் கவிழ்ந்து ஜன்னல் வழியாக, கடந்து போகும் கால்கள் தெரிந்தபடியிருந்தன. வேகமாகக் கடக்கும் கால்களை பார்த்தபடியேயிருந்காள்.

விதவிதமான கால்களின் நகர்வு. வெளியே பார்த்துக் கொண்டிருக்க முடியவில்லை. பசிக்கத் துவங்கியது. அறையில் தண்ணீர் இருக்கிறதா எனத் தேடினாள். பழுப்படைந்த வேஷ்டிகள் தொங்கிக் கொண்டிருந்தன. மாலை ஓய்ந்து இரவு வந்தது. உடல் ஆயாசம் எடுத்தது. அப்படியே படுத்து உறங்கிப்போனாள். விழித்தபோது இருட்டினுள் தான் மிதந்து கொண்டிருப்பது போலிருந்தது. விளக்கு எங்கிருக்கின்றது எனத் தெரியவில்லை. சுவர்கள் இறுகி எழுந்திருந்தன. வழி தெரியவில்லை. கைகளால் சுவரைத் தடவினாள். விளக்கைப் போட்டதும் வெளிறிய மஞ்சள் வெளிச்சம் அறையெங்கும் நிரம்பியது. எல்லாப் பொருட்களும்

வேறு நிறம் கொண்டன. சுவர்களில் பதுங்கிய இரவுப் பூச்சிகள் சப்தமிடத் துவங்கின. நெடுநேரம் உட்கார்ந்தேயிருந்தாள். கால்களின் நடமாட்டம் அற்ற இரவு. பின்னிரவுக்குப் பிறகு வெளியே தட்டும் குரல் கேட்டது. ரெங்கசாமி சாப்பாடு பொட்டலங்களோடு வந்திருந்தான். இவ்வளவு வேகமாகவும், பரபரப்பாகவும் எப்போதும் சாப்பிட்டதில்லை. அவள் கண்ணாடி பாட்டிலில், அவன் கொண்டுவந்திருந்த தண்ணீரைக் குடித்தாள். அவன் புகைபிடித்துக் கொண்டிருந்தான்.

"நாளைக்கும் இங்க வேலையிருக்கு. இங்கேதானிருக்கணும்" என்றான். அவள் சாப்பிட்டுவிட்டு சுவரில் சாய்ந்து உட்கார்ந்து கொண்டாள். அவன் எதுவும் பேசாமல் படுத்துக் கொண்டிருந்தான். நெடு நேரத்திற்குப் பிறகு அவளும் படுத்துக்கொண்டாள். அவளின் மூச்சுக் காற்று அவன் மீது படர்ந்தது. அவளைக் கட்டிக் கொண்டான். உடல்கள் இயங்கிச் சரிந்தன. அறையெங்குழ் உடல்வாடை நிறைந்தது. விடிந்து நீண்டநேரமாகியும் மறுநாள் அவள் உறங்கியபடியேயிருந்தாள். இரண்டு நாளின் இரவும் பகலும் அப்படியே கழிந்தன. மூன்றாம் நாளின் பகலில் அவளின் அறைக் கதவைத் தட்டிய இருவர் அவளிடம் சொன்னார்கள்.

"ஊருக்குக் கிளம்புங்க. அவசரம்."

"அவுக எங்க."

"நாளைக்கு வருவாங்க. நாங்க கூட வந்து விட்டுட்டு வாறோம்."

அவளுக்கு எதுவும் புரியவில்லை. வெளியே புறப்பட்ட பின்பு அவளைத் தனியே நடக்கவிட்டு பின்னாடியே வந்தார்கள். அவர்கள் எதையும் பேசிக்கொள்ளவில்லை. பஸ் புறப்பட்ட பின்பு அவளே கேட்டாள்.

"அவரையும் பிடிச்சுட்டாங்களா?"

அவர்கள் வெளியே பார்த்தபடி வந்தார்கள். ஊர்ப் பாதையில் அவளை இறக்கிவிட்டு, திரும்பிப் போனார்கள். மூன்று மாதங்களுக்குப் பிறகு, அவன் வீடு வந்து சேர்ந்தான். உருக்குலைந்த முகமும் உடலுமாக அவன் வீட்டிலேயிருந்தான். இப்போது யோசிக்கும் போதும், கால்கள் கடந்தபடியிருக்கும் தனியறையின் பயத்தை மறக்கவே முடியவில்லை அவளால்.

வீட்டினுள் நடமாடுவதுபோல சப்தம் கேட்டது. பின் வாசலில் இருந்து எட்டிப் பார்த்தாள். அணில்கள் வீட்டினுள் அலைந்து கொண்டிருந்தன. அவள் எழுந்து வந்தாள். தாடிக்காரக் கிழவனின்

கண்கள் அவளையே பார்த்துக்கொண்டிருந்தன. வெள்யே யாரோ கத்தினார்கள். வாசலுக்கு வந்தபோது கேட்டாள்,

“கழுதைய யாரோ கொன்னு போட்டாங்க.”

செத்துக்கிடந்த கழுதையைச் சுற்றிப் பெண்களும், ஒன்றிரண்டு சிறுமிகளும் நின்றிருந்தார்கள். வயசாளி ஒருவர் சிதைந்த அதன் மூக்கைப் பார்த்தபடி நின்றார். அவர்கள்பார்த்துக் கொண்டிருக்கும்போது வெடித்து அழும் ஆணின் குரல் கேட்டது. எல்லோரும் சப்தம் வந்த வீட்டைத்திரும்பிப் பார்த்தனர். பெரிய பாதக்காரனின் வீட்டிலிருந்து அந்தக் குரல் வந்தது. துயரமான அந்தக் குரலை அவளால் கேட்டுக் கொண்டிருக்க முடியவில்லை. தொண்டையை அடைத்தது. வெளியில் ஆட்கள் கலைந்து போகத் துவங்கினார்கள். வயசாளி யாரிடமோ சொன்னார்.

“கிறுக்குப் பய இதுக்கு போயி அழறான் பாரு,” அவனின் விசும்பும் குரல் அடங்க அன்று மாலையானது.

சாப்பிட்ட பின் புதாஸூம் மற்றவர்களும் படுத்து உறங்கத் துவங்கினர். சங்கருக்கு மதியத்தில் உறக்கம் கொள்வதில்லை. சிகரெட் பிடிக்கலாமா என நினைத்தான். கீழேயிறங்கி வந்தபோது வெறிச்சோடியிருந்தன தெருக்கள். தெருவின் அலாதியில் நடந்து சென்றான். கோழிகள் நிழலில் அலைந்து கொண்டிருந்தன. சாத்திய வீடுகளின் உள்ளே பேச்சரவம். மாட்டுத் தொழுவங்கள் காலியாகியிருந்தன. மேற்கில் ஒடுங்கிய தெருவில் கடையிருந்தது. வீட்டின் ஒரு பகுதியைக் கடையாக்கியிருந்தார்கள். கடையில் ஒரு சிறுமி உட்கார்ந்திருந்தாள். சிகரெட் காலிபெட்டிகள் அடுக்கப்பட்டிருந்தன. சிகரெட் வாங்கிக்கொண்டு, கடையின் விளிம்பில் உட்கார்ந்து கொண்டு நிதானமாகப் புகைபிடிக்கத் துவங்கினான். அந்தச் சிறுமி அவனையே பார்த்துக்கொண்டிருந்தாள். இயேசுநாதரை சிலுவையில் அறையக் கூட்டிப் போவது போல் ஒரு படம் தொங்கிக் கொண்டிருந்தது கடையின் உட்புறத்தில். அந்தச் சிறுமி உள்ளே எழுந்து போய்விட்டாள்.

இரண்டு நாளின் முந்திய மதியத்திற்கும், இன்றைக்கும் உள்ள இடை வெளியை, நிதானத்தைப் பற்றி யோசிக்கத்துவங்கினான். நிதானத்தின் வெகு ஆழத்தில் இப்போது புதையுண்டு நிற்பது போலிருந்தது. இரண்டு நாளின் முந்தைய மதியமோ பரபரப்பும் வேகமுமானதாக இருந்தது. பாதுகாப்பு அமைச்சர் வருவதற்கான வரவேற்பு வளைவுகள் நிறைய எழுந்திருந்தன. அவர்களும் கூட்டத்தோடு நின்றிருந்தார்கள். கார் தூரத்தில் நின்றுவிட்டது.

சந்தேகிக்கும் கண்களைக் கடந்தவாறே சென்ற காவலர்களுக்கு பின்பு, திடீரென அவர்கள் சப்தமிட்டனர். எல்லாமும் சில நிமிடங்கள் தொடர்ந்து. பின்பு யார் மீது முதலடி விழுந்தது எனத் தெரியவில்லை. சிதறி ஓடத் துவங்கினார்கள்.

இதுவரை ஒழுங்கில் இருந்த தெரு. முறுக்கிக் கொண்டானது போலாகியது. ஓட ஓட தெரு வெட்டுப்பட்டு சரிவது போலவும், எழுந்து அடைத்துக் கொள்வது போலவுமாகியது. வீடுகள் தலைகீழாக மாறின. வெற்றிடங்கள் மட்டுமே தொடர்ந்து கண்ணுக்குத் தெரிந்து வந்தன. எதன் மீதோ மோதி ஓடுவதாகயிருந்தான். சந்துகள் திடீரென நீட்சி கொண்டுவிட்டது போலாகியது. எல்லாப் பொருட்களுமே அமானுஷ்ய அளவில் ஆகிப் போயின. அவன் ஓட்டம் திடீரென நின்றது. பின்னால் எந்தச் சப்தமும் கேட்கவில்லை. எல்லாமும் ஒழுங்கிற்கு வந்தன. இயல்பாகக் கடந்து போனார்கள் ஜனங்கள். சுவர்கள் நேராக நின்றன. யாரை இடித்துத்தள்ளி வந்தோம் என ஞாபகம் வந்தது. காய்கறிகளுடன் வந்த நடுத்தர வயது முகம். அவன் அப்பாவை ஞாபகப்படுத்திய முகம். எதிரிலிருந்த டீக்கடையில் கேட்ட பழைய பாடல் இப்போதுதான் முதல் தடவையாகக் கேட்பது போல ஆசுவாசப்படுத்தியது. டீக்கடையினுள் போய் உட்கார்ந்து கொண்டான். கால் தசைகள் இன்னமும் ஆடிக்கொண்டிருந்தன. நடுக்கம் உடல் முழுவதும் தொற்றிக் கொண்டது. டீக் கோப்பைகளிலிருந்து, எல்லாப் பொருட்களையும் முதன்முறையாகப் பார்ப்பதுபோலவேயிருந்தது. என்ன பேசவேண்டும் என்பது கூட மறந்தது போலிருந்தது அவனைப் பார்த்ததுமே டீக்கடைக்காரன் டீ போட்டுத் தந்தான்.

எங்கே போவது என நினைத்தபடியே டீ குடித்தான். அக்கா வீட்டுக்குப் போகலாம். எப்போதோ போனது. புறநகர் செல்லும் பஸ்ஸில் ஏறி அவள் வீட்டுக்குப் போன போது உற்சாகமாகச் சிறுவர்கள் பந்து விளையாடிக் கொண்டிருந்தார்கள். அவன் நின்று சிறிது நேரம் அதைப் பார்த்தபடியேயிருந்தான். அக்கா வீடு தனித்திருந்தது. அவன் வீட்டினுள் போனபோது அவள் படித்துக் கொண்டிருந்தாள். அவன் வந்ததைக் கண்டுகொள்ளவேயில்லை. பிள்ளைகள் விளையாண்டு கொண்டு இருந்தன. அவளின் முகச்சாடை அப்பாவைப் போலவேயிருந்தது. அவனைப் பார்க்காமலே சொன்னாள்.

“உன்னை இங்க வரக்கூடாதுன்னு சொன்னேனே”

அவன் கேட்டுக் கொண்டிருந்தான். அவளே தொடர்ந்து சொன்னாள்.

"நீ வர்றது அவருக்குப் பிடிக்கலே. உன்னைத் தேடிக்கிட்டு வர்றவங்க அவரப் பிடிச்சுட்டுப் போகப்போறாங்க. பின்னநாங்க தெருவில நிப்போம். உனக்கு நிம்மதிதானே. முன்ன கூட அவர் ஆஃபீஸ்ல வந்து ரெண்டுபேர் உன்பேரைச் சொல்லி விசாரிச்சிட்டுப் போனாங்களாம். ஏண்டா இப்படி செய்றே?"

படிப்பதை நிறுத்திவிட்டு அவள் பேசிக்கொண்டிருப்பதை பார்த்து பிள்ளைகள் உள்ளே வந்துநின்றன. அவனுடைய மாமா வந்தபோது அவன் படிக்கட்டில் உட்கார்ந்து இருந்தான். அவர் வந்ததும் மாலை பேப்பரை அவளிடத்தில் தூக்கி எறிந்துவிட்டு உள்ளே போனார். அதைப் பார்த்ததும் அவள் உரக்க அழத் தொடங்கினாள். அவன் பேப்பரை வாங்கிப் பார்த்தான். தொப்பி விலகிக் கிடக்க இறந்து கிடக்கும் போலீஸ் உடல். அவன் யாரையும் திரும்பிப் பார்க்காமல் படித்து முடித்தான். அக்கா எழுந்து உள்ளே போய்விட்டாள். அவர்களின் இடைவிடாத பேச்சு உள்ளே துவங்கியது. எழுந்து அவன் நடக்கத் துவங்கினான். எவ்வளவு நேரம் நடந்தான் எனத் தெரியாது நடந்தான். கட்சி அலுவலகத்திற்கு வந்தபோது அது காலியாகயிருந்தது. பெரிய பேனரைச் சுருட்டிப் போட்டுப் படுத்துக் கொண்டான். படுத்த உடனே உறக்கம் வந்துவிட்டது. காலையில் அப்புவின் குரல்தான் அவனை எழுப்பியது.

சிகரெட் அணைந்துவிடவே ஞாபகத்திலிருந்து மீண்டு, வேறு ஒரு சிகரெட்டைப் பற்றவைத்துக் கொண்டான். இந்த நிதானம் இனிமேல் கிடைக்குமா என்பது தெரியாமலிருந்தது. அவன் புகைபிடித்தபடியே தாஸ் வீட்டிற்குத் திரும்பியபோது அவர்கள் உறங்கிக் கொண்டுதானிருந்தார்கள்.

எல்லோரும் போன பின்பு, பகலில் பெரிய பாதக்காரன் விசும்புவதைக் கொஞ்சம் நிறுத்தினான். தன்னை வேடிக்கை பார்க்க நினைக்கும் சிறுமிகளை அவனால் தாங்கிக்கொள்ள முடியவில்லை. அதை விடவும் கர்ப்ப ஸ்திரிகளைப் பார்க்க முடியவில்லை. எதற்கு இந்த ஊருக்குப் புதிய உயிர்? அதுவும் அந்தப் பெண்களின் சோகைப்படர்ந்த முகங்களும், பலவீனமும். அவன் யாரையும் பார்க்காமல் வெளியே எங்காவது போய்விடலாமா என நினைக்கவும் செய்தான்.

வீட்டில் அலைந்துகொண்டிருந்த தவளை சுவரினுள் போய் பதுங்கிய அன்று அவனும் தவளையாவதாகக் கனவு கண்டான,

தவளையைப் போல மாறிய பின்பும் தவளைகளின் உலகம் அவனைச் சேர்த்துக் கொள்ளவில்லை. தவளைகளுக்குள் ஏராளமான போட்டிகளும், சூதும், ரகசியமுமிருந்தன. அவனை அவை துரத்தி வீழ்த்தின. அவன் பருத்த தவளைக் கண்களால் அழுதான். கனவு கலைந்தது. தவளையைப் போல தாவியாவது ஊரைக் கடந்து போய்விட வேண்டும் போலிருந்தது. ஊரின் வெளிப்புறம் எப்படியிருக்கும்? வரவர பகலின் தனிமையை அவனால் தாங்கவே முடியவில்லை. கழுதையின் சப்தம் அடங்கியதால் பெரும் நிசப்தம் எங்கும் கவிழ்ந்திருந்தது.

பெரிய பாதக்காரன் சிறுவனாகயிருந்தபோது வீட்டில் அலைந்த கோழிக்குஞ்சுகளை நினைவு கொண்டான். அந்தக் குஞ்சுகள் என்னவாகியிருக்கும். பெரிய கோழியாகி, செத்து, மறைந்திருக்கும். கோழிக் குஞ்சுகள் இரையெடுத்தபடி அலைந்த சப்தம் இப்போதும் சுழலை போல எழுகின்றது. வீட்டில் அந்த நாளில் இருந்த பெண்களின் பேச்சுக் கூட கோழிக்குஞ்சின் குரலைப் போலவேயிருந்தன. முருங்கை பூக்கும் காலங்களில் அவர்கள் பனியில் அலைவார்கள். எல்லோரின் நிழல்களும் ஊரைவிட்டுப் பிரிந்து விட்டன.

யாரும் தன்னைவிட்டுப் போய் விடாததாக அவன் யோசித்தான். அங்கேயே அவனுக்குத் தெரியாமல் அவர்கள் பேசிக்கொண்டும், உறங்கிக்கொண்டும் இருப்பதாக உணர்ந்தான். பல்லிகளைப் போல வீட்டின் உத்திரங்களில் அவர்களும் ஒளிந்திருக்கக்கூடும்.

என்ன சுய சமாதானம் செய்த போதும் வேதனையையும், துக்கமும் அவனிடமிருந்து பெருகியபடியேயிருந்தன. திடீரென யாருமற்றுப்போன தனிமையில், மழைக்காலத்தை எப்படிச் சந்திப்பது எனத் தோன்றும். பயங்கர கனவின் நிஜ உருபோல அந்தக் காட்சியை நினைக்கவே முடியவில்லை. காரைகள் உதிர அவன் விசும்பியபடியிருந்தான். மாலையில் அவன் விசும்பல் சப்தம் நின்றது. காற்று பலமாகச் சுழன்று அடித்தது. இலைகள் எங்கும் பறந்தன, அவன் திரும்பவும் வீட்டைப் பூட்டிக்கொண்டான். முடிச்சுகளாக வீங்கிப் பருத்த தன் பாதங்களைப் பார்த்தபடியிருந்தான். மாலை முடியும் நேரமாகியபோது பெரிய பாதக்காரன் வீட்டு ஜன்னலைக் கண்ட சிறுமி ஒருத்தி பயந்து கத்திப் போனாள். நிர்வாணித்த உடலோடு பாதங்கள் அகன்று தொங்கிக் கொண்டிருந்தான். ஆட்கள் சுலபமாகக் கதவைத் திறந்து விட்டார்கள். வடிவமற்ற உடலுடன்

அந்த முகத்தை, நிர்வாணத்தை எவராலும் தாங்க முடியவில்லை. குமட்டிக் கொண்டு வந்தது. மரணத்தின் கறையோடு மாலை நீண்டுகொண்டிருந்தது.

தாஸூம் சங்கரும் முன்னால் நடந்து வந்தார்கள். அப்பு ரெங்கசாமியிடம் பேசிக்கொண்டு வந்தான். மலைப்பட்டியை விட்டுவிலகி அவர்கள் ரெங்கசாமியின் ஊர்ப்பாதையில் நடந்தனர். கரம்பை மணல் படர்ந்த மேடொன்றின் மீது உட்கார்ந்து கொண்டார்கள். சூரியன் மறைந்த பின்பும் வெக்கையும், வெளிச்சமும் நீடித்தது. தாஸிடம் அப்பு தன் டைரியிலிருந்த புகைப்படமொன்றைக் காட்டினான். வயதான முகம். அப்பு அந்தப் புகைப்படத்தைக் காட்டிவிட்டு, அச்சிடப்பட்ட காகிதம் ஒன்றை எடுத்துத் தந்தான். தாஸ் படித்துவிட்டுக் கேட்டார்.

"கான்சலோதானே, விடுதலை பண்ணிட்டாங்களா?"

"இல்லை. அதிகாரம் அவருக்குத் தந்தது தூக்கு. நல்ல கவிஞர். நாம அவர் கவிதையை வெளியிட்டு இருக்கோம். சங்கர்தான் மொழி பெயர்த்தான். ஞாபகமிருந்தா ஒரு கவிதை சொல்லேன் சங்கர்."

அவன் பேசாமலிருந்தான். காற்று மணலை வாரிக்கொண்டு சுழன்றது. அப்புவே தொடர்ந்து பேசினான்.

"கான்சலோவை விடுதலை பண்ணச் சொல்லி பெரிய போராட்டம் நடத்தினோம்."

சங்கர் காற்றில் அடித்துச் செல்லும் மணலைப் பார்த்துக் கொண்டேயிருந்தான். அவர்களின் இரண்டு புறத்திலும் ஊர் சரிந்திருந்தது. காற்று சப்தமிடத் துவங்கியது. சங்கர் ஒரு சிகரெட்டை எடுத்துப் பற்றவைத்துக்கொண்டான். சிகரெட் புகையோடு அவன் கவிதையைச் சொல்லத் துவங்கினான். மூவரும் கேட்டுக்கொண்டு இருந்தனர். சின்னக் கவிதையது. அவன் சொல்லி முடித்ததும் தாஸ் அவனிடம் சொன்னார்.

"காற்றில் கரைந்த கவிதை"

நீண்ட மௌனம் படர்ந்தது. அவர்கள் பேசிக்கொள்ளாமல் இருந்தார்கள். காற்று புலம்புவது போல அலைந்தது. ஊரின் தோற்றம் மங்கித் தெரியத் துவங்கியதும் அவர்கள் ரெங்கசாமியின் வீட்டை நோக்கி நடக்கத் துவங்கினர். அவர்கள் ஊரினுள் நுழையும்போதே விபரம் தெரிந்துவிட்டது. தாஸூம், ரெங்கசாமியும் பெரிய பாதக்காரனின் தொங்கும் உடலைப் பார்த்துக்

கொண்டிருந்தார்கள். பச்சைக் குத்தப்பட்ட உடலில் இருந்த பெண் உருக்கள் மங்கியிருந்தன. அவ்வளவு பெரிய பாதம் பயத்தைப் பெருக்கியது. உடலைக் கீழேயிறக்கினார்கள். முகத்தின் விகாரமும், உடல் அமைப்பும் எவராலும் அருகில் நிற்க முடியாமல் செய்தது.

தரையில் உடலைக்கிடத்தினார்கள். தரையெங்கும் மூத்திரவாடை படிந்து போயிருந்தது. சிறுமிகள் சிலர் பயந்த கண்களோடு உடலைப் பார்த்தபடி நின்றனர். உடலைக் கிடத்திவிட்டு வெளியே வந்து நின்று கொண்டனர். யாரும் அழவில்லை. எல்லோரும் வீடுகளுக்குள் அடங்கி, பேச்சற்று இருந்தனர்.

பெரிய பாதக்காரனின் வீட்டினுள் சிம்னி விளக்கைப் பொருத்தி வைத்தார்கள். அந்த ஒளியில் வீடு வேறு தோற்றம் கொண்டது. இரவில் அந்த வீட்டின் வெளியே அவர்கள் நால்வரும் கட்டில் போட்டு உட்கார்ந்திருந்தனர். அத்தனை கறுப்பான இருட்டு. அன்று நள்ளிரவில் சங்கர் அந்த உடலை நெருக்கமாக பார்த்தான். வெடித்த பாறைபோல முகம் — சில நிமிடங்களுக்கு மேல் பார்க்க முடியவில்லை. அவன் திரும்பும்போது வீட்டிலிருந்து ஒரு தவளைதான் தெருவில் குதித்தது.

அடுத்த நாளின் பகல், சாம்பல் படர்ந்தது போல வந்தது. வெயில் வராத நாள். மூடிய மேகத்தோடு காற்று அடங்கியிருந்தது. அந்த உடலைப் புதைப்பதற்காக ஊரை விட்டு வெளியே எடுத்துச் சென்றனர். சாம்பல் படர்ந்த காலையில் ஊரின் புறவெளி இதுவரை யாரும் பார்த்தறியாத வசீகரத்துடன் இருந்தது. எல்லாபுறமும் வெற்று நிலப்பரப்பு. இத்தனை வசீகரத்தையும் காணாது அந்த உடல் கடந்து போனது. அவனை வெகு தள்ளி புதைத்து வந்தார்கள். அன்றெல்லாம் வெயில் வரவில்லை. ஊரே பயத்தின் பிடியில் அகப்பட்டது போலாகியது. சங்கர் அன்று முழுவதும் சாப்பிடவில்லை. தாஸ் புறப்பட்டுப் போய்விட்டார்.

ஊரின் வீதிகளில் அலைந்தான். ஒரு ஆட்டுக்குட்டியைக் கூடச் சந்திக்க முடியவில்லை. மாலையானபோது இனிமேலும் இந்த ஊரில் இருக்க முடியாது என அவனுக்குப்பட்டது. அலைக்கழிப்பின் தீவிர கோடுகள் எல்லாச் சுவர்களிலும் கீறப்பட்டிருப்பதாக உணர்ந்தான். ரெங்கசாமியும் அப்புவும் திரும்பவும் எதையோ பேசிக்கொண்டிருந்தார்கள். சங்கர் அவர்கள் எதிரில் வந்து சொன்னான்.

எஸ்.ராமகிருஷ்ணன்

"நான் கிளம்புறேன்."

"எங்க போற. திடீர்னு என்ன... ?"

"இல்லை கிளம்புறேன்..."

அப்பு அவனிடம் எதுவோ கேட்க நினைத்தான். சங்கர் தனது பையை எடுத்துக்கொண்டு வந்தான். ரெங்கசாமி அவனிடம் எதுவும் கேட்கவில்லை. அப்பு அவனிடம் சொன்னான்.

"நான் அடுத்த வாரம் வர்றேன்."

கிளம்பிஅவன் நடக்கத் துவங்கியபோது காற்று எழுந்திருந்தது. மணலை வாரிச் சுழற்றியது. பூதாகரமான நிலப்பரப்பில் புதையுண்டிருந்தது. பெரியபாதக்காரனின் உடல். மணலை வாரியவாறே காற்று சங்கர் பஸ் ஏறும் பாதைவரை சுழன்று வந்தது. அவன் பஸ்ஸில் ஏறியபோது மழையின் முதல் தூறல்பட்டது. கண்களை மூடிக்கொண்டான். ஆள் அற்ற பரப்பில், நீரில் மிதந்து கொண்டிருந்தது உடல், மூழ்கிப் போயிருந்தது கிராமம். கண்களைத் திறந்தான். எதுவும் இல்லை. வேகமும், சப்தமும் ஆன நகர் உலகம் இடைவிடாது இயங்கியபடியேயிருந்தது. அவன் முகத்தில் புகைக் கரி வந்து படியத் துவங்கியது.

~

நயனம்

ஜெர்மனியைச் சேர்ந்த ரெய்னர் வில்கம் 1863 ல் மொழிபெயர்த்த அரிய இந்திய இசை நூலான ‘கானலயசாகரா’ என்ற புத்தகத்தில் காணப்பட்ட சிறுகுறிப்பே செளகத் அலிக்கு முதலில் அந்த இசைக்கருவியை பற்றிய அறிமுகமாகயிருந்தது. அப்போது செளகத் பதினான்கு வயது சிறுவனாக உஸ்தாத் குலாம் அலிகானிடம், தானேயில் இசை பயின்றுகொண்டிருந்தான். ரத்தன்பூர் நெசவாளி குடும்பமான நௌசார் வீட்டின் பூர்வ இசை மரபில் வந்த செளகத் அலியை நாலு வயது முடியும் முன்னமே இசை கற்க அனுப்பியிருந்தனர். அவன் குரல் மஞ்சள் நிறமுடையது என அறிந்த உஸ்தாத், தனது பேரனைப் போல அவனிடம் ப்ரியம் கொண்டு இசையை அறியச் செய்துவந்தார். ரெய்னரரின் புத்தகத்தை உஸ்தாத் குலாம் அலிகானின் மரப்படுக்கையடியில் கண்டு எடுத்தபோது, அதன் முகப்பே செளகத்தை வாசிக்க அழைத்தது. பனிரெண்டாம் நூற்றாண்டின் இறுதியில் வாழ்ந்த் உமையொருபாக தம்பிரான் அறிந்திருந்த அந்த அரிய இசைக்கருவியின் பெயர் “நயனம்” என்றும். அது ஒரு தலைமுறைக்கு ஒருவனுக்கு கற்றுக்கொடுக்கப்பட்டதென்றும், தொல்தலைமுறையாக அதை வாசித்து வருபவர்கள் தெற்கில் இருந்தார்கள் என்றும் வில்கம் தனது நூலில் குறிப்பிட்டிருந்தார். இசை கலைஞனின் மனதின் சுனையில் துளிர்க்கும் இசையை எல்லா இசைக்கருவிகளும் உலகின் இசையாக வெளிப்படுத்தும் போது,

‘நயனம்’ மட்டும் உலகின் இசையை ஒருவனுக்குள் கொண்டுவரச் செய்யும். இசைக் கருவிகளின் இசைக்கருவி என கூறப்பட்ட நயனம் வாசிப்பவனுக்குள் மட்டுமே கேட்கக்கூடியதாகவும் பிறருக்கு இந்த இசை கேட்கமுடியாதது எனவும் படித்தபோது சௌகத் அலிக்கு விசித்திரமாகயிருந்தது. இதுபோன்ற விநோத கருவிகளின் இசையை என்ற முனைப்பு அவனுள் சுடரைப் போல அலைவுகொள்ள துவங்கியது. இசை நூலகங்களின், பாடகர்களின் தனிமை பேச்சுகளிலும் அவன் நயனத்தை பற்றி அறிய தேடித் திரிந்தான். அது அழிந்துவிட்டதென்றே பலரும் சொல்லிப் போயினர். ஹரி பஜனையில் அலையும் பண்டா ஒருவன் மூலம் லக்னோவில் மூலிகை வைத்தியம் செய்யும் ஒருவனுக்கு இதைப்பற்றி தெரியும் என்பதை கேட்டு அவனைத் தேடி கண்டடைந்தான். குறுக்கு சந்துகளும், மரத்தடுப்புகளும் கொண்ட் வீதியொன்றின் உள் ஒடுங்கிய வீட்டின் ஒற்றைக் கதவு அறையில் இருந்த வைத்தியன், பிறவி ஊமையாகவும், மெலிந்த திரேகியாகவும் இருந்தான். தன்னிடம் அந்த இசைக் கருவி இல்லையென்றும். அதை அறிவதோ, கற்றுக்கொள்வதோ எளிதானதல்ல; அது புலன்களின் இசையென்றும் எழுதித்தந்தான். வேட்கையின் தீவிரம் நயனம் தேடி ஊர் ஊராக பயணிக்க செய்தது. நீண்ட கால தூரப் பயணத்தின் பின்பு தென் ஈஸ்வரக் கோவிலில் ஓதுவாராகயிருக்கும் மெய்கண்டம் பிள்ளையை சந்தித்தபோது, அவர் அந்த இசையை அறிந்த எண் இசை வேளாளர் குடும்பமொன்று ஆப்தநாதர் கோவிலுக்கு சேவை செய்து வருவதாகவும், அது தாமிரபரணிக்கரையில் இருக்கிறதென்றும் சொல்லி, அந்த குடும்பத்தில் தலைமுறையாக எட்டு ஆண்மக்கள் பிறக்கிறார்கள். ஒவ்வொருவரும் ஒரு இசை அறிந்தவர். அதன் மூத்த பிள்ளைக்கு நயனம் அறியும் திறன் உண்டு என்றார். ஆப்தநாதர் கோவிலுக்கு இருபத்தி ஏழு தலைமுறையாக இசை வாசித்து வரும் அவர்களைத் தேடி சௌகத் அலி பயணமானான். சிவப்பு நாழி ஓடுகளும், தனித்த மனைகளுக்கும் நடுவே வீழ்ந்து கிடக்கும் கிராமங்களை கண்டபடி ரயிலில் வந்து சேர்ந்தான். இரவில் மழை பெய்திருக்கக்கூடும். அவன் இறங்கிய காலையில் சுவர்களில் ஈரவாடை ததும்பியது. நூற்றாண்டு பழமையான எண் இசை வேளாளர் வளைவிற்கு அவன் வந்து சேர்ந்தபோது, கோவில் கதவு போல பெருத்த ஒற்றைக் கதவு கல்சுவரில் சாத்தப்பட்டிருந்ததைக் கண்டான். எட்டு வீடுகளிருந்தன. ஒரே மரவளைவுகள் கொண்ட, இரட்டை

ஓடு வேய்ந்த எட்டு வீடுகள். மெலிந்த பசுவொன்றும், அகன்ற ஆட்டு உரலில் மாவைத் தள்ளியபடி திரும்பிய பெண்ணும், கோபமேறிய குரல்களும், தேய்ந்த பதிகம் பாடும் குரலும் வெண்கல மணிச்சப்தமுமான அந்த வளைவு கரும்பச்சை வடிய இருந்தது. அவன் மூத்த பிள்ளையின் வீட்டை விசாரிக்க முதல் கதவை தட்டினான். எதிர்ப்பட்ட ஆண் ஒருவனின் குத்திட்ட தலைமயிர் கண்பட, பதில் வராத வீட்டினின்று திரும்பி சிரித்தான் சௌகத். அப்படி எந்த இசைக்கருவியும் இல்லையென்றும், அதெல்லாம் அழிந்துவிட்டதாகவும் கோபக் குரலில் பேசியவன், பதிலுக்குக் காத்திராமல் வீடு போனான். அவனிடம் பேசக்கூட எவரும் தயாராக இல்லை. மாலை வரை ஆற்றின் இடிந்த படித்துறையில் அமர்ந்தபடி நினைவின் குமிழ்களை கிளறியபடியிருந்தான். ஆற்றில் தண்ணீர் அதிகமில்லை. ஒற்றை வாத்து மட்டும் சப்தமிட்டபடி நாணல் புதர் பக்கம் அலைந்து கொண்டிருந்தது. கோவில் மணி ஓய்ந்து இரவு கவிந்தது. சௌகத் அலியை மூத்த பிள்ளை கூட்டிவரச் சொன்னதாக இரண்டு சிறுமிகளும், ஒரு சிறுவனும் வந்து சொன்னார்கள். மூத்த பிள்ளைக்கு எழுபது வயதைத் தாண்டியிருக்கக் கூடும். கருகருவெனயிருந்தார். பார்வை மங்கத் துவங்கியிருந்தது. விரல் தொட்டுப் பேசினார். அவன் தன் அலைக்கழிப்பான பயணத்தை பற்றி மெதுவான குரலில் சொல்லி முடித்தான். அவர் முகத்தில் சலனமேயில்லை. பின் அவர் நயனம் தன்னிடம் உள்ளதென்றும், அதைக் கற்றுக்கொள்ள கடும் பயிற்சி வேண்டுமென்றும் கூறி அவன் தன் வாழ்நாளிற்குள் அதைக் கற்றுக் கொள்ளவும் நேரலாம், அல்லது கற்றுக்கொள்ளாமலே ஆயுள் முடிந்துவிடக்கூட முடியு மென்பதால், அதற்கு அவன் உடன்படுகிறானா எனக் கேட்டார். சௌகத் அலி ஒத்துக்கொண்டு விட்டான். தான் அவனுக்கு சொல்லும் எதையும் மறுபதில் பேசாது செய்துவர சம்மதம் வாங்கிய பின்பே மூத்த பிள்ளை அவனை தன் சிஷ்யனாகச் சேர்த்துக் கொண்டார். அவரது வீட்டின் மாடியறையில் தங்கிக்கொண்ட சௌகத்திற்கு அவர் இசை பற்றிய பாடம் எதையும் கற்றுத் தரவேயில்லை. பதிலாக புலனறிவு, மெய், போகம், சூட்சுமம் என்ற பாடங்களை சொல்லி வந்தார். கரடு நிரம்பிய மலைமீது நடப்பதும், சுடுவெயிலில் பனைவிடலிகள் நடுவே திரிவதுமாக அவனும் அவருமிருந்தனர். தன் வாழ்வின் பெருங்கனவான நயனம் என்ற அந்த இசைக் கருவியை ஒருமுறையாவது பார்த்துவிட முடியாதா என்ற ஏக்கம் ததும்ப காத்திருந்தான். காலம் வீட்டு மரங்களைப் பூக்கவும்,

இலை உதிர்க்கவும், வெயிலேறி அலையவும் செய்தபடி சுழன்று கொண்டிருந்தது. பனிரெண்டு வருஷங்கள் அங்கேயிருந்த செளகத் வீட்டு மனிதனைப் போலாகிவிட்டான். எப்போதாவது அவன் பாடுவதும் வீட்டுப் பெண்கள் கேட்பதும் கூட நடந்தேறின. நிலா அழிந்த இரவொன்றில் மூத்த பிள்ளை உறங்கப்போன செளகத் அலியை வரச் சொன்னார். அவன் மாடிவிட்டு அவர் அறை வந்தபோது ஆற்றிற்கு குளிக்கப் போகலாம் வா! என அழைத்தபடி சாயவேஷ்டியை சுருட்டி நின்றார். பனிக்காலத்தின் இரவில் ஆறு நீளோடியிருக்கும். அதுவும் நிலாவுமற்ற வான் கொண்ட இரவு என்பதால் அவன் தயங்கினான். அவர் செளகத் கைகளைப் பற்றியபடி நடக்கத் துவங்கினார். வீதியில் மூடப்பட்ட கதவுகளும், துளை விழமுடியாத இருளுமிருந்தன. நீரோட்டத்தின் சப்தமும் அற்ற ஆறு இருவரையும் எதிர்கொண்டது. ஆற்று நீரில் இருவரும் இறங்கி குளித்தனர். மூத்தபிள்ளையின் முகம் கூடத் தெரியவில்லை. இடுப்பளவு ஓடிய தண்ணீரில் நின்றபடி செளகத் அலி அவரைத் தேடினான். அவரது விரல்கள் தன்னைத் தேடுவதையும் உணர்ந்தான். தனது கைகளை முன்நீட்டியபோது அவர் விரல் அகப்படும் முன்பே அந்த ஸ்பரிச உணர்வு பற்றிக் கொண்டது. நிமிட நேரம், அவர் தெரியவில்லை. படித்துறையின் கல்தேவதைகள், ஆகாசம், தண்ணீர், நட்சத்திரங்கள் எல்லாம் சிதறி உருகி எதோ ஒரு இசை தன்னுள் நிரம்புவதை உணர்ந்தான். மணல் துகளின் பெருமழை போல இசைதன் உடலெங்கும் ஓடி நிரம்புவது தெரிந்தது. இரவு கலையவில்லை. இயக்கத்தின் கதி குறைந்து மெதுவாகி கண்ணைத் தாழ்த்தியபோது நீரினடியில் மீன்கள் ஒளியை பீச்சியபடி அலைவதையும், தவளைகளின் கண்களில் பச்சை மினுக்கடிப்பதையும் காணமுடிந்தது. நீரோட்டத்தில் துழாவிய மூத்த பிள்ளையின் விரல்கள் அவன் விரலைப் பற்றிக் கொண்டன. தலையைக் கூட துவட்ட மனமின்றி அவன் பிடியினின்று தன் விரல்களை எடுக்காமல் மூத்தபிள்ளை படித்துறையில் நின்று விம்மினார். அவனுக்குப் பாடம் முடிந்துவிட்டதாகக் கூறி, விடியும் முன்பு அவன் ரயிலேறி சொந்த ஊர் போகலாம் என்றபடி அவன் பிடியை உதறி தனியே நடந்து வீடு திரும்பினார். செளகத் அலி அவர் சொன்னபடியே புறப்பட்டுப் போனான். அந்த நாளின் பின்பு அவனது வாழ்வே திசைமாறிப் போனது. இசைக் கலைஞனாக வரவேண்டுமென்ற ஆசை புதையுண்டு போக ஊர்ஊராக அலையும் பக்கீர் போலானான். இரவு படுத்துக் கிடந்தபோது

கரப்பான் பூச்சிகளின் கூட்டமொன்று தன்னருகில் பயமின்றி அலைந்து திரிவதையும், அதன் சிரிப்பையும் கேட்டான். நயனம் என்ற இசைக்கருவி தனது உடல்தான் என்றும், இமைகளை மூடித் திறப்பதன் மூலம் அது உலகின் பரவச இசையை தனக்குள் இடைவிடாது நிரப்பிக் கொண்டிருக்கிறது என்ற ரகசியத்தையும் கரப்பான் பூச்சிகளுக்கு எடுத்துச் சொன்னபோது, அவை ஏற்கனவே புலன்களின் இசையை பாடியபடி எங்கும் அலைந்து கொண்டிருந்தன.

~

ரகஸிய ஆண்கள்

வெயிலின் அலைகளை உறிஞ்சியபடியே வெட்ட வெளியில் மேய்ந்து கொண்டிருந்த நாற்பது ஆடுகள், மெல்ல தன் நிறம் மாறி செந்நிறம் கொண்டதையும் அவை வெக்கை திரட்சி தாங்காது, பூமியை முட்டிப் பிளந்து தலை மண்ணில் புதைய வானை நோக்கி உயர்த்திய பின் கால்களுடன் குரூர மரணம் கொண்டதையும், தன் கனவில் ஏழுமுறை கண்ட தாசி வனமாலை இதன் பலனை அறிந்துகொள்ள, தெற்கே ஆள் அனுப்பி தாதங்குளம் சுப்பையாபிள்ளையைக் கூட்டிவரச் சொன்னாள். நெடுங்காலமாகவே மணல்கோட்டை கிராமத்தில் தங்கிவிட்ட இரண்டு பிச்சைக்காரர்கள் தாதங்குளத்திற்கு வனமாலையின் பொருட்டு சென்றனர். அப்போது தாது வருடம் நடந்துகொண்டிருந்தது.

நாற்பது வயதைக் கடந்துபோனவனமாலையை தேடி ஆண்கள் எவரும் வருவது நின்று போனது. அவளும் உடல் பருத்து சுரக்குடுவை போலாகி, வெடித்த உதடுகளும் தலைமயிர் கொட்டிப்போன தலையும், செம்பட்டை புருவமுமாகயிருந்தாள். ஆண்கள் வராத பத்து வருடங்களாக அவள் வீட்டு முன் கதவு பூட்டப்பட்டு கிடக்கின்றது. முன் வந்துபோன ஆண்களின் வசீகரமும் ஸ்பரிசமும், இப்போதும் சிறு துகள்களாக வீட்டு அறைகளில் மிதந்து கொண்டிருந்தன. அவள் வளர்த்து வந்த கிளிகள் எல்லாம் பூனைக்கு இரையாகிப் போயின.

என்றாலும் அவள் வீட்டின் மூன்றுமுக ஜன்னல்களும், உயர்ந்த படிக்கட்டுகள் கொண்ட மாடியறைகளும் ஊர்வாசிகளுக்கு பிரமிப்பை இப்போதும் தந்தபடிதானிருந்தன. மணல் கோட்டையில் வசிக்கும் எந்தப் பெண்ணும் வனமாலையின் வீட்டிற்குள் வந்ததேயில்லை. அவளை துர்நடத்தை கொண்டவள் எனவும் பார்த்த நிமிடத்திலே ஆண்களை வசியப்படுத்திவிடும் வசியக்காரி எனவும் பெண்கள் ஏசினர். ஆனாலும் என்ன ஊர் பெண்கள் எல்லோர் மனதிலும் சிறிய ஆசையொன்று பாம்பை போல சுருண்டு கிடந்ததை அவர்கள் அறியாமலிருந்தனர். மனதின் விசித்திரப் போக்கில் அந்த ஆசை வளரவும் செய்தது. எல்லாப் பெண்களும் ஒரு முறையாவது வனமாலையில் வீட்டினுள் போய் பார்த்துவரவே விரும்பினர். ஆனால் வனமாலையோ எந்தப் பெண்ணையுமே தன் வீட்டில் அனுமதித்ததேயில்லை.

உடல் பருத்துப்போன பின்பு அவள் வெளியில் எங்கும் போவது கிடையாது என ஆனது. மூன்று படுக்கையறைகள் கொண்ட அந்த மாடியறையில் கிடந்த கறுப்பு கட்டில்களில் மரக்காளான்கள் முளைத்துப் போயிருந்தன. வனமாலை ஜன்னலை ஒட்டிய படுக்கை கொண்ட அறையில்தான் இருந்தாள். அந்த அறையில் அவளது உருவப்படம் ஒன்று சுவரில் தொங்கிக் கொண்டிருக்கும். குழந்தைகள் எவரும் அவள் வீட்டின் முற்றத்தில் வந்து விளையாடப் பயந்தனர். அவளது கடந்த கால வசீகரத்தையும் நிர்வாணத்தையும் கண்டிருந்த மரப்பல்லிகள் அந்த அறையின் உத்திரத்தை விட்டுப் போகவேயில்லை. இரவில் அவை விடாமல் சப்தமிட்டு அவளின் தனிமையைப் போக்கின.

சிறுவயது முதலே வனமாலை கனவுகளால் அலைக் கழிக்கப்பட்டாள். கனவுகள் மெல்லிய சிறகை அசைத்தபடியே அவளைச் சுற்றிப் பறந்து கொண்டிருந்தன. வயதானதாத்தாவால் வளர்க்கப்பட்ட அவள் நிறைய பகல் கனவுகள் காணுபவளாக வளர்ந்தாள். இந்த உலகில் உள்ளவற்றையும், இல்லாதவை பற்றியுமான அவளது கனவுகள் பல்கிப் பெருகின. கனவுகள் எதிர்காலத்தை சொல்லக்கூடியது என்பதை பற்றியும், ஆண்களுக்கு வரும் கனவுகள் பெண்களுக்கு வருவதில்லை என்பதைப் பற்றியும் சிறுவயதிலேயே அவள் அறிந்திருந்தாள். வயசாளிகள் அனைவரும் கனவுகளால் துரத்தப்படுவதாக அவளது தாத்தா தினமும் புலம்புவார். அவளுக்கு பதினோரு வயதானபோது இதுபோல தீய கனவு ஒன்றைக் கண்ட தாத்தா அவளையும் கூட்டிக்கொண்டு மணல் கோட்டையிலிருந்து விலகி வடக்கே புறப்பட்டுப் போனார். அவர்கள் பயணமாகிக்கொண்டிருந்த

கரிசல் பூமியில் இரவு வெகு சீக்கிரமாகவே வந்து விடுகிறது. வெட்ட வெளியில் இருவரும் உறங்கினர். அன்று தாத்தா ஒற்றைக்கண் உள்ள நாய்க்கூட்டம் தன்னை விரட்டுவதாக கனவு கண்டு திடுக்கிட்டு விழித்து கையில் கத்தியுடன் வெட்டவெளியில் அலைந்த காற்றை வெட்டியபடி திசையில்லாமல் இரவெல்லாம் ஓடினார். வனமாலை கனவு கொண்டாள். மான்குட்டியொன்று நீரில் நீந்திக் கொண்டிருந்தது. நீரில் மெல்ல மானின் நிறம் கரைந்துபோக நுரை போன்ற வெண்மையுடன் மான் துள்ளி கரையேறியது. வெண்ணிற மானின் பாய்ச்சலால் உடல் விழிப்புற்றபோது மண்ணில் ரத்த துளிகள் சிதறியிருப்பதை அறிந்தாள். உடல் அசதி கொண்டது.

வெட்டவெளியில் ருதுவாகும் பெண்கள் நட்சத்திரங்கள் போல அலைக்கழிக்கப்படுவார்கள் என தாத்தா சொன்னபோது அவள் பயந்து மணல் கோட்டைக்கு திரும்பிவிட்டாள். அது முதல் அவளது கனவுகளே அவள் நாட்களை உருவாக்கின. மணற்கோட்டையின் பூர்வீகவாசிகள் எல்லோரும் கனவின் விசித்திர அறைகளில் வாழ்ந்து கொண்டிருந்தனர். ஊரே தன் முந்தைய உருவத்தின் கனவில் தானிருந்தது.

பின்நாட்களில் வனமாலையில் வீட்டில் கனவுகளுக்கு பலன் சொல்வதற்காகவே பதிமூன்று ஆண்கள் இருந்தனர். அவர்கள் பகல் நேரத்தில் கீழ்கூடத்தில் சீட்டாட்டம் ஆடியபடியேயிருப்பார்கள். இரவில் சமையற்கட்டில் உறங்குவார்கள். அவர்கள் தன் முகம் காட்டாது பலன் சொல்லுவார்கள். அவர்களும் கூட சென்ற கோடை காலத்தில் அவளை பிரிந்து போய்விட்டனர். பதிமூன்று பேர்களில் இளையவனான ஒருவன் மட்டும் பெண்களின் விபரீத கனவுகளுக்கு பயந்து வழிப்பாதையில் இருந்த தாழஞ்சுனையில் மூழ்கி இறந்து போய்விட்டான் என தகவல் அவளுக்கு கிடைத்தது. அவனுடைய மயில்கரை வேஷ்டியொன்று சமையற்கட்டின் கொடியில் நீண்டநாளாக உலர்ந்துகொண்டேயிருந்தது.

வனமாலையின் வீட்டுக் கதவினைத் தட்டும் ஆண்கள் எவரும் தன் உரு மறைந்தே வந்தனர். அந்நாட்களில் வீட்டில் அவளது சௌந்தரியம் பெரிய வலைபோல எங்கும் விரிந்து கிடந்தது. எப்போதும் ரகஸிய ஆண்களின் நிழல் நடமாட்டம் அந்த வீட்டில் இருந்தபடியே இருந்தது. மணல் கோட்டையில் வருடத்திற்கு நான்கு நாட்கள் மட்டுமே மழை பெய்யும். அங்கிருந்த நூறு வீடுகளும் அந்த மழையை எதிர்பார்த்துக் கொண்டிருக்கும்.

திடீரென ஒரு மதியம் உறைந்துபோய் வெயிலின் திரை கிழிந்து மழை ஊரில் வெளிப்படும். அந்நாட்களில் ஆணும் பெண்களும் உறங்குவதில்லை. மழையின்போது உறங்க முடியுமா என்ன? ஓட்டு வீடுகள் மழைச் சப்தத்தை பெருக்கின. ஈரம் காணாது நடுங்கிக் கொண்டிருந்த தெருச்சுவர்கள் மழையால் ஈர்ப்புக் கொண்டன. சரியாக நாலே நாள் பெய்த பின்பு மழை அடையாளம் மறைந்து ஊர் தன்வசப்படும். அந்த மழையும் கூட தாது வருடத்தில் வராது போனது.

இதுபோன்ற கோடை இரவுகளில் வீடுகளில் உறங்கும் ஆண்களை பெண்கள் வெறித்துக் கொண்டிருப்பார்கள். உறக்கத்தின் போது பிறக்கும் அழகு தனியே மிளிர்ந்து கொண்டிருக்க வீட்டுப் பெண்கள் சப்தம் செய்யாது விழித்திருப்பார்கள். எப்போதாவது அசந்து உறங்கிக் கொண்டிருக்கும் பெண்ணை பார்த்த ஆண் பயமும் துக்கமும் கொள்வது தவிர்க்க முடியாதது.

கோடைக்காலம் முடிவற்று போய்க்கொண்டேயிருந்தது. துர்சகுனங்களின் காற்று ஊரை சுற்றி வீசிக்கொண்டேயிருந்தது. புழுதியை வாரி இறைக்கும் காற்றால் வீட்டுக் கதவுகள் அரிபட்டன. எல்லோரும் சோகை கொண்டது போல இருந்தார்கள். தூக்கத்தில் நடப்பவர்கள்போல இயங்கிக் கொண்டிருந்தனர். தினமும் ஊரைச் சுற்றி நட்சத்திரங்கள் அறுந்து வீழ்வதைக் கண்டு ஆண்களும் பெண்களும் துயரடைந்தனர்.

அந்நாட்களில் தான் வனமாலைக்கு கனவு வந்தபடியிருந்தது. கனவுகளுக்கு பலன் சொல்லும் சுப்பையா பிள்ளையை கூட்டிக் கொண்டு ஊர் வந்து கொண்டிருந்தவர்கள் கூட தீவினையின் வளையங்கள் ஊரைப் பற்றிக்கொண்ட்தை தொலைவிலே கண்டனர். பசு ஒன்று கர்ப்பம் கலங்கி மஞ்சள் பாரித்த உடலும் சூரியனை வெறித்த கண்களுடனும் இறந்து கிடந்தது. சுப்பையா பிள்ளை ஊரில் நுழையும்போதே மரண வாடையை நுகர்ந்தபடியே வந்தார். பசுவின் மரணத்தால் பயங்கொண்ட சிறுமிகள் வீட்டின் உள் அடுக்குகளில் பதுங்கிக் கொண்டு பெருமூச்சு விடுவதும் முணுமுணுப்பதும் துல்லியமாகக் கேட்டது.

இப்போதும் தானியங்கள் மீதிருந்த வீடாக இருந்தது வனமாலையிடம் மட்டுமே. தெருவில் படிந்த கறுப்பின் ஊடே விளையாடிக் கொண்டிருந்தார்கள் சிறுவர்கள். இரட்டைப் பெண்களான பெரிய பாண்டியம்மாவும், சின்னப் பாண்டியம்மாவும் உடல் நலிவுற்று சோர்ந்து கிடந்தனர். மூத்தவள் சின்னப்பாண்டியம்மாளின் வற்றிய மார்புகளை

பார்த்தபடியே "நான் செத்துப் போக போறனடி உன்னைய விட்டுட்டு" என சப்தமிட்டுக் கொண்டிருந்தாள். சின்னவளுக்கு பேச்சுக் கொள்ளவில்லை. இருவருமே சூடான சோளக்கஞ்சிக்கு ஆசை கொண்டிருந்தனர். சின்னப்பாண்டியம்மாள் அக்காளிடம் தோன்றிய முகவிகாரங்களைக் கண்டு அஞ்சியபடியே உறங்கினாள்.

கவலை கண்டிருந்த சிறுவர்கள் சாணம் உலர்ந்த திண்ணையை விட்டு அகலாது தெரு பார்த்தபடி இருந்தனர். மரங்களை விட்டு காற்று பிரிந்து போயிருந்தது.

வனமாலையின் வீட்டிற்கு சுப்பையாபிள்ளை வந்தபோது மாலையாகியிருந்தது. ஊரை சுற்றிலுமான திறந்தவெளியில் இன்னமும் வெளிச்சம் அடங்கவேயில்லை. மாடி அறைகளில் அவர் நுழைந்து அவளைக் கண்டபோது அவள் முதுகு நீண்ட நாற்காலியைப் போட்டு ஜன்னலை வெறித்தபடியே உட்கார்ந்திருந்தாள். பருத்த அந்த உடலை பார்க்க அசூயையாக இருந்தது. தரையெங்கும் உலர்ந்து கிடந்த தாம்பூல சக்கைகளை வெறித்தபடியே அவர் சொன்னார்.

"இனிவரும் நாற்பது நாட்களுக்குள் இவ்வூர் அழிந்துவிடும். ஆடுகளைப் போல நாட்களும் செந்நிறம் கொண்டுவிடும்."

ஓலைப்பெட்டி நிறைய தானியமும் இரண்டு நாணயமும் வைத்து அவள் மரப்பலகையில் வைத்திருந்ததை எடுத்துக்கொண்டு வீடு விலகி ஊர் வழிவரும்போது மடத்தில் இருந்த பிச்சைக்காரர்கள் இருவரும் அவரை அன்றிரவு அங்கேயே தங்கச் செய்தனர்.

அன்றிரவு சுப்பையா பிள்ளையும் கனவு கண்டார். காது நீண்ட குதிரையொன்று குமிழ் பிடி கொண்ட கதவை தட்டிக் கொண்டேயிருந்தது. குதிரையின் உடல் நீண்டு தெருவெங்கும் வளைந்திருந்தது. இடைவிடாது தட்டுதலால் கதவு திறந்துகொள்ள குதிரை படியேறி உமிப்படுக்கையொன்றில் படுத்துக்கொண்டது. கனவின் கதியினின்று நழுவி விழிப்புற்ற சுப்பையாபிள்ளை எழுந்துகொண்டார். குதிரை தட்டிய கதவு யாருடைய வீடு எனப் புரிந்தது. பொழுது விடிந்ததும் அவர் வனமாலையின் வீட்டிற்குள் சென்றார்.

சிறுபடிக்கட்டுகள் கொண்ட மரக்கட்டிலில் அவள் மட்டுமே உடைகளற்று உறங்கிக் கொண்டிருந்தாள். வெயில் அவள் கால்விரல்களைத் தொட்டுக் கொண்டிருந்தது. சுப்பையா பிள்ளையின் காலடி சப்தத்தால் விழித்த அவள் எழுந்து கொள்ளமல் புரண்டபோது வீங்கிய ஸ்தனங்கள் சரிந்தன.

அவள் முகத்திற்கு எதிராக சுப்பையா பிள்ளை சொன்னார்.

இந்த முழுநிலவின் நாளுக்கு முன் உன்னை தேடி ஒருவன் வருவான், அவனே நீ சந்திக்கும் கடைசி ஆண்.

அவர் போன நாளின் மறுதினம் பகல் நீண்டு சென்று கொண்டேயிருந்தது. ஊற வைத்த தானியங்களை தின்றபடியே ஜன்னலின் அருகே உட்கார்ந்திருந்தாள் வனமாலை. தெருவில் சப்தத்தை கொட்டியபடியே மேய்ந்து கொண்டிருந்த கோழிகள், உணவாகிப் போனதால் நிசப்தம் மட்டுமே நிரம்பியிருந்தது.

மேலத்தெருவின் கடைசி வீட்டுப் பெண்கள் நால்வர் ஒன்றுகூடி தானியக்குதிரை கவிழ்த்தனர். தூசிகளும் கல்துகள்களும் நிரம்பிய தானியங்கள் கொஞ்சம் மீதமிருந்தன. வாசல் பக்கம் வந்து தானியத்தைப் புடைத்தனர். தானியங்களின் உரசல் சப்தம் கேட்டு கல்பொந்துகளிலும் கிணற்று உள்அடுக்குகளிலும் மறைந்திருந்த பறவைகள் விழிப்புற்று படைபடையாக கடைசி வீட்டு முன் இறங்கின. பறவைக் கூட்டத்தின் வரவால் அந்தப் பகல் துகள் துகளாகி சப்தங்களால் நிரம்பியது.

வீட்டின் முன் விழும் பறவைகள் மண்ணில் தலையை சிலுப்பி கல்துகளை கொத்துவதும், தானியத்திற்காக வாயைப் பிளப்பதையும் கண்டு, முறத்தை அப்படியே வைத்துவிட்டு அந்தபடியே அந்தப் பெண்கள் தானிய அறைகளுக்குள் ஓடியபோது பல பறவைகள் அலகில் தானியத்தோடு ஊரைப் பிரிந்து பறக்கத் துவங்கின. ஊர் மடத்தில் படுத்துக் கிடந்த இரண்டு பிச்சைக்காரர்களும் கூட இதைப் பார்த்தனர். பறவைகள் போனபிறகு வெளிறிய ஆகாசத்தை ஏறிட்டுப் பார்க்க ஊரில் எவருக்கும் மனம் துணியவில்லை.

தண்ணீர் அருகிப் போனதால் வனமாலையின் உடலில் கசகசப்பும் காளான் வாடையும் பெருகத் துவங்கியது. கண் இமைகள் ஒட்டிக்கொண்டு பார்வையை மறைத்தது. பெருமூச்சிட்டவாறே அவள் நாற்காலியில் பகல் எல்லாம் உட்கார்ந்திருந்தாள்.

ஊரின் கிழக்கே இருந்த வேதக்கோவில் காற்றால் அழிவுற்றது. உப்பின் வாடை படர்ந்த கோவில் கதவுகள் சக்கைகளாக பிரிவுண்டன. உலர் இலைகளும் நத்தைக் கூடுகளும் கோவிலில் நிறைந்தன. மரச்சிலுவையை அப்பிய நத்தைக் கூடுகளைக் கண்ட பாதிரியும் அவரது மணமாகாத மகளும் உலர் இலைகளுள் மண்டியிட்டு பிரார்த்தனை செய்தனர். பாதிரியின் மகளுக்கு

ஊரைவிட்டு பிரிந்துபோன ஸ்நேகிதிகளின் ஞாபகமும் கிணற்றில் உதிரும் பன்னீர் பூ மரம் அழிந்ததும் நாளும் நினைவில் வர புழுதிக் காற்றை சபித்தபடியே கண்ணீர் சிதற பிரார்த்தித்தாள். அவளது கண்ணீரின் சப்தம் வேதக் கோவிலில் சென்று பதுங்கிக் கொண்டது. பாதிரியின் வீட்டில் மட்டுமே உயிரோடிருந்த சேவல் ஒன்று இடைவிடாமல் பகலிலும் கூவி ஓய்ந்தது.

காலி வீடுகள் அதிகமாகிப் போனதால் ஆள்முகமறியா இருட்டு தெருவில் நிரம்பிற்று. மண்சட்டிகளில் வறுபடும் தானியங்களுடன் எறும்புகள் கருகும் வாடை ஊரில் சுழன்று கொண்டிருந்தது. எறும்பு புற்றிலிருந்த தானியம் தேடி கரிசல் வெளியை தோண்டி கலைந்தனர் ஆண்கள்.

நிலா வளர்ந்த நாட்களில் வனமாலையின் உடலில் வெடிப்புகள் துவங்கின. வேதனையாலும் இருட்டாலும் அவள் படுத்தே கிடந்தாள். ஜன்னி கண்டவள் போல பிதற்றினாள். ஊரின் தனிவெளியில் நின்றிருந்த மரத்தின் கிளைகளில் இறந்துபோன குழந்தைகள் தொங்கிக்கொண்டு அவளை அழைத்துச் சிரிப்பதாக கற்பனை கொண்டாள்.

வியாழன் அன்று ஊர் அறிந்திராத வெக்கை காற்று கிளம்பியது. வீட்டின் கூரைகள் பறந்து போயின. கோழிக் கூண்டுகள் வானளவு உயர்ந்து சுழன்றன. வைக்கோலை வாரி இறைத்தது காற்று. பெரிய பாண்டியம்மாள் இறந்து போனாள். பிணத்தின் பின்னே போன இரண்டு பிச்சைக்காரர்களும் ஊரே பயம்கொள்ளும்படி அழுதனர். அந்த நாளில் பல வருடத்தின் பின்பு மாடியிலிருந்து கீழே இறங்கிவந்து தெருவில் நடமாடினாள் வனமாலை.

நடப்பது வேதனை தருவதாகயிருந்தது. ஊரின் புறவெளி வரை நடந்து திரும்பியபோது பார்வை மங்கி எதுவும் புலப்படாமல் போனது அவளுக்கு. எப்பக்கம் வீடு உள்ளது என அறியாது காற்றில் எதையோ தேடுபவள் போல அலைவுற்றாள். பின் அந்த பிச்சைக்காரர்களே அவளை வீடு அழைத்து வந்தனர்.

அதன்பின்அவளுக்கு நாட்கள் மறந்து போயிற்று. முடிவற்ற ஒரேநாளில் தான் இருப்பதாகவே உணர்ந்தாள். பின் வீட்டின் மண் கலயம் ஒன்று உருண்டு உடைவதையும் யாருடைய காலடி சப்தமோ வீட்டில் அலைவதையும் ஒருமுறைக் கேட்டாள். அந்த சப்தம் ஆணின் காலடியாகவே இருந்தது. சுப்பையாபிள்ளை சொன்னதன் ஞாபகம் வந்தது.

காலடி சப்தம் மிக அருகில் வந்து அவள் முன் நின்றது. அவள் தலையைத் திருப்பினாள்.

"சாவிய எங்க வச்சிருக்கே"

அந்தக் குரல் மிக கடினமானதாக இருந்தது. என்றாலும் அதை அவள் விரும்பினாள். அது அவளுக்குள் வேட்கையை அதிகப்படுத்தியது. அவளது தலையணைக்குள் முரட்டு கையொன்று எதையோ தேடி அவளை புரட்டியது. அவள் மயிர்நிறைந்த அந்த புறங்கையை பற்றிக்கொண்டாள். பிசுபிசப்பான தன் உதட்டோடு அந்தக் கைகளை பதித்தபோது அந்த மனிதன் அசைவில்லாமல் நின்றான்.

"கட்டிலில் உட்கார்" — என்ற அவள் குரலுக்கும் அடிபனிந்தான். அவள் உஷ்ணமூச்சை அறிந்தபடியே கேட்டாள்.

"வெளியே இப்போது பகலா, இரவா"

"பகல் முடியப்போகிறது."

அவன் உள்ளங்கையிலிருந்து அவனுக்கு இருபது வயதுக்குள் தானிருக்கும் என அறிந்துகொண்டாள். அவன் உடல் கூழாங்கற்கள் போல இறுகி சில்லிட்டிருந்தது. நீண்ட நாட்களுக்குப் பின் தன் படுக்கையில் அமர்ந்திருக்கும் மனிதனின் தலைமயிரை அவள் விரல்கள் கோதின. சுருள் சுருளாக தலைமயிர். புரண்டு படுக்கையின் கீழ் இருந்த நாணயங்கள் சிலவற்றை எடுத்து அவன் உள்ளங்கைகளில் வைத்து கிசு கிசுக்கும் குரலில் சொன்னாள்.

"இன்றிரவு இங்கேயே இருந்துவிடு. எல்லா நாணயமும் உனக்கு உரிமையாகிவிடும்."

அவன் நாணயத்தை தன் பல்லால் கடித்துப் பார்த்துவிட்டு கைகளில் பொதித்துக் கொண்டான். அவனிடமிருந்து மறுப்பு வராததால் அவள் குரலை உயர்த்தி சொன்னாள்.

"நான் குளிக்க வேண்டும். எங்காவது போயி தண்ணீர் எடுத்து வாயேன்."

அவன் எழுந்து அறையைவிட்டு கிளம்பும் முன்அறை முகப்பில் இருந்த மர அலமாரிகளைத் திறந்தான். நூற்றுக்கணக்கான ஜோடி செருப்புகள் நிறமிழந்து வாய் பிளந்து சரிந்தன. அவன் தண்ணீர் தேடிச் சென்றான்.

அவன்திரும்பியபோது ஊரின்மீது பூரண நிலா மிதந்து கொண்டிருந்தது. வீடுகளை, தொழுவங்களை, அறுபட்ட

மரங்களை வசீகரமாக்கிக் கொண்டிருந்தது வெணணிறம். வீட்டின் பின் கதவுகளைத் திறந்தான். தண்ணீர் அலம்பும் சப்தம் கேட்டுவிடாமல் பானையை கீழே வைத்தான்.

மரப்படிக்கட்டுகள் வழியாக வனமாலையை அழைத்துக்கொண்டு வந்தான். அவள் எதோ ஒரு கனவின் பாதியிலிருந்து அறுபட்டு எழுந்து வந்தாள். துவை கல்லில் உட்காரச் செய்து தண்ணீர் ஊற்றினான். தண்ணீரின் சப்தம் கேட்டு உறங்கிக் கொண்டிருந்த குழந்தைகள் விழித்துக்கொண்டு நாக்கை சப்பியபடி கைகளால் எதையோ தேடி பிதற்றினர் பலவீடுகளிலும்.

ஈர உடலுடன் அவளை அறைக்கு கூட்டி வந்தான். நெடுநாட்களாக திறக்கப்படாத அந்த புட்டிகளை அவன் திறந்தான். அத்தரின் வாடை அறையை நிரப்பியது. காற்றின் வேகத்தில் ஊரெங்கும் பரவியது. நெசவாளியும் குழந்தைகள் அற்றவளுமான சௌந்தரவல்லி, இரவில் திடீரென பரவிய அத்தர்வாடை தாங்காது மயங்கி விழுந்தாள்.

ஆண்களை விலக்கிஉறங்கிக் கொண்டிருந்த பெண்களும் கூட இவ்வாடையால் நடுக்கமும் வேட்கையும் கொண்டு ஆண்உடல் புகுந்தனர். அவன் அறையிலிருந்த எல்லாப் பொருட்களையும் மூட்டை கட்டினான். சிறுவிளக்கு ஒன்று மட்டுமே அந்த அறையில் எரிந்து கொண்டிருந்தது. குருவியென தட்டளியும் விளக்கின் சுடரில் வனமாலையைப் பார்த்தான். அவள் உடல் திறந்து கிடந்தாள். விளக்குடன் நெருங்கி வரும்போது அவள் நிழல் சுவரேறி உயர்ந்து விட்டத்திற்கு வந்தது.

விடிவதற்குள் ஒரேயொருமுறை அவளை முத்தமிட்டான். கசப்பும் உப்பின் வாடையும் கொண்ட முத்தம் அது. நாற்பதாவது நட்சத்திரம் எரிந்து வீழ்ந்த காலையில் புறப்பட்டு ஊர்விட்டுப் போனான். ஊரை அடுத்தநாளும் அத்தரின் வாசனை சுற்றிக் கொண்டிருந்தது. மூன்றாவது நாள் அவள் வீட்டில் நுழைந்த பிச்சைக்காரர்கள், சிதறிய நாணயங்கள் மூன்றைக் கண்டெடுத்தனர். திறந்து கிடந்த படுக்கையறையில் வனமாலையின் ஸ்தனங்களில் நகங்களைப் பதித்தபடி நின்றிருந்த வெருகுபூனை ஆள்முகம் கண்டு தாவி ஓடியது. அவர்கள் அருகில் சென்று பார்த்தபோது வனமாலை இறந்து இரண்டு நாளாகிப் போயிருந்தது.

~

ஜல சதுரங்கம்

சாட்சி விசாரணைக்காக தென்காசி கோர்ட் வரை வந்துவிட்டு, அருவியில் குளிக்காமல் போனால் எப்படி எனத் தனக்குத்தானே கேட்டுக் கொண்ட போலீஸ் கான்ஸ்டபிள் குமாரசாமி, கடையில் போய் சாம்பிள் சோப்பும், அருவிக்கரை துண்டும் வாங்கிக் கொண்டு மலையை நோக்கி பயணித்தார். சாரல் காலமாதலால் எங்கும் தூவானமாயிருந்தது. வெயிலும் மழையும் பிணைந்த மதிய வேளையில் அருவியைக் கண்டபோது அது உருவிய வாள் போல வீழ்ந்து கொண்டிருந்தது. அருவியை பார்த்ததும் சிரிப்பு வந்தது. சிறுவர்களும், நனைய நடுங்கும் இளம்பெண்களும் அவரைக் கடந்தனர். கேஸ் கட்டு, தொப்பி, காக்கி உடைகளை களைந்து மலைப்பொந்தில் திணித்துவிட்டு கரிய தன் வயிற்றைத் தடவியபடி அருவிக்குள் போய் நின்றார். தண்ணீர் பட்டதும் உடம்பு ஒடுங்குகிறதோ எனத் தோணியது. நூற்றுக்கணக்கான வெள்ளை, மஞ்சள் துகள்களாக மிதந்து கொண்டிருந்தது வெயில். அருகில் நின்று குளித்துக் கொண்டிருந்தவரின் உதடு ஏதோ கடவுளின் பெயரை முணுமுணுத்தபடியிருந்தது. தன்னிடமிருந்த சாம்பிள் சோப்பை முகர்ந்துவிட்டு உடலெங்கும் தேய்த்தபடி அருவிக்குள் நகர்ந்தார். ஒரு வினாடி கையிலிருந்த சோப்பு நழுவி பாறைகளின் ஊடே வீழ்ந்து மறைந்தது. குனிந்து சோப்பைத் தேடினார். அருவியின் பின்புறமாக சுழித்தோடும் நீர் வழி எதிலோ சோப்பு நீந்திக் கொண்டிருக்க வேண்டும் என மிதந்த சோப்புக்

குமிழ்கள் கூறின. நடந்து அருவியின் பின்புறமாகச் சென்றார். வெற்றிடமும் பாசியேறிய பாறைகளும் நத்தைகளும் தெரிந்தன. சோப்பு நுரைகள் மிதந்து அலைகின்றன. பாறை பிளவுகளுக்குள் பாதையொன்று நீண்டு வளைவு கொண்டது. அதிலிருந்து தண்ணீர் தனது பல் ஆயிரம் கால்களால் வெகுவேகமாக ஊர்ந்து வெளியே சென்று கொண்டிருந்தது. சோப்பின் தடம் தெரியவில்லை. உள்ளே நடந்து கொண்டிருந்தார். குகைபோல வழி குறுகி தலை இடித்தது. நடந்து திரும்பியதும் எதிர்பாராத வெற்று வெளியொன்றும் அதன் நடுவே வட்டக்குளம் போல் நீர் தேங்கிய அமைப்பும் தெரிந்தது. அருகில் சென்று பார்த்தபோது அவரது சோப்பு குளத்தின் நடுவில் மிதந்து கொண்டிருந்தது. எடுப்பதற்காக குனிந்தபோது அவர் முகம் பரப்பில் பிரதிபலித்தது. சுயஅழகின் லயிப்பில் நிமிடம் கழிந்து விடுபட, சோப்பு எப்படி மூழ்காமல் குளத்தின் நடுவில் மிதக்கிறது என புரியாது யோசித்தார். திரும்பவும் குனிந்தபோது சலனமில்லாத அந்த பரப்பைக் கண்டார். அது தண்ணீர்தானா இல்லை கண்ணாடியா? பார்க்க பார்க்க கண்ணாடியாகவே தோன்றியது. எப்படி இது சாததயம? இததனை பொய கணணாடிகூட உலகில் இருககு முடியுமா? இங்கே எப்படி வந்திருக்கும். யோசனை தப்பிதப்பி மாறியது. ஒரு சிறு கல்லை தேடி எடுத்து சோப்பு இருந்த இடத்தருகே எறிந்தார். அக் கல் 'குபுக்' என்ற சப்தத்துடன் குளத்தில் மூழ்கி அலையொன்றை குமிழிடச் செய்தது. கண்ணாடியில்லையா? தண்ணீர்தான் உறைந்துவிட்டதா? குழப்பம் பற்றிக்கொள்ள, மறுகல்லை எடுத்து மீண்டும் குளத்தின் வேறு இடத்தை நோக்கி எறிந்தார். அது மூழ்கவில்லை. சில்லென உடையும் சப்தம் உண்டாக்கிமேற்பரப்பில் மிதந்தது கல். குழப்பம் தீவிரமாக நாலைந்து கற்களை எடுத்து ஒருசேர எறிந்தார். மூழ்கவும் மிதக்கவும் செய்தன ஓரிரு கற்கள். திகைப்பின் கொடி சுற்றிய முகத்துடன் இது தண்ணீரா? கண்ணாடியா? என அறியாது நின்றார். எதுவாகவும் இருக்கட்டும் நம் சோப்பை எப்படி எடுப்பது என கவனம் திருப்பினார். மனம் விடுபட மறுத்தது. அந்த வட்டப் பரப்பிலே நின்றது. ஒருவேளை கண்ணாடியும் தண்ணீரும் பாளம்பாளமாக சேர்ந்து உருவான நீர்த்தளமோ குளத்தினை சுற்றிவந்தார். அவர் பார்த்துக்கொண்டிருக்கும் போது தவளைக் குஞ்சு ஒன்று கல் மறைவினின்று தாவி பரப்பில் பிரதிபலித்தது. அலையெழுப்பி சோப்பு அருகே போய் நின்றது. இருநிலை கொண்ட பரப்பு இது என அவராகவே முடிவு கொண்டார். இனி இதில் எப்படி

நடந்து போய் சோப்பை எடுப்பதாம், கண்ணாடி வழியே சரியாக காலடி வைத்துப் போனால் எடுத்துவிட முடியாதா சோப்பை. யோசனையின்றி குளப்பரப்பில் முதல் காலடி எடுத்துவைத்தார். பாதம் பிரதிபலிப்பு கொண்டது. கால் ஊன்றி நின்றபோது மூழ்கவில்லை. அடுத்த அடி எப்பக்கம் வைப்பது என அறியாது மறுகாலால் இடம் தேடினார். பாதம் படும் இடமெல்லாம் நீர்ஸ்பரிசம் அறிய முடிந்தது. தவளைக் குஞ்சு அவரைப் பார்த்தபடியேயிருந்தது. கண்ணை மூடியபடி காலை ஒரு இடத்தில் வைத்தார். அது கண்ணாடி பரப்பு: அதில் ஒரு காலை ஊன்றும்போது முந்தின கால் ஊன்றிய கண்ணாடிப் பரப்பு நீராகி ததும்பியது. அவசரமாக காலை உருவிக் கொண்டார். இப்படியாக மூன்று அடிகள் நடந்துவிட்டார். இன்னும் சில காலடிகளே மீதமிருந்தன, சோப்பை எடுக்க. எதற்கோ திடீரென திரும்பிவிடலாமா என மருட்சி தோன்றியது. இது கண்ணாடியும் தண்ணீரும் இணைந்துருவான ஜலசதுரங்கம். தான் தவறாக அடி வைத்துவிட்டால் மீளமுடியாது என மனம் சொன்னது. அடுத்த அடியை முன்வைக்க கால் தொட்ட இடத்தில் விரல்கள் பிரதிபலித்தன. குதி தண்ணீரை உணர்ந்தது. குழப்பத்தின் புகை சுழலநிலை தடுமாறி வீழ்ந்தார். மங்கிய சுழற்சியை அறிந்தார். உணர்வு கொண்டபோது குளம் இப்போது உருண்டையான கண்ணாடி கோளம் போலாகி, அதனுள் அவர் வீழ்ந்து கிடப்பது தெரிந்தது. எழுந்து நின்றார். சோப்பு இப்போது கோளத்தின் வெளிப்புறப் பரப்பில் இருந்தது.

உருண்டையான சதுரங்கப் பலகையின் உள்புறம் அலையும் அவரை இப்போதும் தவளைக் குஞ்சு வெளியிலிருந்து பார்த்துக் கொண்டிருந்தது. இப்படியும் அப்படியுமாக உள்ளே நடந்தார். இதிலிருந்து எப்படி வெளியேறுவதாம். மனமயக்கம் தீராமலிருந்தது. வட்டம் மெல்ல சுருங்குகிறதோ எனத் தோன்றியது. இந்த கோளம் மெல்ல சுருங்கி சுருங்கி புள்ளி போலாகிவிட்டால் நானும் சுருங்கி தண்ணீர் துளியாகி விடுவேனா. கோபமாகி கோளத்தினை பலமாகக் குத்தினார் கையால், அசைவில்லை. கோளத்தில் எதோ அசைவு தெரிந்தது. நகர்கிறதா வெளியேயிருந்த தவளைக்குஞ்சு தாவியது. நகர்வு கொண்டது கோளம். இவ் விளையாட்டின் மீது ருசிகொண்ட தவளை உற்சாகமாகியது. கோளம் எதன் மீதாவது மோதினால் என்னவாகும். பயம் கோபம் அவரிடம் அலைவீசத் துவங்கின. தவளையின் நாட்டியத்தில் வேகம் கதி கொண்டது. அசைவு கொண்ட கோளம் எதனை நோக்கியோ நகர்ந்து சென்று

மோதியது. புலனறியவில்லை. கண்விழித்தபோது தான் குளித்துக் கொண்டிருந்த இடத்தை விட்டுத் தள்ளி நின்றிருந்தார். உதட்டில் கடவுள் நாமம் முணுமுணுக்கும் நபர் இன்னமும் குளித்துக் கொண்டுதானிருந்தார். இது நிஜம்தானா? மாயப்பரப்பில் தான் இயங்கியதுவாஸ்தவமா, புரியவில்லை. சுற்றிலும் பார்த்தார். அவர் காலடியிலிருந்து தவளைக்குஞ்சு ஒன்று மிரட்சியுடன்தாவி பாறையேறியது. வியப்பில் அருவிக்கரை வந்து நின்றபோது, குரங்கு ஒன்று அவரது காக்கி உடைகளை கலைத்தபடி அருவியைப் பார்த்துக் கொண்டிருந்தது. விரட்ட மனமற்றவராய் குரங்கைப் பார்த்து சிரித்து வைத்தார் கான்ஸ்டபிள் குமாரசாமி.

~

கடற்கரை ரயில் நிலையம்

கடைசிக் குருவியும் பறந்த பிறகு நாங்கள் கடற்கரைக்கு வந்து சேர்ந்தோம். இனி பறவைகள் வரப்போவதில்லை. தணிந்த கடலின் மீது ஈர்ப்பு கொள்ளாது மணலை வெறித்தபடியேயிருந்தோம். விளையாடும் பிள்ளைகளின் கூட்டம் கலைந்துபோன பின்பும் அலைச்சலுற்ற சுவடுகள் மிஞ் சித் தெரிகின்றன. சாலையைப் பார்த்து திரும்பி உட்கார்ந்து கொண்டோம். என் பின்புலத்தில் வரம்பற்ற கடல் அலையடித்துக் கொண்டிருந்தது. இயக்கம் ததும்பிய சாலையில் உருவங்கள் கடந்து கொண்டேயிருந்தன. எஞ்சிய சிலர் இப்போதுதான் கடற்கரைக்குள் வரத் துவங்கியிருக்கிறார்கள். குதிரைகளும் திரும்பிவிட்ட பொழுதில் வீடு திரும்பும் பெண்களின் நடையில் லேசான மிதப்பும் காற்றின் கதியால் கொண்ட அலுப்பும் படர்கிறது. நடக்கிறார்கள். எங்களில் எவரும் பேசத் துவங்கவில்லை. பேச்சிற்கு முந்திய மௌனம் மட்டுமே மெல்ல சுருண்டு இதழிதழாய் படிந்து கொண்டிருந்தது. சிறுமிகளும் பறவைகளும் வெளியேறிய கடற்கரை தன் குணாம்சத்தையே மாற்றிவிடுவதை மூவரும் உணர்ந்து கொண்டோம். தொலைதூர சர்க்கிள் கடிகார முள் மெல்லிய கறுப்புக் கோடாய் நகர்கிறது. நின்று கொண்டிருந்த வாகினங்கள் கலைந்துவிட்டன. தவறிவிடப்பட்ட பூ ஒன்று காற்றில் பறந்து எங்கள் முன் ஆடி ஆடி ததும்பி மணலில் சரிந்தது. இது உருவாக்கிய வார்த்தையொன்று மூவர் மனதிலும்

சுரந்து வெளிப்படும் முன்பு அடங்கியது. ஒருவரையொருவர் பார்த்துக் கொண்டோம். நான் மற்றவற்றிலிருந்து கவனம் கொள்ளாது என்னிடமிருந்த புஸ்தகத்தை பிரித்துக் கொண்டேன். நாற்பத்திமூன்றாம் பக்கத்தில் துறவிக்கு வரும் காதல் கடிதத்தை திரும்பவும் வாசிக்கத் துவங்கினேன். கடல் பற்றிய நினைவு மெல்ல அழியத் துவங்கி மூவரும் பின்புலமற்ற வெற்றிட பரப்பில் இருப்பதாகவே உணர்ந்தோம். வேணுவும் சிவசுவும் எழுந்து கொண்டு சிறிது தூரம் நடந்து போனார்கள். அவர்கள் போன பின்பு நான் புஸ்தகத்தை மூடிவிட்டு சாலையைப் பார்த்தபடியிருந்தேன். வழக்கத்தைவிட வேகம் குறைவாக சென்றன வாகனங்கள். நீண்டு ஒளிசரியும் ரோட்டில் சிலிர்ப்பு பரவுகிறது. வாகனங்கள் வராத நீண்ட கணமொன்றில் நான் சாலையைவிட்டு புறமிருந்த வில்லியம் சிலையை நோக்கியிருந்தேன். குதிரையின் கனத்த புஜங்கள் மட்டுமே தெரிகின்றன. அவர்கள் பேசிக்கொண்டு வரத் துவங்கிவிட்டார்கள். தங்களைப் பற்றியேதான் பேச்சு. கடற்கரையில் மூவரும் நடக்கத் துவங்கினோம். உடைந்த படகுகளின் வெளியில் பேச்சு காற்றில் சட்டென மறைந்துவிடுகிறது. சமயங்களில் அது நீளவும் செய்கிறது. ஊருக்குச் சென்றுவிட்ட மனைவியைப் பற்றி பேசிக் கொண்டு வந்த வேணு திடீரென பேச்சை நிறுத்திக் கொண்டான். அவரவர் மனைவி பற்றிய சிந்தனையில் சில நிமிடங்கள் பேசாமல் நடந்து கொண்டிருந்தோம். பெரிய அலையில் சில நிமிடங்கள் பேசாமல் நடந்து கொண்டிருந்தோம். பெரிய அலையொன்று தோன்றி உயர்ந்து சிதறியது. பாறைகள் இல்லாத கடற்கரையில் அலைச் சப்தம் அதிகமிருப்பதல்லை. என் மனைவியைப் பற்றி எதையோ நான் நினைத்துக் கொள்ளும்படியாயிற்று. அவளை கடற்கரைக்குக் கூட்டி வந்தால் கடல் அலைகளின் தெறிப்பைப் பற்றி எதையாவது சொல்வாள். சமயங்களில் அவளும் எதையும் பேசாது மணலில் கோலம் போட்டபடியே, கால்களை குவியவைத்து விரலில் மணலை பரப்பியப்டியேயிருப்பாள். கடற்கரையின் ஈர சிப்பிகளை வீட்டின் சமையற் கட்டுவரை சமயங்களில் கொண்டு வருவாள். வேணு சிகரெட் பற்ற வைத்துக் கொண்டான். அவன் மனைவியை ஊருக்கு அனுப்பிவிட்டதை பற்றி நேற்றிரவே என்னுடன் வந்து பேசிவிட்டான். இரவில் இருவரும் மாடியில் தனித்திருந்தோம். அவன் இரண்டு பாட்டில்கள் ஐஸ் வாட்டர், பிரிட்ஜிலிருந்து எடுத்துக் கொண்டு வந்து மாடியில் உட்கார்ந்து கொண்டான். அவன் மனைவியின் பெயரை அடிக்கடி சொல்வதில் அவனுக்குப் புதிரைப்போல சின்ன வசீகரமிருந்தது. நாற்காலியில் சாய்ந்படி

அவன் சுலபமாக சொல்லி முடித்துவிட்டான். என் மனைவியும் கேட்டுக் கொண்டிருந்தாள். நாங்கள் நெடுநேரம் மாடியில் பேசாது உட்கார்ந்திருந்தோம். அவன்தண்ணீர்பாட்டில்களை தீர்த்த பின்பு சிகரெட் பற்ற வைத்துக்கொண்டான். என் மனைவி கீழ் இறங்கிப் போய்விட்டாள். நானும் புகைக்கத் துவங்கினேன். அவனும் நானும் பேசவேண்டியதில்லை என அவன் அறிந்தேயிருந்தான். அவள் திரும்பவும் மேலேறி வந்து படுக்கையினைப் போட்டாள். மூவரும் மாடியின் விஸ்தாரமான பரப்பில் தனித்தனியாக பாயைப் போட்டு படுத்தபடி வானத்தைப் பார்த்தபடியிருந்தோம். எங்கள் இருவரையும் பார்க்காது என் மனைவி வெளிச்சம் வருமிடம் பார்த்து படுத்து எதையோ படித்துக் கொண்டிருந்தாள். யாரும் பேசாத நிமிடம் சட்டென உடைய, வேணு படுக்கையிலிருந்து எழுந்து கீழே நிறுத்தி வைத்திருந்த அவனுடைய ஸ்கூட்டரை எடுத்துக்கொண்டு அவன் வீட்டிற்குப் போய்விட்டான். படுக்கை அப்படியே கிடந்தது. காலி தண்ணீர் பாட்டில்கள் இருந்தன. என் மனைவி வெகு சாவகாசமாக எழுந்து கீழே இறங்கிப் போய் தண்ணீர் எடுத்துக்கொண்டு வந்து வைத்துவிட்டு பாயை என்அருகில் போட்டபடியே என் தலையணைக்கு வந்துவிட்டாள். தலையணையடிலிருந்த சிகரெட் பாக்கெட்டை எடுத்துப் பற்றவைத்துக் கொண்டேன். சுழலும் புகையை இருவரும் பார்த்தபடியிருந்தோம். வேணு போய்விட்டான். மாடியின் விசாலம் இருவருக்கும் மட்டுமேயானசின்ன வெளிபோல சுருங்கிவிட்டது. அவள் வேணுயிருந்த இடத்தை ஒருமுறை பார்த்துக் கொண்டாள். மிக மெதுவாக அவள் முகத்தைப் பற்றி முத்தமிட்டேன். நான்கு முத்தங்கள். அவள் திடீரென மாடியின் விசாலத்தை அறிந்து கொண்டவள்போல் வெறித்தாள். பெரும் வெட்ட வெளியொன்று அகன்று திறந்துகிடப்பதை உணர்ந்தவளாக கண்களை தாழ்த்திக் கொண்டு ஆகாசத்தைப் பார்க்காமலிருக்க முயன்றாள். உதட்டில் படிந்த சிறிய பல் அமுங்க என் வலக் கரத்தை எடுத்துக்கொண்டாள். காற்று மெல்ல பரவத் துவங்கியது. இருவரும் எதுவும் பேசாது காற்றின் சிறு சப்தத்தை கேட்டபடியிருந்தோம். பின் இருவரும் வெவ்வேறு நட்சத்திரங்களை பார்க்க திரும்பிவிட்டோம்.

கடற்கரையை விட்டு வெளியேறியிருந்தோம். அவர்கள் பேசிக்கொண்டே வந்திருக்கக்கூடும்.

“எதை யோசித்துக்கொண்டு வருகிறாய்?” வாகனங்கள் வராத மேற்கு சாலையினை கடந்து கீழ் இறங்கும் தெருவினுள் நடந்து

கொண்டிருந்தோம். "நேற்றிரவைப் பற்றி" என்றேன். வேணு சிரித்துக் கொண்டான். நானும் வேணுவும் பேசிக்கொண்டு வரும்போது சிவசு தெருவினை வேடிக்கை பார்த்தபடியே வந்தான். அவன் ரோட்டில் போகும் ஆட்களைப் பற்றியே கவனம் கொள்ளக் கூடியவன். எங்களை விட்டு முன்னால் நடந்து போய்க்கொண்டிருந்த நடுத்தர வயதுப் பெண் ஒருத்திக்கு சமமாக, கூடவே சிவசுவும் நடந்து கொண்டிருந்தான். கடற்கரைக்குப் போய் திரும்பும் ஜோடி போல அவர்கள் முன்னால் போய்க் கொண்டிருந்தார்கள். சிவசும் தன்னை அந்தப் பாத்திரத்தில் பொருத்திக் கொண்டான். அந்தப் பெண் அடிக்கடி அவனைப் பார்த்துக் கொண்டாள். எதிரேவரும் சைக்கிள்காரன்கூட அவர்களைப் பிரிக்காது விலகியே வருகிறான். தெருவின் திருப்பத்தில் அவள் பிரிந்து போகும்போது சிவசு அவளைவிட்டு பிரிந்து கொண்டான். துக்கம் சிறு இலையாக உதிர்ந்து கிடந்தது.

வேணு தன் மனைவியைப் பற்றி திரும்பவும் பேசத் துவங்கினான். அவளுக்கு இரவில் தூக்கம் வருவதில்லை. எதையாவது படித்துக் கொண்டிருக்கிறாள் என்றான். எங்களைக் கடந்து சென்று கொண்டிருந்த பலூன் வியாபாரியை பார்த்ததும், நாங்கள் பேச்சை நிறுத்திக் கொண்டோம். சிவசு எங்களுடன் சேர்ந்து கொண்டான். மதார் சாகிப் தெரு வழியாக நடக்கத் துவங்கினோம்.

குறுகலான வீடுகளும், வெளியே உறங்கும் மனிதர்களும் வரிசையாக நிறுத்தப்பட்ட சைக்கிள்களும், இரவுக் கடைகளும், தெருவிளக்கு ஒளியும் தெருவினை விநோதமாக்கிக் கொண்டிருந்தது. மாட்டிறைச்சியின் மணம் தெருவில் நிரம்பியிருந்தது. முக்காடிட்ட பெண்கள் கடக்கிறார்கள். வேணு, நான், சிவசு மூவரும் தனியாக நடக்கிறோம். எவரும் எவரையும் தெரியாத மூவர்போல பிரிந்து நடந்து கொண்டிருந்தோம். ரோட்டோர கடையின் பழைய மாத இதழ்களை குனிந்து வேணு புரட்டிக்கொண்டிருந்தான். கறுப்பு வெள்ளையில் நடிகை புகைப்படங்கள். சிவசு தெருவைக் கடந்து விட்டான். நான் அத்தர் கடையின் முன்பு நின்று கொண்டேன். மரணத்தை நினைவுப்படுத்தும் சுகந்தம் அங்கே கசிந்து கொண்டிருந்தது. தனியாக இளம் பெண் ஒருத்தி பூமாலையை அடுக்கிக் கொண்டிருந்தாள். வேணு என்னுடன் சேர்ந்து கொண்டான். வாசற்படியில் உட்கார்ந்து பேசிக் கொண்டிருக்கும் பெண்கள், எங்களை பார்த்துக் கொண்டும் பேசியபடியுமிருந்தார்கள்.

நீண்ட மைதானம் போலிருந்த மன்னர்கால குதிரைலாயம் நுழைவாசல் பக்கம் வந்துவிட்டோம். வெளியே பூட்டியிருந்தார்கள். சிவசு வேணுவின் அருகாமைக்கு வந்துவிட்டான். மூவருமே பேசிக் கொண்டோம். மிகப் பொதுவான தெருவைப் பற்றிய பேச்சாகக்கூட அது அமைந்தது. அதை அப்பாவைப் பற்றியதாக சிவசு மாற்றிவிட்டான். அப்பாவை பற்றி பேசத் துவங்கினோம். சிவசு அப்பாவைப் பற்றிப் பேசுவதை கடந்த சில வருடமாக இயல்பாக கொண்டிருக்கிறான். அப்பாவைப் பற்றிப் பேசுவதன் மூலம் மட்டுமே தன்னைப் பற்றிப் பேசமுடியுமென சிவசு நினைக்கிறான். அதையும் பேசியபடியே நாங்கள் நடந்து காலனி முதல் வளைவிற்குள் வந்துவிட்டோம். ஒன்றிரண்டு சைக்கிள்காரர்கள் நின்றுபேசிக் கொண்டிருந்தார்கள். சிறிய பாலம் போன்ற மேடையின் வலப்பக்கத்தில் நாலைந்து ஸ்கூல் பையன்களின் தோற்றம் கொண்டவர்கள் இருட்டில் உட்கார்ந்திருந்தார்கள். இடப்பக்கம் நாங்கள் உட்கார்ந்து கொண்டோம். அந்தப் பையன்கள் கால்களுக்கிடையிலிருந்த பீர் பாட்டில்களை திறந்து குடிக்கத் துவங்கியிருந்தார்கள். மெல்லிய போதையின் ஸ்பரிசம் முன்பே குரல் தாழ்ந்து ரகசியம் போல சிரித்துக்கொள்ளத் துவங்கினார்கள். வேணு அவர்களையே பார்த்தபடியிருந்தான். பீர் பாட்டில்கள் மாறிக் கொண்டேயிருந்தன. அந்தப் பையன்கள் மீது வேணுவுக்கு கோபமும் அர்த்தமற்ற வெறுப்பும் நிரம்பியது. அவன் திட்டியபடியே நடக்கத் துவங்கிவிட்டான்.

நாங்களும் கிளம்பிய பின்பு அந்தப் பையன்கள் ரோட்டில் பீர் பாட்டில்களை உருட்டி விளையாடிக் கொண்டிருந்தனர். முதல் வளைவின் முனை சரிந்து காலனிகளின் உட்புறமாக மடிந்தது. எனக்கு பசிக்கத் துவங்கியது. இரும்பு கிராதியிட்ட வீடுகளைக் கடந்து நடந்து கொண்டிருந்தோம். வேணு தன் மனைவியை எதற்கோ திட்டியபடி தனியே நடந்தான். பதிமூணாவது தெரு முனையில் பெட்ரோமாக்ஸ் வைத்த கடை தெரிந்தது. வேணு சிகரெட் பாக்கெட்டை நசுக்கி எறிந்தான். கடையில் பச்சை வாழைப் பழங்கள் ஒளியில் வெறித்தன. மூவருமே இதுவரையறியாத புதிய பொருளை பார்ப்பதுபோல பல நிமிடங்கள் அந்த பழங்களைப் பார்த்தபடியிருந்தோம். அதன் வடிவம், நிறம் எல்லாமே அசாதாரண நிலையில் தோன்றியது. சாப்பிட்டு முடித்த வாழைப் பழத்தோலை கவனமாகக் கூடையில் வாங்கிக்கொண்டான் கடைக்காரன். சிகரெட் பாக்கெட் வாங்கிக்கொண்டோம். பிளாஸ்டிக் கேனிலிருந்து தண்ணீரை அவன் சரித்து எங்களுக்குக் குடிக்கக்

கொடுத்தான். வேணு கடையில் தொங்ககிய மாலைப் பேப்பரை பிரித்து படித்தபடியே சிகரெட் பற்ற வைத்தான். டென்னிஸ் விளையாட்டில் தோற்றுப்போன சீன, அமெரிக்கனின் முகம் தெரிந்தது. துப்பாக்கியால் டீச்சரை சுட்டு வீழ்த்திய சிறுவனைப் பற்றிய செய்தி படங்கள் பக்கத்தை நிறைத்தன.

அக்காலனியின் கடைசி தெருவிற்கும் வந்துவிட்டோம். இனி பிரிவது தனி சாலைதான். நகரம் எங்கள் பின்புறத்தில் சரிந்து கிடந்தது. வேணு தன் கற்பனையிலிருந்த துப்பாக்கியை இயக்கி உடன் வந்த சிவசுவை சுடத் துவங்கினான். இருவருக்குமான விளையாட்டு துவங்கியது. தப்பி ஓடும் உளவாளியைப் போல பாவனை கொண்டபடி சிவசு ஓடத் துவங்கினான். பொய் துப்பாக்கியின் வேட்டை தொடர இருவரும் ஓடுவதும் சுடுவதுமாக ஆள் அற்ற தெருவில் போய்க் கொண்டிருந்தார்கள். நான் மட்டுமே திரும்பி பார்க்கத் துவங்கினேன்.

நகரம் முற்றாக மாறிவிட்டது. எந்தப் புள்ளியில் என் வீடு இருக்கிறது என அடையாளம் கொள்ள முடியவில்லை. வரிசை வரிசையாக சுவர்கள் மட்டுமே தெரிகின்றன. நகரம் வீழ்ந்த பாதைகளின் தொகுப்பாயிருந்தது. மாபெரும் கடலின் சுவடேயில்லை. இப்போது நகரில் கடல் இல்லை. மணல் வெளி பரந்த கடற்கரையுமில்லை. குறுக்கிட்டு பாவிய கட்டிட விளிம்புகள் மட்டுமே நகரமாகின்றது. நகரின் தென் மூலையில் வரும் பயணி எவனுக்கும் கடற்கரை நகரில் இல்லைதான். ரயில் ஒன்று வேகம் குறையாது நகரின் இடைவெளிப் பாதைகள் வழியாகப் போய்க் கொண்டிருந்தது. ஒரு நகரத்தை யாராலும் பார்க்க முடியாது என்பதாக உணர்ந்தேன். எண்ணற்ற கிளைவழிகளின் தொகுப்பின் மையமே நகரம் போலும். வீட்டிலிருந்த என் மனைவி, ஊரிலில்லாத வேணுவின் மனைவி எதுவும் இந்த கணத்தில் இல்லை.

நகரை பார்த்தபடி பின் திரும்பியபடியே நடக்கத் துவங்கினேன். என் புலத்தில் துப்பாக்கியால் சுட்டு விளையாடும் இரண்டு சிறுவர்கள் வரக்கூடும். என் அடுத்த அடியின் பின்புறத்தில் நகரம் விலகிக் கொள்கிறது. மிக மெதுவாகவே நடந்தேன். என்னைக் கடந்து போகின்றன பனை மரங்கள். பொருட்களை விட்டு பின் போய்க்கொண்டிருந்தேன். வேணும், சிவசும் ரோட்டில் படுத்துக்கிடந்தார்கள். இருவருமே சுடப்பட்டிருக்கக்கூடும். என்னைப் பார்த்தபடியே படுத்துக்கிடந்தனர். கடக்கும் என் கைகளைப் பற்றி இழுத்து தரையில் கிடத்தினர். மூவருமே

ரோட்டில் படுத்துக் கொண்டோம். நெடுநேரம் நாங்கள் பேசிக் கொண்டிருந்தோம். பேச்சு சுழன்று எங்களின் வராத கனவினைப் பற்றியதாக சுருண்டு கொண்டது.

விடியும் தருவாயில் நாங்கள் எழுந்து கொண்டோம். இது எந்த ஊரின் வழி எனத் தெரியவில்லை. பாதையை விட்டு விலகி பரந்த பரப்பில் நடந்தோம். வயல்கள் நிரம்பிய வெளி தொடர்ந்தது. இன்னமும் சில நட்சத்திரங்கள் இருந்தன. மேடேறி கீழ் இறங்கியதும் ஏரி தெரிந்தது. சலனமேயில்லாத ஏரி தண்ணீரை விலக்கி நிலா போய்க்கொண்டிருந்தது. எங்கள் ஆடைகளை களைந்துவிட்டு தண்ணீரில் ஓடி வீழ்ந்தோம். இரவு கொஞ்சம் மிஞ்சியிருந்தது. ஏரியில் சிறு அலைகளை உருவாக்கினோம். ஏரியின் நீர்தேவதைகள் விழித்துக்கொண்டு வரக்கூடும் என வேணு சப்தமிட்டான். ஒரு நீர்தேவதையை காண எங்களுக்கு ஆசை பெருகியது. நீரில் மிதந்தோம். நீரும் ஆகாசமும் தவிர்த்து எதுவும் இப்போதில்லை. சிவசு ஏரியின் வலக்கரையை காட்டினான். ஆடடுக்குட்டியொன்று மேய்ந்து கொண்டிருந்தது. புல்லில் பதுங்கிய இரவை மேய்ந்த ஆடு தன் கொம்புகளால் பகலை கொண்டு வந்து கொண்டிருந்தது. நாங்கள் நீரிலிருந்தபடியே ஆட்டுக்குட்டியைப் பார்த்துக் கொண்டிருந்தோம்.

முதல் பஸ் கடந்த பின்பு நாங்கள் அவசரமாக கிளம்பி நகரை நோக்கி நடக்கத் துவங்கினோம். அலுவலக ஞாபகம் எங்களைப் பற்றிக்கொண்டது. முறிப்பள்ளம் வழியாக வரும்போது கூரை வீடுகள் தென்படத் துவங்கின. கூரை வீட்டுத் தெரு உள்ளே கடந்து போகும்போது இரண்டு பெண்களின் கனத்த குரலும் அழுகையொலியும் கேட்கத் துவங்கின. “அய்யா! எங்களை விட்டுட்டு இப்பிடிப் போயிற பாத்தீகளே அய்யா. உங்களைவிட்டா எங்களுக்கு யாருய்யா இருக்கா?” அந்தப் பெண்களின் அழுகையொலி நீண்டு வேதனையைப் பெருக்கியது. வாசலில் கிடந்த உரலில் நடுத்தர வயது ஆள் ஒருவன் தலையை கவிழ்த்து உட்கார்ந்து கொண்டிருந்தான். அவன் கால்களைப் பற்றியபடி இரண்டு வயசுப் பெண்கள் அழுது கொண்டிருந்தனர். நாங்கள் பார்த்தபடியே நின்றோம். வீட்டின் மஞ்சள் ஒளியில் உத்திரத்திலிருந்து வேட்டியொன்று சுருக்கிடப்பட்டு காற்றில் ஆடியபடியே தொங்கிக் கொண்டிருந்தது. உரலில் உட்கார்ந்திருந்தவன் விசும்பும் பெண்களை நிமிர்ந்து பார்க்கவில்லை. அந்தப் பெண்களிருவரும் உத்திரத்தைப் பார்ப்பதும் குரலெடுத்து அழுவதுமாயிருந்தார்கள். உரலிலிருந்து

அவன் எழும்போது சின்னவள் ஓடிவந்து காலைக் கட்டிக்கொண்டு "எங்களை விட்டுட்டு போகாதீங்கய்யா" என சப்தமிட்டாள். படலுக்கு வெளியே நின்ற எங்களைப் பார்த்ததும் அவன் அருகில் வந்து தீப்பெட்டி கேட்டான். பீடியை பற்றவைத்துக்கொண்டு தெருவில் அவன் போன பின்பு நிசப்தம் திரும்பியது. ஓடுகள் வேய்ந்த ரயில்வே ஸ்டேஷனுக்குள் நாங்கள் போனபோது காகங்கள் கரைந்து கொண்டிருந்தன. அசதியும் தூக்கமின்மையும் அழுத்த, ரயில் பாதையைப் பார்த்தபடியிருந்தோம். திட்டு திட்டாய் பவுடர் படிந்த முகத்துடன் கையில் கூடையுடன் அழுது முடித்திருந்த சின்னவள், இரும்பு கிராதி மீது சாய்ந்து நின்றிருந்தாள். நாங்கள் நால்வரும் நகரத்திற்கு திரும்பக் காத்திருந்தோம்.

~

பாதம்

என்றைக்கும்போல் சென்ட்ரல் தியேட்டர் வாசலில் உட்கார்ந்திருந்தான் செருப்பு தைக்கும் மாரி. மழைக்காலத்தின் ஈரம் ததும்பிய சாலைகள் வெறிச்சோடியிருந்தன. காலையிலே துவங்கிய மழை இடைவிடாது தனது அரூப விரல்களால் நகரமெங்கும் எதையோ தேடுவதுபோல் படர்ந்து கொண்டிருந்தது. நீர்த்துளி தெறிக்கும் தலைகளுடன் ஓடும் மனிதர்களின் வேகம் கண்டபடி பசியுடன் எவரேனும் செருப்பு தைக்க வரக்கூடுமோ எனக் காத்திருந்தான். அவன் அமர்ந்திருந்த மரமும் தலையை குனிந்தபடி மழையை உள்வாங்கிக் கொண்டிருந்தது. மழைக்குள் விரையும் மனிதர்கள் நீர்வெளி விலக்கிப் போகிறார்கள். ஒரு டீ குடித்தால் கூட பசியடங்கிவிடும். அதற்கும் ஒரு ரூபாய் வேண்டியிருக்கிறதே என்ற யோசனை தோன்றியது. ஈரத்தினை உறிஞ்சிய பழம் செருப்புகள் பிரதேமாக ஊதி கண் பெருத்து தன்முன் கிடப்பதையும் அதன் வாசனையும் கண்டான். வலுத்துப் பெயத் துவங்கியது மழை. தாடியில் முளைத்த நீர்த்துளிகளை சொறிந்துவிட்டுக் கொண்டு காறித் துப்பினான். காற்றும் மழையோடு சேர்ந்து கொண்டது. அந்த நீண்ட தெருவில் எவருமில்லை. அவனும், ஒரு மரமும் எட்டுப் பழம் செருப்புக்களும் தவிர. சினிமா தியேட்டரின் குறுகிய வலப்புற சந்தில் இருந்து குடையில்லாமல் நனைந்தபடி வெளிப்பட்ட சிறுமியொருத்தி ஒரு மீனைப்போல சுழன்று அவனருகில் வந்து

தனது இடக்கையில் வைத்திருந்த செருப்பு ஒன்றை குனிந்து தரையிலிட்டு, தைத்து வைக்கும்படி சொல்லிவிட்டு அவன் நிமிர்ந்து அவளைப் பார்க்கும் முன்பு, தெருவில் ஓடி அடுத்த வளைவின் சுவர்களை கடந்து சென்றாள். அந்த செருப்பு இளம் சிவப்பு நிறத்தில் இருந்தது. வழக்கமான சிறுமிகளின் செருப்பை போல அல்லாது வெல்வெட் தைத்து பூவேலை கொண்ட செருப்பாகயிருந்தது. அந்த செருப்பில் சிறுமியின் பாத வாசனை படிந்திருந்தது. அது ஏதோ ஒரு பெயரிடப்படாத நறுமணம். எங்கே பிரிந்திருக்கிறது என செருப்பை வலக்கையிலிட்டுத் தூக்கிப் பார்த்தான். விரல்களின் முனையில் சிறிய மடியிலே வைத்துக்கொண்டு காத்திருந்தான். இப்போதே குடிக்கப் போகும் டீயின் ருசி நாக்கில் துளிர்விட்டது. காற்றும் மழையும் தீவிரமாகி சுழன்றது. பின் மதியம் அது ஓய்ந்தபோது ஒளி திவலைகள் ஆங்காங்கே தெரியத் துவங்கின. அந்தச் சிறுமிக்காக காத்துக் கொண்டிருந்தான் மாரி. நிச்சயம் இரண்டு ரூபாய் கிடைக்கும். மாலை வரை அந்தச் சிறுமி வரவில்லை. ஆனால் மீண்டும் மழை வந்துவிட்டது. பின்பு இரவு இரண்டாம் ஆட்டம் சினிமா வரை மரத்தடியில் காத்துக்கொண்டிருந்தான். அவள் வரவில்லை. மழைக்குப் பயந்து வீட்டிலேயிருக்கக் கூடும் என நினைத்துக்கொண்டு செருப்பை தன்னுடன் எடுத்துக்கொண்டு வீடுபோய்ச் சேர்ந்தான். அடுத்தநாள் காலை மழையில்லை. நல்ல வெயில், மரம் சிலிர்த்துக் கொண்டது. சுவர்கள் வெயிலுக்கு முதுகு காட்டி நின்றன. இளம் சிவப்பான அந்தச் செருப்பை எடுத்து மீண்டும் ஒருமுறை நன்றாக துடைத்து, தனது நீலநிற விரிப்பில் வைத்துவிட்டு மற்ற வேலைகளில் ஈடுபடத் துவங்கினான். அன்றும் அந்தச் சிறுமி வரவேயில்லை. மறந்து விட்டாளா? இல்லை யாரிடம் கொடுத்தோம் எனத் தெரியாது அலைகிறாளா தெரியவில்லையே என்றபடி இரவில் அதை வீட்டிற்கு எடுத்துப் போனான். மறுநாள், மூன்றாம் நாள் என நாட்கள் கடந்த போதும் அவள் வரவேயில்லை. ஆனால் அவன் அந்தச் செருப்பை தினமும் கொண்டுவந்து காத்துக் கிடந்தான். ஒரு இரவில் மாரியின் மனைவி அந்தச் செருப்பைக் கண்டாள். அதன் வசீகரம் தொற்றிக் கொள்ள கையில் எடுத்துப் பார்த்தாள். சிறுமியின் செருப்பு போலிருந்தது. அதை போட்டுப் பார்க்க ஆசையாக இருந்தது. தனது வலக்காலில் அந்தச் செருப்பை நுழைத்துப் பார்த்தாள். அது அவளுக்குச் சரியாகயிருந்தது. சிறுமியின் செருப்பு அவளுக்கு பொருந்துகிறதே என்றவள் மற்றொறு செருப்பைத் தேடி பையைக் கொட்டினாள். மாரி உள்ளே கோபமாக

சப்தமறிந்து வந்தபோது, மனைவியின் வலக்காலில் இருந்த சிவப்புச் செருப்பைக் கண்டான். ஆத்திரத்துடன் திட்டி, அவள் சொல்வதைக் கேட்காமல் கழற்றச் சொல்லி பிய்ந்துவிட்டதா எனப் பார்க்க கையில் எடுத்து உயர்த்தினான், கிழியவில்லை. சிறுமியின் செருப்பு இவளுக்கு தைத்தது போல சரியாகயிருக்கிறதே என்ற வியப்புடன், அது ஒற்றை செருப்பு என பிடுங்கி பையில் போட்டு கட்ட முயன்றான். அவள் முணுமுணுத்தபடி பின் வாசலுக்குப் போய்விட்டாள். செருப்பு அவனுக்குள்ளும் ஆசையைத் தூண்டியது, போட்டுப் பார்க்கலாமென. தன் வலக்காலை சிறிய செருப்பில் நுழைத்தபோது அது தனக்கும் சரியாக பொருந்துவதைக் கண்டான். விசித்திரமாயிருந்தது. இரண்டு வேறுபட்ட அளவு கால்களுக்கு எப்படி ஒரே செருப்பு பொருந்துகிறது. அவனால் யோசிக்க முடியவில்லை. எப்படியோ உரியவரிடம் அதை ஒப்புவித்துவிட வேண்டியது தனது வேலை என்றபடி பையில் போட்டுக் கொண்டான்.

மறுநாள் பகலில் உடன் தொழில் செய்யும் நபரிடம், இந்த செருப்பின் விசித்திரம் பற்றிச்சொல்ல அவன் தன் வலக்காலை பொருத்திப் பார்த்தான். அவனுக்கும் சரியாகயிருந்தது. இச் செய்தி நகரில் பரவியது. நீலநிற துணியில் வைக்கப்பட்ட அந்த செருப்பை போட்டுப் பார்க்க ஆசை கொண்ட பலர் தினமும் வந்து, அணிந்து தனக்கும் சரியாக உள்ளதை அதிசயித்துப் போயினர். அந்த செருப்பு ஒருவயது குழந்தை முதல் வயசாளி வரை எல்லோருக்கும் பொருந்துவதாயிருந்தது. அதை காலில் அணிந்தவுடன் மேகத் துணுக்குகள் காலடியில் பரவுவது போலவும், பனியின் மிருது படர்வது போலவும் உதடுகளை விட மிருதுவாக தனது பாதத்தினை முத்திமிடுவதாகவும் பலர் கூறினர். அவன் வராது போன செருப்புக்குரிய சிறுமியை நினைத்துக் கொண்டான். கோடை காலம் பிறந்திருந்தது. எண்ணற்ற சிறுமிகளும், பெண்களும், ஆண்களும் அந்த விந்தை செருப்பை அணிநது பார்த்துப் போயினர். அதை அணிந்து பார்க்க அவர்களே பணம் தரவும் தொடங்கினர். தினசரியாக பணம் பெருகிக் கொண்டே போனது. அவன் மற்ற வேலைகள் எல்லாவற்றையும் விட்டுவிட்டான். தினசரி அந்த ஒற்றை செருப்பை சுற்றி எடுத்துக் கொண்டு வந்து அதே இடத்தில் காத்துக் கிடப்பான். வருடங்கள் புரண்டன. அவன் பசு இரண்டு வாங்கினான். வீடு கட்டிக் கொண்டான். வாழ்வின் நிலை உயர்ந்துகொண்டே போனது. இப்போதும் அந்த சிறுமி வரக்கூடும் என்று பலர் முகத்தின் ஊடேயும் அவளைத் தேடிக் கொண்டிருந்தான். அவள்

இப்போது பருவப் பெண்ணாகயிருக்கக்கூடும் என அவனாகச் சொல்லிக் கொள்வான். அவன் வருவதற்கு முன்பாகவே காலையில் பலர் மரத்தடியில் அவனுக்காக காத்து நிற்பார்கள். அணிந்து பார்ப்பார்கள். முகத்தில் சந்தோஷம் பீறிடும். கலைந்து போவார்கள். இப்படியாக மாரியின் முப்பது வருஷம் கடந்தது. அவன் வயதாகியிருந்தான். அந்த வருடம் மழைக்காலம் உரத்து பெய்தது. ஓர் இரவில் செருப்போடு வீடு திரும்பும்போது அதைத் திருட முனைந்த இருவர் தடியால் தாக்க, பலமிழந்து கத்தி வீழ்ந்தான். யாரோ அவனை காப்பாற்றினார்கள். செருப்பு திருடு போகவில்லை. ஆனால் தலையில் பட்ட அடி அவனை பலவீனமடையச் செய்தது. வீட்டை விட்டு வெளியேறி நடக்க முடியாதவனாகிப் போனான். அந்தச் சிறுமிக்காக அவன் மனம் காத்துக்கொண்டேயிருந்தது. தனது மரணத்தின் முன்பு ஒரு தரம் அவளை சந்திக்க முடியாதோ என்ற ஏக்கம் பற்றிக் கொண்டது. தான் அவளால் உயர்வடைந்ததற்கான கடனை சுமந்தபடி மரிக்க வேண்டும் என்பது வேதனை தருவதாகயிருந்தது. பார்வையாளர்கள் அவன் வீடு தேடிவந்து அணிந்து பார்த்துப் போயினர். ஒரு மழை இரவில் பார்வையாளர் யாவரும் வந்து போய் முடிந்த பின்பு, கதவை மூடி மாரி உள்ளே திரும்பும்போது யாரோ கதவைத் தட்டும் சப்தம் கேட்டது. கதவைத் திறந்தபடி காலையில் வாருங்கள் எனச் சொன்னான். மத்திய வயதில் ஒரு பெண் நனைந்தபடி நின்றிருந்தாள். அவள் முகம் சலனமற்று இருந்தது. அவள் தணிவான குரலில் சொன்னாள், "வெகு தாமதமாகிவிட்டது. எனது செருப்பை தைத்துவிட்டாயா இல்லையா" அவளை அடையாளம் கண்டுவிட்டான் மாரி. அதே சிறுமி. அந்தப் பெண் தன் கையிலிருந்த கூடையிலிருந்து சிவப்புநிற இடக்கால் செருப்பை எடுத்து அவன் முன்னே காட்டிச் சொன்னாள் "இதன் வலது செருப்பு தைக்க கொடுத்தது நினைவிருக்கிறதா?" அவன் தலையாட்டியபடி தன்னிடமிருந்த செருப்பை எடுத்துவந்து துடைத்து அவளிடம் காட்டினான். சிரித்துக்கொண்டபடி பார்த்தாள். அவள் கைகளில் தந்தபடி அதன் விந்தையை எடுத்துச் சொன்னான். "இந்தச் செருப்பு உலகின் எல்லாப் பாதங்களுககும் பொருந்துகிறது." அவள் ஆச்சரியமின்றி தலையாட்டினாள். தன்னிடமிருந்த நாணயம் எதையோ அவனிடம் செருப்பு தைத்த கூலியாக கொடுத்துவிட்டு, கூடையில் அந்த செருப்பை போட்டாள். இந்த சொத்து, வாழ்வு யாவும் அவள் தந்ததுதான். அவள் யார் என அறிய ஆவலாகி

கேட்டான். பதிலற்று சிரித்தபடி மீண்டும் மழையில் வெளியேறி சென்றுவிட்டாள். தெருவின் விளக்குக் கம்பம் அருகே வந்து நின்ற அவள், கூடையில் இருந்த இரண்டு செருப்புகளையும் எடுத்து தரையிலிட்டு காலில் அணிய முயன்றாள். அவள் கொண்டுவந்த இடது செருப்பு சரியாக பொருந்தியது. தைத்து வாங்கின வலது பாத செருப்பை அணிந்தபோது அது பொருந்தவில்லை. சிறியதாகயிருந்தது.

~

மழை சார்ந்த வீடு

சாம்பல் காளானைப் போலாகிவிட்டது உடல். எவரெவர் கரங்களோ என்னைத் தொட்டுப் புரட்டுகின்றன. விரல்களின் நகர்வில் பரும இயல்பு அழிந்த உடல் உணர்வு கொள்கிறது. கண்களை மூடியபடியே படுத்திருக்கிறேன். நடமாட்ட சப்தமும் பேச்சுக் குரல்களும் மட்டுமே கேட்டுக் கொண்டிருக்கின்றன. எந்தக் காட்சியையும் பார்க்க முடியவில்லை. ஆயினும் கண்களின் உட்பரப்பினுள் எப்போதும் காலை வெயிலைப் போல ஒரு வெளிச்சம் இருந்துகொண்டே இருக்கின்றது. மீனின் சுவாசக் குமிழ் போல உடலினின்று வெக்கை வெளியாகிக் கொண்டிருக்கிறது. நெற்றியில் வைக்கப்படும் ஐஸ் கரைந்து முகமெங்கும் வழிகிறது. பனியின் துல்லிய நீர்படர்ந்து முகமெங்கும் சிலிர்ப்பு ஓடுகின்றது. வழியும் ஈரத்தினைத் துடைக்கவும் மறுக்கின்றது விரல். எதையும் சரிவர உணர இயலவில்லை. வெளியில் மழை பெய்துகொண்டேயிருந்தது. மழைச் சப்தம் இரவும் பகலும் தொடர்ந்து எதிர்பாராத காலங்களுக்குள் என்னை இழுத்துச் செல்கின்றன. பாலை மணலில் மழை பெய்து ஓடுவதாக கனவு தொடர்ந்து கொண்டிருக்கின்றன. கிசுகிசுத்த குரலில் வயசாளிகளின் அபூர்வ முணுமுணுப்பை ஞாபகப்படுத்தி சுவற்றில் பெய்கிறது மழை. நீரின் அபூர்வ ரகசியம் வீடெங்கும் நிறைகிறது. நீர் தடங்களுடன் வீடெங்கும் பாதச் சுவடுகள். அம்மாவின் குரல். தங்கைகளின் வெளிறிய விரல்கள். என் உடல் மரக் கட்டிலின்

உள் ஒடுங்கி படுத்திருக்கின்றது. வெக்கையும் குளிர்ச்சியும் ஒரே நேரத்தில் என்மேல் படர்கின்றன. கடிகாரம் நின்ற பின்பும் சுருள் வளைவில் துடிப்பு ஒன்று இயங்கிக் கொண்டேயிருக்கின்றது. பனிக்கட்டியை வைக்கும் கை விரல்கள் மாறிக் கொண்டே இருக்கின்றன. என் உடலின் புறத்தே எப்போதும் யாருடைய உருவோ என்னைப் பார்த்தபடி அமர்ந்திருக்கின்றது.

அம்மாவின் மெல்லிய விரல்கள் என் கண் இமைகளின் மீது படருகின்றன. நகர்ந்து நகர்ந்து விழி அம்மாவின் விரல்களுடன் தன் துயரத்தைச் சொல்கின்றது. விழியின் அசைவை விரல்களால் உணர்ந்த அம்மா தனக்குள்ளாகவே கரைகிறாள். மழையின் ஊடே ஒடுங்கி நிற்கின்றன காகங்கள். மழையின் தீவிரம் இலைகளை பற்றிக்கொள்ள மரம் இலைகளை உதிர்த்தபடியே மழை கொள்கிறது. கல்மழை பெய்து பனிக்கட்டிகளை பொறுக்க ஓடுகிறார்கள் சிறுவர்கள். நான் ஓடிக்கொண்டிருக்கிறேன். என் முதுகில், உடலில் பட்டுத் தெறிக்கும் பனி மீறி அழைக்கிறது அம்மாவின் குரல். தெருவில் சப்தம் பெருகுகின்றது. சாக்குகளை முக்காடிட்ட ஆட்கள் மழையின் ஊடே மறைகிறார்கள். அம்மா வீடெங்கும் புகையிடுகிறாள். அறைகளை நிறைக்கின்றது புகை வாடை, மழை நிற்கவில்லை.

புரண்டு படுக்க வேண்டும் போலிருக்கின்றது. தலையை சரிப்படுத்தி வைக்கிறாள் அம்மா. கண்களைத் திறந்து அம்மாவைப் பார்க்க வேண்டுமென்ற ஏக்கம் அதிகமாகிக் கொண்டேயிருக்கின்றது. வீட்டின் உட்புறமெங்கும் ஈரம் ததும்பிக்கொண்டே வருகின்றது. என்னை விட்டு விலகி அறைக்குள் போய்விட்ட சப்தம். நடக்கும் சப்தம். நீர் விலகி கேட்கும் குரல்.

புதுவருடத்தின் மறுநாளில் ஜுரவேகம் அதிகமாக, அறைக்குத் திரும்பிக் கொண்டிருந்தேன். அறைக் கதவுகள் என் உயரத்தினின்று திடீரென அதிவேகமாக வளர்ந்து நின்றது போலாகிவிட்டது. நண்பர்களற்ற தனியறையின் சுவர்களில் காரைகள் உதிர்ந்தபடியிருந்தன. எல்லா வழிகளிலும் சிடுக்குகளான நகரம் அலைக்கழித்துக் கொண்டிருந்தது. உஷ்ணம் உடலெங்கும் வழிய என்னை தேடி எவரேனும் வரமாட்டார்களா எனப் பார்த்தபடி அறையில் கிடந்தேன். நீண்ட பகலது. கடல் வெக்கையை மீறிஅன்று மழை வந்தது. வாசல் கதவை அறைந்து ஜன்னலில் வந்து நின்றது மழை. யார் வருவார்கள்? தனித்தனி நபர்களாக வாழும் பெருநகரில் எவர் எவரைக்

காண வருவார்கள். அறையில் வெப்பத்தின் கோடுகள் குறுக்கும் நெடுக்குமாக நிறைகின்றது. புத்தகங்களின் பழுத்த காகிதங்கள் உதிர்ந்து ஓடிகின்றன. நிறம் போன ஃபேனின் சுற்றலில் என்முகம் சுழன்று சுழன்று திரும்புகிறது. அறையின் தனிமையை வெட்டி வெட்டி இறைத்தபடியே சுழன்றது காற்றாடி. ஊரை நோக்கிப் போக தூண்டுவதாக அறையின் எல்லாப் பொருட்களும் மாறிப்போயின. மழையோடு தெருவிற்கு வந்தேன். பஸ்ஸின் வேகம் அதிகமாக என்னால் உள்ளே உட்காரவும் முடியவில்லை. கைகள் நடுங்குகின்றன. கவிழ்ந்த பல முகங்கள் அசைவற்று உறைந்து போயிருக்கின்றது. நிலக்காட்சிகளில் மாறாது பெய்கிறது மழை. நடுக்கம் உடலில் தீவிரமாக என் வசமிருந்து பிரிந்து உடல் தன்வசத்தில் இயங்கத் துவங்க, பயம் அதிகமாகிக் கொண்டிருந்தது. நினைவு மங்கிவிடுமாசிவப்பு பாலமெங்கும் பூத்திருக்கின்றன மஞ்சள் பூக்கள். எல்லாமும் கோடுகளாகி புள்ளிபுள்ளியாகநிறவடிவம் கொள்கின்றது. ஒழுங்கற்ற ஆயிரக்கணக்கான கோடுகள்தான் பொருட்களாமாலையின் வெளுத்த நீலநிறம் பரவ வீட்டின் முகப்பினை போய்ச்சேர்ந்திருந்தேன். எல்லாக் கதவுகளும் திறந்திருக்கின்றன. உள் அறையினை நீக்கி வெளித் தெரிகிறாள் அம்மா. வெளுத்த இலை நரம்புகளை ஞாபகமூட்டுகின்றது விரல்கள்.

உறங்கிக்கொண்டிருக்கிறேன் எனத் தெரிகிறது. கட்டிலின்மேல் அமர்ந்து என்னைப் புரட்டிய அம்மாவின் கரங்கள் என் உடலோடு சேர்ந்துவிட்டன. கடைசி முறையாக நான் அம்மாவைப் பார்த்தேன். அவள் தன்னுடைய இளம் பிராயத்தில் சிறுமியாக இருந்ததைப் போலவே எனக்குத் தெரிந்தாள். மூடிக்கொள்ளும் முன்பு அந்த முகத்தை மறுபடியும் பார்த்தேன். தங்கைகள் எனைச் சுற்றி நிற்கிறார்கள். வாடிய கண்களுடனான சிறுமிகள் தங்கைகள்தானா! அவர்களின் கரங்களும் என்னை துடைக்கின்றனவே. பரணிலிருந்த மரக்குதிரைக்கு போட்டியிட்ட சின்னவள் ஏன் இப்படி என்னை பார்த்துக் கொள்கிறாள். எதிர் நாற்காலியில் அமர்ந்து கொண்டிருப்பது யாராம். கைக் குழந்தையும் தாயுமாக என் குரலிற்காக காத்துக் கொண்டருந்த தங்கைகள் வெகு ஆழத்தினின்று என்னை நோக்கிக் கூப்பிடுகிறார்கள். மழை யாரையும் பேச விடுவதில்லையே!

மாறி மாறி நகர்ந்து போய்க் கொண்டிருந்த அப்பாவின் வேலையில் நதி ஓடிக் கொண்டிருந்த ஊரில் அப்பா வேலையானார். அவருடன் வீடே நதி பார்த்த வீட்டில் குடியேறியது. நடந்து

பாதையிறங்கினால் நதியின் ஓட்டம். படித்துறைகள் உடைந்த நதி, மருத மரங்கள் அடங்கிய பாதை. மழைக் காலத்தில் நதியில் இயல்பு மாறிவிடும். வாத்துகள் அலையும் மணல் வெளியில் நடந்துவந்த அம்மா அடுத்தவீட்டுப் பெண்ணுடன் பேசிக் கொண்டு வந்தாள். தனக்கு இன்னொரு பையன் வேண்டுமென்ற அவளது பேச்சைக் கேட்டு கைப் பிடியிலிருந்து திமிறி மணல் வெளியில் ஓடிப்போனேன்.

தன் விந்தைகளை தானே பார்த்தபடி சுருள் சுருளாகி பிரிந்து ஓடிக்கொண்டிருந்த நதியது. மீறிய இரவு. நதியினுள் போய் மூழ்கிக்கொண்டேன். என் உடலை மறைத்து ஓடிக் கொண்டிருக்கிறது நதி. அம்மாவும் தங்கைகளும் என்னை கூப்பிட்டபடியே நதியெங்கும் ஓடினார்கள். அவர்களின்அழைப்புக் குரல்நதியில் படர்ந்து ஓடியது. கை விளக்குகளுடன் இரவெல்லாம் நதியில் அலைந்தாள் அம்மா. அவளுடன் ஒவ்வொருவரும் ஒரு சிம்னி விளக்கோடு என்னை அழைத்தபடி படித்துறைகளில் திரிந்தனர். எல்லோர் நிழலும் நீண்டு நதியின் மேலோடியது. தங்கைகளின் சின்னஞ்சிறு கைகளுக்குள்ளிருந்து வெளிச்சம் நதியில் படர்ந்தது. நான் நீரினுள் ஒளிந்து கொண்டுவிட்டேன். இருட்டு கரையாத நீரின் அடி ஆழத்தில் உட்கார்ந்து கொண்டிருக்கிறேன். நீர்ப்பரப்பின் மீது அம்மாவின் விரல்கள் என்னைத் தேடுகின்றன.

‘வந்துவிட்டேன்! வந்துவிட்டேன்!’ — அவள் நீரில் தன் விரல்களை மூழ்கச் செய்கிறாள். இருள் படிந்த படித்துறை கற்களில் கறுப்பு வளையமிட்ட கண்களோடு என்னை எதிர்ர்பார்த்து நிற்கிறார்கள் தங்கைகள். நதி இவர்களின் துயரம் தாளாது , அடங்கி ஓடுகின்றது. கோரைப் புற்களின் ஊடே விளக்கை வைத்து நதிநீரில் இறங்குகிறார்கள் அவர்கள். வெளுத்த பாதங்கள். தேடும் விரல்களைக் கண்ட மீன் குஞ்சுகள் அடி ஆழத்தில் என் காதருகில் வந்து கிசுகிசுக்கின்றன.

‘போய்விட்டேன்! போய்விட்டேன்!’ — என் நகர்வின்மையைக் கண்ட மீன்குஞ்சுகள் பெருகி என்னைச் சுற்றிக்கொள்கின்றன. என் உடலெங்கும் மீன்களின் ஸ்பரிசம். மீன் குஞ்சுகளின் முகத்திற்காகவும் அதுகளின் இரக்கமிகு வார்த்தைகளுக்காகவும் நீரிலிருந்து வெளியேறுவதாக முடிவு செய்தேன். நான் வெளிப்பட்டது எதிர்க்கரையில். நீரிலிருந்து என் தலை உயரும்போது கோரைப்புற்களிலிருந்த விளக்கு உயர்த்தப்படுகிறது.

வானுக்கும் நதிக்குமிடையில வெளிச்சம் பரவி என முகம் நோக்கி வருகின்றது. நான் அம்மாவைப் பார்த்தேன். அவள் நதியின்

அடுத்த கரையில் நிற்கிறாள். தங்கைகள் கைவிளக்குகளோடு என்னை அழைக்கிறார்கள். அம்மாவை நோக்கி வர திரும்பவும் நீரினுள் இறங்கும் என்னைக் கண்டதும், அம்மா திரும்பி வீட்டின் திசையை நோக்கி ஓடுகிறாள்.

அன்றிரவும் எனக்கு ஜுரம் கண்டது. என்னோடு சேர்ந்து படுத்துக் கொண்டாள் அம்மா. எல்லோரும் உறங்கிப் போய்விட்டார்கள். அவளுக்கு என் உடலை விட்டுப் போகும் சக்தியற்றுப் போய்விட்டது. என் கைகால்களை அசைக்க முடியவில்லை. பாதங்களை சூடு படுத்த தேய்க்கிறாள். உடல் எங்கும் மெல்லிய கோடுபோல வெப்பம் ஏறி கண்களைத் தொடுகின்றது. என் கண் திறந்தபோது அம்மா என் வயதை ஒத்த சிறுமியைப் போல மாறி கரைந்து கொண்டிருப்பதை அப்போதுதான் முதன் முறையாகப் பார்த்தேன். அவள் அன்றிலிருந்து என்னோடு பேசுவதைத் தவிர்த்து வந்தாள். நதியைப் பிரிந்து வந்த பின்பும் கூட அவள் என் உடலினை விட்டு விலக சக்தியற்றவளாகவேயிருக்கிறாள். ஆயினும் இப்போது என்ன பேசுகிறாள்?

நான் கண்களைத் திறந்து எதையுமே பார்க்கவில்லை. மழை எதைப் பார்க்க அனுமதிக்கிறது. இயல்புகளைக் கரைத்துவடியச் செய்யும் மழையில் பொருட்கள் தலை கவிழ்ந்து நிற்கின்றன. வீட்டில் நடமாட்டம் ஓயவில்லை. அவரவர் வழியில் நடமாட்ட சப்தம் பெருகிக் கொண்டேயிருக்கின்றது. என் மீது வழியும் பனியைத் துடைத்துக்கொண்டேயிருக்கும் தங்கையின் கண்களையும் கரங்களையும் பார்க்காமலே உணர முடிகிறது. பலமுறை சண்டையிட்டுப் பிரிந்து விரோதம் கொள்ள நேர்ந்தபோதும், ஏன் அவர்கள் எதையும் நினைவில் கொள்ளவில்லை.

அவர்களுக்கு பிராயத்தில் என் மீது கசிந்த வெறுப்புகள் மங்கிப் போய்விட்டன. எதிர்த்து ஆடிய பரமபத விளையாட்டு ஏணிகளில் அவர்கள் மேலே போய்க் கொண்டிருக்கிறார்கள். என் சோழி பாம்பின் வாலில் இறங்கி அடையமுடியாத தெப்பம் பார்க்கின்றது. தங்கைகள் ஆட்டம் முடிந்து போய்விட்டார்கள். நூறு கட்டங்களின் வடிவை சுருட்டி மறைவிடத்தில் ஒளித்தாள் அம்மா. மழை பெய்து கொண்டேயிருக்கின்றது. நீர்த் தவளைகளின் உலகம் நீரால் விழிக்கின்றது.

இன்றைய தினம் எனக்கானதல்ல. இப்போதும் எனக்கான திராட்சைகளை, அம்மா மூடிய கண்ணோடு கிண்ணத்தில் எடுத்தே

வைத்திருக்கிறாள். அவளுடைய அறையில் எனக்கு மட்டுமேயான இடம் யாருமற்றுமிருந்து கொண்டேயிருக்கின்றது. என்னிடமிருந்து பிரிந்த மண்வாத்துகள் கூட அவள் அறையில்தானிருக்கின்றன. மூடிய கண்ணாடிக் கிண்ணத்தில் கிடக்கும் திராட்சைகள் வெளியில் அலையும் என் கண்களை அவளுக்குத் தினமும் ஞாபக மூட்டியபடியேயிருக்கக் கூடும். அவள் தனியே வாழ்ந்து கொண்டிருக்கிறாள். அப்பாவின் காலத்தினுள்ளும் கூட அவள் அறையில் நூல் வலை ஒன்று சுற்றித் தொங்கவிடப்பட்டிருக்கும். அதனுள் கலர்நூல்களுடன் எதையாவது பின்னிக்கொண்டிருப்பாள். ஆள் உயர கண்ணாடியொன்று அம்மாவின் பல்வேறு காலங்களை மாறி மாறி காட்டியபடி தோன்றி மறைந்து கொண்டிருந்தது.

கடைசித் தங்கையைப் பிறந்த குழந்தையாய் எடுத்து வந்து உறங்கிக் கொண்டிருந்த அம்மாவை பள்ளியின் மதியம் விலக்கி வந்து வெயிலின் நகர்வைப்போல நான் கதவை விலக்கி கண்டபோது கண்ணாடியினுள் அம்மா எல்லோராலும் கைவிட்டபட்ட இரண்டு வயது குழந்தையைப் போல தனியே உட்கார்ந்து இருப்பது தெரிந்தது. அவளின் கண்கள் மெல்லிய பச்சை படர்ந்து எதற்கோ இறைஞ்சிக் கொண்டிருந்தது. என்னை பக்கத்தில் அழைத்து வைத்துக் கொண்டாள். அவளது வெளிறிய உடலில் பால்மணம், அடித்த டியிருந்தது. அம்மா குழந்தையின் விரல்களை பிடித்து எனக்குத் தந்தாள். புந்த அறைக்கு அபூர்வமான ஒளியிருந்தது. ஒவ்வொரு சிறு பொருளம் அதிசயமாயின. முன் அறியாத எவரோபோல அவள் தோன்றினாள். நெளியும் கூந்தலை முன் இழுத்துவிட்டு சாய்ந்து கொண்டிருந்தாள். மாலை முடியும்வரை நான் அந்த ஒளியைக் கண்டேன். அம்மாவின் வயது கண்ணாடியில் ஒளிந்திருப்பதை அன்றுதான் கண்டு கொண்டேன்.

'பேசாமல் தூங்கு! எதையும் யோசியாதே!' — திரும்பத் திரும்ப தங்கைகளின் குரல்கள் என் மீது மோதுகின்றன. ஜுர வேகத்தில் புலம்பத் துவங்கியிருப்பேன் போலும். கேட்டுக்கொண்டேயிருக்கும் மூன்று குரல்கள் தொடர்கின்றன.

'பேசாமல் தூங்கு! எதையும் யோசிக்காதே!' என்னால் இணங்க முடியவில்லை. கண்களுக்குள் வெளிச்சம் ஒளிர்ந்து கொண்டிருக்கிறதே. பிதற்றிக் கொண்டிருக்கும் என் ஞாபகம் எனக்கில்லை. அந்தக் குரல்கள் கவலை கொள்கின்றன. "அம்மா நீ வந்து தூங்கச் சொல்லேன். ரொம்ப புலம்புறான்."

என் நெற்றி, உடலெங்கும் திருநீறு இடுகிறார்கள். காலையின் வெம்பா பெய்யும் வாடை. படிக்கட்டில் உட்கார்ந்திருக்கும் என்னை விட்டு அம்மாவும் தங்கைகளும் நதிக்குச் செல்கிறார்கள். ஒரேவிதமான நடை. இரட்டைக் குழந்தைகள் செல்வது போலிருக்கிறது. நதி அவர்களுக்காக காத்திருக்கின்றது. இரவெல்லாம் யாரும் ஸ்பரிசிக்காத நீரை தங்கையின் விரல்கள் தொட நதி சிலிர்ப்புடன் ஓடுகின்றது. கள்ளம் கொண்ட கண்களுடன் அவள் அம்மாவைக் கட்டிக் கொள்கிறாள். எல்லாமும் வேண்டுமென்றே செய்கிறாள். அவளுக்கு அம்மாவை விடமுடியாது. நீரினுள் யார் முகமும் தெரியவில்லை. நீரினுள் கண்களைத் திறந்து பார்த்துவிட எவ்வளவோ எத்தனிக்கிறாள் தங்கை. எதுவும் சாத்தியமில்லை. அம்மாவை சுற்றிக் கொண்டது நீர். மிதக்கும் இலைகைள விலக்கி எழுந்து வரும் தங்கை காத்திருக்கிறாள்.

இருவரும் பிரிந்து வருகிறார்கள். தன்னோடு யாருக்கும் உறவில்லை என்பதுபோல அலாதியாக வரும் அவளுடன் தெரு நிசப்தம் கொண்டிருக்கிறது. சந்தன கீற்றை நெற்றியிலிடும்போது கண்ணாடி அம்மாவின் வசீகரத்தைக் கண்டு கொண்டிருந்தது.

குரல்கள் அடங்கிவிட்டன. மழை சப்தம் ஓய்ந்த அமைதி. மழை வெறித்த மரங்களைப்போல வெளிறி உஷ்ணமற்றுப் போனது உடல், நதி உருமாறி முதுகெலும்புக்குள் நிசப்தமாய் ஓடும் சில்லிடல் மட்டும் மறையவில்லை. போர்வையால் என் உடலை மூடிக்கொள்கிறேன். எழுந்து கொள்ள வேண்டும் போலிருக்கிறது. அசதியும் பலமுமற்ற கால்கள் உடலோடு, ஒத்துழைக்க மறுக்கின்றன. வெகு சிரமத்திற்குப் பிறகு எழுந்து கொள் கிறேன். பச்சைநிற வெளிச்சம் ஒளிர்ந்து கொண்டிருக்கின்றது. வீடெங்கும் மழை ஈசல்கள் உதிர்ந்து கிடக்கின்றன. கண்ணாடி இறக்கைகள் சுவரில் ஒட்டிக் கொண்டிருக்கின்றன. மிக மெதுவாக அம்மாவின் அறைக்குப் போய்ச் சேர்ந்தேன்.

அந்த அறையில் எந்தப் பொருளுமில்லை. கண்ணாடி திரைச்சீலையிடப் பட்டிருந்தது. பூக்கள் படர்ந்த தரை. கண்ணாடியை விலக்கிப் பார்த்தேன். வெகு நீண்ட தூரத்தின் பின் நதிக் கரையில் அம்மா இருக்கிறாள். அவளை சுற்றிலும் பழுத்த இலைகள் உதிர்ந்து கிடக்கின்றன. அவள் முகம் உள்ளே போய்க்கொண்டே இருக்கிறது. மூச்சு சப்தம் கண்ணாடியை படபடக்க வைத்து படிகின்றது. புறாக்களின் முணங்கல். கண்ணாடியை மூடிவிட்டேன். அடுத்த அறையில் இருந்து

எழுந்து அம்மா வந்திருந்தாள். அவள் அறைக்குள் அவள் போவதில்லை. மெலிந்த திரேகியாக இருந்த அவள் சமீபத்தில் வந்துநின்றாள். அவளை விடவும் உயரம் அவன். அவனையே உற்று பார்க்கும் அவளை பார்த்தபடியிருந்தான். திடீரென திடுக்கிட்டு தன் முகத்தை கண்ணாடியில் பார்த்துக் கொண்டான். அப்படியேயிருந்தது. வேதனைமிக்க சிறுமியின் கண்களேதான் தனக்கும் இருந்தன. அவனின் பெண்முகம் அம்மாவின் முகமாகவேயிருந்தது.

ஒவ்வொரு முறையும் அவளை அவளே பார்த்துக் கொள்வதுபோலவே அவனை பார்த்துக் கொண்டிருக்கிறாள். இருவருக்குமே துயரம் தோய்ந்த முகம். அவனை அந்த அறையை விட்டு வெளியே அழைத்து வந்தாள். படுக்கையில் திரும்பவும் படுத்துக் கொண்டான். எதையோ சொல்ல முயன்று பேச முடியாமல் போய்விட்டாள். மீன்கள் காதறுகில் சொல்லின. 'எதையும் யோசியாமல் தூங்கேன்.'

எந்த நினைவிலிருந்தும் தப்ப முடியவில்லை. மீண்டும் கண்களை மூடிக்கொண்டேன். ஈரக்காற்று அடிக்கின்றது. கண்களின் உள்ளிருந்த வெளிச்சத்தை மெல்ல ஈரம் மூடி இருள் கவியத் துவங்கியது. அம்மாவின் அழைப்புக் குரல் கேட்டுக் கொண்டிருக்க கண்ணாடியில் எதையும் பேசாது மீன் குஞ்சுகள் நீந்திக்கொண்டேயிருந்தன.

~

வழி

வக்கீல் குமாஸ்தா விருத்தாசலம்பிள்ளை என்றைக்கும் போல விடிகாலை ஐந்துமணிக்கு எழுந்து கொண்டார். நட்சத்திரங்கள் மறையாத வானம் ஜன்னலில் தெரிந்தது. சைக்கிளை அடுப்படி சந்தில் இருந்து வெளியே எடுத்துக் கொண்டு வந்தார். சோப்பு டப்பாவும் வலை துண்டுமாக நந்தவனத்திற்கு குளிக்க புறப்பட்டபோது தெரு தூக்கத்தில் மூழ்கியிருந்தது. முப்பது வருட தினப்பழக்கம் இது. சைக்கிள் அவர் யோசனைக்கு இடம் தந்தபடி தானேபோய்க் கொண்டிருந்தது. காலையில் கோர்ட்டுக்கு வரப்போகும் சிங்கிகுளம் கொலைகேஸ் பற்றி யோசித்தார். ஒரு தெரு தாண்டும் முன்பு அது கலைந்து மூத்தவளுக்கு பார்த்த மாப்பிள்ளை பற்றிய யோசனையாக உருமாறியது. இருள் பம்மிய வீதியில் சைக்கிள் சென்றபடியிருந்தது. எல்லா வீடுகளும், தெருவும் மனிதர்களும் பார்த்து பழகின தொல்பொருட்களாகவே அவருக்கு தெரிந்தன. மனது வாயுத்தொல்லைக்குறிய மருந்து, விட்டுவாடகை, வரப்போகும் அம்மன் கொடை என உருமாறி சுழன்று கொண்டே வந்தது. கல் பரவின தெருக்களில் சைக்கிள் போகும் போது நாய்கள் விழித்துக் கொண்டன. கடலைக்காரத் தெருவைக் கடந்து வலப்பக்கமாக திரும்பினார். நீண்ட தானாக்கார வீதி தெரிந்தது. குளிர்கால இரவென்பதால் ஜன்னல் மூடப்பட்ட வீடுகள் ஈரமேறியிருந்தன. தானாக்கார தெருவை கடக்கும் முன்பே அடுத்தது வாடியான் தெரு, அடுத்து ஒரே சந்து, பிறகு நந்தவனம் என மனம் முந்தியது. சைக்கிள் வாடியான் தெருவுக்குள்

நுழைந்தது. மிக குறுகலான தெரு. அதன் முதல் வீடாகயிருந்தது பச்சை பெயிண்ட அடித்த வியெஸ்வி வீடு. தாண்டினால் வரிசையாக இருப்புறமும் வீடுகள். யோசித்தபடியே பரிச்சயமான அத்தெருவினுள் போய்க்கொண்டிருந்தார். தெருவின் கடைசி வீடு காரையார் வீடு. கம்பியிட்ட திண்ணையும் ஆறுபடிகளும் கொண்டது. வலப்புறமாக திரும்பினால் சுப்பையாகோனார் சந்து. அதன் முடிவில் திலாக்கிணறு உள்ள நந்தவனமிருந்தது. சைக்கிளில் காரையார் வீட்டை கடக்கும்போது பார்த்தார். விடிவிளக்கு எரிந்து கொண்டிருந்தது. எதையோ யோசித்தபடி வலப்பக்கம் சைக்கிளைத் திருப்பி மிதித்தார். சைக்கிள் வியெஸ்வி வீட்டை கடந்து சென்றது. ஒரு நிமிட நேரம் திகைத்தவராக சைக்கிளை மெதுவாக ஓட்டினார். சைக்கிள் வாடியான் தெருக்குள்தான் போய்க்கொண்டிருந்தது. இப்போதுதான் இதைக் கடந்து போனோம் என தோணியது. ஒருவேளை கடந்து போகவில்லையோ, எதோ யோசனைதான் கடந்ததாக நினைக்க செய்து விட்டதோ, என சுயசமாதானம் கொண்டவராக காரையார் வீட்டை கடந்த போது அதே விடிவிளக்கு எரிந்து கொண்டிருந்தது. வலப்பக்கம் சைக்கிளை திருப்பி ஓட்ட வியெஸ்வி வீட்டு முன்பு திரும்பி ஊர்ந்தது. வாடியாள் தெரு தாண்டினால் சுப்பையாகோனார் சந்தல்லவா வரவேண்டும். இது எப்படி வாடியான் தெருவே திரும்பவும் வருகிறது. ஒரு வேளை தான் இன்னமும் தூக்கத்தில் கனவு கண்டு சொண்டிருக்கிறோமா? இது கனவில்லை; விழித்துக் கொண்டுதானே இருக்கிறோம் என புரியும் போது பாதி தெரு வந்து விட்டது. சைக்கிளை நிறுத்தி இறங்கி பின்னாடி பார்த்தார். வியெஸ்பி வீட்டு வாழைமரம் காற்றில் அடிக்கொண்டிருந்தது. இது எதோ மனப்பிரமைதான் என்றபடி திரும்பவும் சைக்கிளை மிதித்தார். கடைசி வீட்டு விடிவிளக்குவரை வந்து விட்டு தயங்கியபடி வலபக்கம் திரும்பினார். நினைத்தபடியே அது வியெஸ்வி வீட்டு வாசலை கடந்தது. விருத்தாசலம்பிள்ளைக்கு எதுவுமே புரியவில்லை. இது எப்படி சாத்தியம் தெரு மூடிக்கொண்டு விட்டதா என்ன? தெருவின்முதல் வீடும், கடைசி வீடும் எப்படி அடுத்தடுத்த வீடாகயிருக்கும்; திகைப்பும் பயமும் கவ்வ சைக்கிளை உருட்டிக்கொண்டு நடந்தார் தெரு தன்னை பூட்டிக கொண்டு விட்டதா? அப்படியும் சாத்தியமா, இது நிஜமானால் இதில் இருந்து வெளியேறவே முடியாதா, யோசிக்க யோசிக்க பயம் பூரானைபோல ஆயிரம் கால்களால் ஊர்ந்து உடலெங்கும் ஏறியது. வேஷ்டியை இருக்கி கட்டிக் கொண்டு மூடிய வீடுகளை

பார்த்தார். எல்லாக் கதவும் உறைந்திருந்தன. ஒரு வீட்டிற்கும் மறு வீட்டிற்கும் இடைவெளியேயில்லை. தப்பிக்க முடியாத பொறியில் அகப்பட்டு கொண்டு விட்டதாக தோன்றியது உடலை நடுக்க மடையச் செய்தது. துருவேறிய ஜன்னல் கம்பிகள், இருண்ட வானம் எல்லாமும் பீதி கொள்ளச் செய்தன. சைக்கிளை உருட்டிக் கொண்டு காரையார் வீடு வரை வந்தார். வலப்பக்கம் இருள் படர்ந்திருந்தது. மிக மெதுவாக திரும்பினார். அதே வியெஸ்வி வீடு. பயம் முற்றாக அவரை பற்றிக்கொண்டது. மனைவி, மகள், கடன், கோர்ட், சிங்கிகுளம் கொலைகேஸ், என எண்ணம் குடைராட்டினம் போல சுழன்று அதிவேகமாகியது. தனக்கு துளியும் பரிச்சயமற்ற தெருபோல தென்பட்டது. யாராவது வீட்டின் கதவை திறந்து வெளிப்படமாட்டார்களா என காத்துக் கொண்டிருந்தார். எவரும் கதவு திறக்கவில்லை. தான் ஒரு வேளை அதிகாலை என நினைத்துக் கொண்டு நள்ளிரவில் புறப்பட்டு வந்து விட்டோமா, வீட்டுக் கடிகாரம் காட்டிய நேரம் சரியானது தானா? யோசிக்க யோசிக்க குழம்புகிறது. மனதை தேற்றிக்கொண்டபடி சைக்கிளை நிறுத்திவிட்டு ஓடிவிடலாமா என எண்ணம் வந்தது. அதுதான் சரியான வழி, சைக்கிளை பூட்டி நிறுத்தினார். ஆகாசத்தை ஏறிட்டுப் பார்த்தார். ஒரு நட்சத்திரம் சுட்ட இல்லை. ஒளிந்து கொண்டு விட்டனவா; கண்ணை மூடிக்கொண்டு ஓடுவதை தவிர வேறு மார்க்கமில்லை என்றபடி தெரு அதிர ஓடத் துவங்கினார். நினைத்தது போல ஓடுவது எளிதாகயிருக்கவில்லை. உடம்பு அதிர்ந்து மூச்சுவாங்கியது. காரையார் வீடுதிரும்பும் போது கண்ணை மூடிக்கொண்டு இருளில் புகுந்து ஓடினார். பெருமூச்சுடன் நின்று கண் திறந்தபோது அது வாடியான் தெருவாகவேயிருந்த்து. ஆத்திரமும் பயமும் கொண்டவராக தனியே உரக்க தெருவின் பிறப்பை கொச்சைப்படுத்தி வசையிட்டார். நிசப்தம் தெருவை அடர்ந்து ததும்பியது. செய்வதென்ன என புரியாமல் தரையில் உட்கார்ந்தார். வீடுகளுக்குள் உறங்கும் மனிதர்கள் மீது கோபம் திரும்பியது. அவர்களையும் வசைத்தார். யார் வீட்டு கடிகார ஒலியோ கேட்டுக் கொண்டிருந்தது. கதவைத் தட்டி யாரையாவது எழுப்பி உதவி கேட்டால்? நினைத்தவுடனே என்ன சொல்லி உதவி கேட்க என்றயோசனையும் தோன மௌனமாகி கொண்டார். தன் வாழ்நாள் முடியப்போகிறதோ? ஸர்ப்பம்போல தெரு தன் வாலை தானே கவ்விக் கொண்டிருக்கிறதா? எழுந்து நடந்து தெருமுனைவரை சென்றார். அங்கிருந்து திரும்பிப் பார்த்தபோது

வியெஸ்வி வீடு தொலைவில் தெரிந்தது. சுப்பையாக்கோனார் சந்து புலப்படவில்லை. தெருவின் வட்டம் சுருங்கிகொண்டே வந்து நத்தை கூடுபோல ஆகிவிடக்கூடுமோ, என்ன இழவு யோசனைகள் என விரல்களை இறுக்கி கொண்டார். பள்ளத்தை தாண்டி குதிப்பது போல இருளை தாண்டி குதித்தால் அடுத்த தெரு வந்து விடாதா. உடல் வலியுடன் வேஷ்டியை மடித்துக் கட்டிக் கொண்டார். வேகமாக இருளில் தாவிக் குதித்தார். எதன் மீதோ மோதி அவர் கீழே விழும் சப்தம் அதிர்நதது. வீழ்ந்த இடத்தில் ஒரு கை ஊன்றி தலைதூக்கிப் பார்த்தார். காரையார் வீட்டில் லைட்டை போட்டுக்கொண்டு யாரோ கதவு திறக்கும் சப்தம் கேட்டது. ஒரு பெண் கதவை திறந்து கொண்டு வாடியான் தெருவில் இறங்கி, கையில் இருந்த குப்பைக் கூடையுடன் வலப்பக்கம் மெதுவாக திரும்பி, இருளில் நடந்து அவர் விழுந்து கிடந்த இடத்தருகே வந்து குப்பைத்தொட்டியில் கொட்டிவிட்டு, அவரை பார்க்காது திரும்பிப் போனாள். அவர் உடனே தெருவை ஏறிட்டுப் பார்த்தார். அங்கே சுப்பையாக்கோனார் சந்து என்ற பெயர் தெரிந்தது.

~

எதிர்பார்த்த முகம்

இருவருக்கும் ஒரே சமயத்தில் தோணியது. இருந்தும் யாரும் பேசவில்லை. வியர்வை, நசநசப்பாக வழியும் முகத்தோடு ஏறு வெயிலில் நடந்து போய்க் கொண்டிருந்தார்கள். அவர்கள் பற்றி எரிவது போல வெக்கை. தந்திக் கம்பங்களில் வெறித்து நிற்கிறது காகம். நகரம் மரங்களற்ற வெளி. எங்கும் புகையின் சுழல் விரிகிறது. பேச்சின் தெறிப்பில் நிறைகிறது தெரு. கல் டயர்கள் தேய செல்கிறது மாட்டு வண்டி, சாலையோரத்து மனிதனின் கூண்டில் கிளி வெயில் தாங்காது முகத்தை அலைக்கழித்த படியிருந்தது. தொப்பியணிந்த சிறுவர்கள் நிழலை மிதித்து விரைகிறார்கள். யாரும் வராத சலூன் சுழல் நாற்காலி தன்னையே கண்ணாடியில் பார்த்துக் கொண்டிருந்தது. நல்ல புகையிலை வாசம். பட்டை பட்டையாய் காம்பு கிள்ளும் மணம். கூடைக்காரப் பெண்கள் கழுத்தை துடைத்துக் கொள்கிறார்கள். ஒலி பெருக்கிகளின் விடாத இரைச்சலில் ஊர்கின்றன கால்கள். யார்யார் சாயலிலோ மனிதர்கள். தலை பிசுபிசுத்து எரிச்சலாகியது. பச்சை குழந்தையோடு ஒரு பெண் கால் தாங்கி போகிறாள். மீண்டும் அந்த இருவருக்கும் ஒரே சமயத்தில் தோணியது. இந்த முறை முந்திக் கொண்டு ஏட்டு சுப்பையாபிள்ளை கேட்டே விட்டார்.

“கசகசன்னு. என்ன எளவு இது. தாகம் வறட்டிபிடுதுல்ல. தண்ணிக்கு எங்க போறது... டீக்கடை தண்ணி குடிச்சாப்பில இருக்காதுல்ல.”

நடந்தபடியே போஸ் பதில் சொன்னார்.

"உக்கிரமாதான் இருக்கு. இப்பிடி நடந்து சூரகுத்தி வளைவு வரைக்குப் போனா. என் தங்கச்சிகாரி வீடு இருக்கு. போகலாம்ல. நேரமிருக்குமா?"

"கிடக்கும்... கோர்ட் விடியவா திறந்துருவான்."

இருவரும் நடந்து போனார்கள். அவர்களை கடந்து போன யாரோ ஒருவன் இருவர் கைகளையும் பார்த்துப் போனான். அவன் பார்வையின் பின்பே போஸிற்கும் உணரமுடிந்தது. அவனும் தன் கைகளை பார்த்துக் கொண்டான். அவனது வலது கையையும், ஏட்டு இடது கையையும் இணைத்து வளைந்திருந்தது விலங்கு. இரும்பு வளையம் அழுத்தியது. ஏட்டு தன் கையை வீசி நடக்க சிரமப்படுவது போலிருந்தது. வலதுகையில் கேஸ் கட்டுகள் வேறு வைத்திருந்தார். அவன் தன் வேஷ்டியைப் பார்த்துக் கொண்டான். கசங்கி சுருண்ட வேட்டி. எதிரே பள்ளிப் பிள்ளைகள் கூட்டமாக போய்க்கொண்டிருந்தன. அவைகளில் சில இவர்களைத் திரும்பிப் பார்த்து மற்றவர்களிடம் சொல்லின. இலக்கின்றி நடப்பது போல நடந்து போயினர். ஏட்டு அந்தப் பிள்ளைகளை பார்த்தார். அவரைக் கண்டதும் திரும்பிக் கொண்டன. அப்போதுதான் புதுசாய்ப் பார்ப்பது போல அவரும் விலங்கைப் பார்த்தார். பார்த்த வேகத்தில் நிமிர்ந்து போஸையும் பார்த்தார். போஸ், வெயில் வண்ணத்துப்பூச்சியைப் போல வெட்டி வெட்டி அலைவதை பார்த்தான். உள்ளங்கை நசநசத்தது ஏட்டுக்கு. அவர் தொப்பியை எடுத்து முகத்தில் வீசிக்கொண்டே கேட்டார்.

"துண்டு வச்சிருக்கியா."

"எடுத்துட்டு வரலே."

அவர் தொப்பியை எடுத்து அதனுள்ளிருந்த சின்ன டவலை எடுத்து, விலங்கின் மேல் போட்டுக் கொண்டார். இருவரும் வியாபாரம் பேச கைகளை மூடிக் கோர்த்துக் கொண்டது போலிருந்தது. இப்போதுதான் கூச்சமாகவும், அசூயையாகவும் இருந்தது போஸிற்கு. அவன் கைகளை அசைக்காதபடி நடந்தான். கொஞ்ச தூரம் போன பின்பு கேட்டாடன்:

"இது எதுக்கு?"

"கிடக்கட்டும்டே. எனக்கு அசிங்கமாயிருக்கு."

அவசரம் எல்லாவற்றிலும் பற்றி ஏறியிருந்தது. தலையற்ற முண்ட மொன்றை ஞாபகப்படுத்துவது போல தலை சிதறியிருந்த சிலையொன்று நின்று கொண்டிருந்தது. அவன் கேட்காமலே ஏட்டு சொன்னார்.

“பாத்தியாஇந்த கோலத்த. யார்சிலை. ஏ. கே. எஸ். பி. அவருக்கேஇந்த கதி. உடைச்ச பார்ட்டி. வெல்லிட்டாங்குடி சுப்பையா வகையறா. ஒரே போடுல சிலை தலைய தூக்கிட்டான். ஆளயே தூக்குறவனுக்கு இது எம்மாத்திரம்.”

கடந்து போய்க் கொண்டேயிருந்தார்கள். இரும்புக் கடை மார்வாடிகள் திண்டில் சாய்ந்தபடி வெயிலை பார்த்துக் கொண்டிருந்தனர். வித விதமான போஸ்டர்கள் நிறைந்த சுவர்கள் வெற்றிலை போட்டபடியே உற்சாகமாக இருவர் எதையோ பேசிக் கொண்டிருந்தனர். ரேடியோ ஒலி வீட்டின் ஜன்னல் வழியாக கேட்டபடியிருந்தது. அவன் கைகளை மெதுவாக வீசி நடக்கத் துவங்கினான். இடையில் ஏட்டு கேட்டுக் கொண்டார்.

“வீடு எங்கன்னே. சூரகுத்தி வளைவா.”

அவன் பேசாமல் நடந்து வந்தான். தெரிந்த முகங்கள் அகப்படவேயில்லை. மணிக்கூண்டை நெருங்கும் போது எதிரே வந்த போலீஸ்காரர் ஒருவர் சுப்பையாப்பிள்ளையை கண்டுகொண்டு கேட்டார்.

“எங்க. கோர்ட்டுக்கா.”

“ ஆமா. வெயில பார்த்திகளா...”

“என்ன கேஸ். ஆள் பாத்த முகமா தெரியுதே. எந்த ஊரு.”

“எல்லாம் நம்ம ஊர்தான். திருட்டு கேஸ். தெரிஞ்சிருக்கும். சூனா பானா வகையறா.”

“பெரியவரு இருக்காரா.”

இதை அந்த போலீஸ் போஸிடம் தான் கேட்டார் என தெரியாது போஸ் தரையை பார்த்தபடியிருந்தான். இரண்டாவது தடவை கேட்ட போது சுதாரித்து கேட்டான்:

“என்ன கேட்டீக?”

“சூனா பானா இருக்காப்லயா.”

“அவரதான். போன வருஷம் வெட்டி போட்டாங்கல்ல...” என்றார் சுப்பையாபிள்ளை. போஸுக்கும் ஞாபகம் வந்தது.

அவனுடைய தாத்தாதான் சூனா பானா. அவரை இருட்டில் மறித்து யாரோ வெட்டி போட்டு விட்டார்கள். லாந்தர் விளக்குகளும், வேல் கம்புமாக ஆள்கூட்டம் அன்றிரவெல்லாம் காட்டில் அலைந்தது. வெளிச்சம் தெரிந்திராத பறவைகள் லாந்தர் கண்டு மிரண்டு சிறகடித்தன. ஒப்பாரி சத்தம் இருட்டை நிரப்பியது. யார் வெட்டினார்கள் என்றே தெரியவில்லை.

சுப்பையாபிள்ளை அந்த போலீஸுடன் பேசியபடி நின்றிருந்தார். அவனுக்கு இந்த பேச்சு லயிப்பு கொள்ளமுடியாத எரிசசலைத் தந்தது. ஏட்டு அவனிடம் கேட்டார்:

"சூனா பானாவுக்கு தொடுப்பு ஒண்ணும் இங்க உண்டுள்ள..."

இருவரும் எதையோ பேசி சிரித்தனர். அவன் எரிச்சல் தாங்காது சொன்னான்.

"தண்ணி தாகமாயிருக்கு."

ஏட்டு எதுவும் பேசவில்லை. பேசிய போலீஸ்காரன் போய்விட்ட பின்பு இருவரும் சூரகுத்தி வளைவை நோக்கி நடந்தனர். ஓட்டு வீடுகள் நிறைந்த தெரு. நாய்கள் சாவகாசமாய் உறங்கிக்கொண்டிருந்தது. புகை அலைந்து கொண்டிருந்தது வாய்காலை தெருவில் வெட்டி விட்டிருந்தார்கள், கறுப்பு படர்ந்த தெரு. சூரகுத்தி வளைவினுள் போகும் போது அவன் சுப்பையாபிள்ளையிடம் கேட்டான்:

"வீடு வந்திருச்சு. கொஞ்ச நேரத்துக்கு இத கழட்டி விட்டா. பெறகு மாட்டிக்கிடலாம்."

ஏட்டு உடனடியாக எதுவும் பேசவில்லை. பிள்ளைகள் கூம்மரிச்சசப்தம் எழும் வீட்டின் முகப்பில் வந்த போது அவரே விலங்கை கழட்டி விட்டு எடுத்துக் கொண்டார். அவன் கைகளை உதறிக் கொண்டான். ஏட்டு வீட்டைப் பார்த்தார். சாம்பல் படர்ந்த ஓட்டு வீடு, உள்ளே புகையும், மங்கிய வெளிச்சமுமாயிருந்தது. ஏதோ தாளிதம் நடந்த வாடை. அவன் உள்ளே நுழையும் முன்னை ஒரு பெண் குழந்தை எட்டிப் பார்த்து உள்ளே சொன்னது. ஒரு பெண் வெளிப்பட்டு அவனை இடுக்கிய கண்களால் பார்த்தாள். அவன் உள்ளே நுழைந்து கூப்பிட்டான்.

"தனம்."

அவளுக்கு குரல் புரிந்துவிட்டது. வேகமாக கிட்டத்தில் வந்து நின்று சொன்னாள்:

“வாங்கண்ணே... இருங்க...”

அவன் பின்னே திரும்பி ஏட்டையும் உள்ளே கூப்பிட்டான். அப்போதுதான் அவள் இன்னொருவர் வந்திருப்பதையும் கவனித்தாள். உள்ளே போய் மடக்கு நாற்காலியை கொண்டு வந்து போட்டாள். அவற்றைப் பிடித்தபடி போலிசை பார்த்துக் கொண்டிருந்த பெண் குழந்தையை அவன் கூப்பிட்டான்.

“இங்க. வாளா...”

“போடி. உங்க மாமா. ஊர்ல இருக்காரு. போஸ் மாமாடி.”

சொன்னதும் கிட்டத்தில் வந்து நின்று கொண்டது குழந்தை. தனம்பின் வாசலுக்குப் போனாள். அவள் உருவம் மறைந்ததும் மற்றொரு பெண் குரல் கேட்டது.

“யாரு வந்திருக்கது.”

போஸ் திரும்பி பார்த்தான். அவனுடைய அம்மா வந்து கொண்டிருந்தாள். கிட்டத்தில் வந்து நின்று கேட்டாள்; “யாருன்னு சட்னு தெரியலே.”

“நான்தான் போசு.”

அவளுக்குப் புரிந்தது. சுவற்றை ஒட்டி உட்கார்ந்து கொண்டாள். முகம் உரிந்து பிரிந்திருந்தது. விரல்கள் நீண்டு தொங்கியிருந்தன. நீண்டு அறுந்த காதுகள். அவள் உட்கார்ந்து கொண்டு பேசினாள்:

“எங்கயிருந்து வாரே. ஊர்லயிருந்தா ?”

“ஆமா.”

“அதாரு கூட.”

“நம்ம ஊருதான். ஏட்டு சுப்பையாப்பிள்ளை” அவள் குரல் பயமாகவும் மங்கியும் கேட்டது.

“போலீஸ்ஸா...”

“தெரிஞ்சவக.”

அதற்குள் தனம் செம்பு நிறைய தண்ணீர் கொண்டு வந்தாள். வெட்டிவேர் வாடையுடன் குளிர்ந்த தண்ணீர். ஏட்டு ஒன்றரை செம்பு குடித்தார். தனம் அவருக்கு விசிறி எடுத்துக் கொண்டு வந்து கொடுத்தாள். அவர் விசிறிக் கொண்டார். புகை நின்றபாடில்லை. ஓட்டின் இடுகல் வழியாக வெயில் இறங்கியபடியிருந்தது. போஸிக்கு மட்டும் கேட்கும் படியாக அம்மா கேட்டாள்:

“என்ன விஷயமா வந்தாப்ல?”

“நிலம் வாங்கிறதுக்காக. ஒரு ஆள பாக்க.”

“யாருக்கு?”

“ஏட்டுக்குதான்.”

ஏட்டு வீட்டை சுற்றிப் பார்த்தார். தீப்பெட்டிபெட்டிகள் ஒட்டி கூடையில் சுற்றி வைக்கப்பட்டிருந்தன. வரிசையாக சாமி படங்கள். மூலையில் இரண்டு வேல்கம்பு. எங்கும் சோளம் சிதறிக் கிடந்தது. வெறும் தரையைக் கொத்திக்கொண்டிருந்தது கோழி. பின்வாசலில் நல்ல வெளிச்சம். அம்மா அதற்குள் சுப்பையாபிள்ளையிடமே பேசத் துவங்கினாள்.

“சொந்த ஊர் எங்கிட்டு.”

“சிவகிரி பக்கம்.”

“இங்கேயே வந்துட்டிகளாக்கும்.”

“வாய்க்கிற இடத்தில இருக்க வேண்டியதுதானே.”

“ஊரு மோசமில்ல. பிள்ளைக இருக்கா?”

“மூணு பொம்பிளை பிள்ளைக. ஒரு பையன். எல்லாம் வயசு பிள்ளைகதான்.”

“இங்கேயும் ரெண்டு பிள்ளைகஇருக்காக. வயசு ஏறிகிட்டே போகுது. ரெத்னம் மாதிரி லட்சணம். அதுகளுக்கு துணையாதான் இங்கயே கிடக்கேன்.”

அதற்குள் பின் வாசல் வழியாக தனம் கலர் கொண்டு வந்தாள். அவள் ஒரு தட்டு நிறைய முறுக்கும் வாழைப்பழமும் கொண்டு வைத்து, கலரை உடைத்து கொடுத்தாள். ஏட்டு முறுக்கை ஒடித்தபடியே போஸை பார்த்துக் கொண்டிருந்தார், போஸ் எழுந்து உள்கட்டிற்குப் போனான். அவன் பின்னாடியே தனமும் வந்தாள். உள்கட்டிற்குள் போனதும் கதவை ஒருச்சாய்ந்தபடி தனம் சாய்ந்து நின்று கொண்டு கேட்டாள்.

“மதினி எப்படியிருக்கா?”

“அழுதுகிட்டு கிடக்கா.”

“எப்ப புடிச்சாக.”

“ரெண்டு நாளாச்சு. எப்பிடியும் ஒரு வருஷம் கிடைககும். உள்ள போகணும். மச்சான் எங்க.”

"அவுக இப்ப ஜலால் கடையில இருக்காக."

"புரோட்டா கடையா."

"இல்ல, ஹோட்டலு. அங்கையும் அதே வேலைதான்"அவன் எட்டிப் பார்த்தான். அம்மாவுடன் எதையோ பேசிக் கொண்டிருந்தார் ஏட்டு, போஸ் தனத்திடம் கேட்டான்,

"பெரியவளுக்கு எதுவும் விசேஷ பேச்சு உண்டா?"

"யார் அத பேசுறது. கழுதைக்கு வயசு போகிட்டேயிருக்கு. நீயும் வீணா திரியுறே. எனக்குன்னு பேச யாரு இருக்கா?"

சட்டென்று தனம் உடைந்து அழத் துவங்கினாள். அவனுக்கு என்ன செய்வதென்றே தெரியவில்லை.

அவள் அழுகைச்சப்தம் கேட்டு பெரியவள் உள்ளை வந்து அம்மையை சரிப்படுத்தினாள்.

"இந்தா எதுக்கு அழுகே. ?"

போஸ் பெரியவளையே பார்த்துக் கொண்டிருந்தான். அடங்குவது போல உள்ளே போன அழுகை மீண்டும் விசும்பி வெடித்தது. அம்மையின் அழுகை தாங்காது பெரியவளும் சேர்ந்து விசும்பினாள். வெளியே வெளிச்சம் ஏறிக் கொண்டிருந்தது. அவன் பெரியவளின் தோளைத்தொட்டு ஆறுதல்படுத்தினான்.

"மீனா... எதுக்கு அழுகே. நான் பேசுறேன்."

"தனம். நான் கிளம்புறேன்."

அவன் சொல்லியதும் தனத்தின் அழுகை நின்றது. அவள் முந்தானையால் கண்ணீரை துடைத்துக் கொண்டு கேட்டாள்.

"சாப்பிட்டு போகலாம்ல."

"இல்லை. கோர்ட்டுக்கு நேரமாயிரும்."

"அப்ப வர்றப்ப. வர்றயா."

"இல்லை."

அவன் உள் அறையை விட்டு வெளியறும் போது தனம் சொன்னாள்,

"ரொம்ப மெலிஞ்சு போயிட்டே. அடிச்சாங்களா."

"ரொம்ப இல்ல..."

அவன் ஏட்டு பக்கம் வந்தபோது அவர் தொப்பியை எடுத்து மாட்டிக் கொண்டார். அவர் மடியில் உட்கார்ந்து இருந்தது

பெண் குழந்தை. கலரை குடித்து முடித்திருந்தார். போஸிடம் அம்மா அடவாக கேட்டாள்:

"வர்றவன். ரெண்டு இனிப்பு வடை வாங்கிட்டு வரக்கூடாது. வெறுங்கைய வீசிட்டு வந்துட்டான். அய்யா பழக்கம் பிள்ளைக்கு அப்படியேயிருக்கு என்ன செய்ய?"

போஸ் இதை கேட்டது போலவேயில்லை. அவனே ஏட்டிடம் கேட்டான்:

"போவமா?"

இன்னுமொரு செம்பு தண்ணீவாங்கி கொண்டார் ஏட்டு. புறப்பட்டு வாசலுக்கு வரும்போது அம்மா ஏட்டிடம் எதுவோ சொன்னாள். பின்பு:

"வீட்டுக்கு வந்துட்டு போங்க. போசு. அவளையும் கூட்டிகிட்டு வா..." என்றாள்.

இருவரும் இறங்கி தெருவில் நடந்தார்கள். சுப்பையாபிள்ளை விலங்கை எடுத்து மாட்டி அதன்மேல், துண்டைபோட்டுக் கொண்டார். கண்ணாடியில் பட்டு எங்கும் சிதறிய வெளிச்சத்தின் கதிர்களோடு நடந்து போய்க் கொண்டிருந்தார்கள், கோர்ட் பரபரப்பாகயிருந்தது. சிவப்பு ஜன்னல்கள். உள்ளே நுழையும்போது போஸ் சாதாரணமாகக் கேட்டான்.

"வர்றப்ப எங்கம்மா என்ன சொன்னாக?"

ஏட்டு தொப்பியை சரி செய்தபடியே படியேறினார். மரப்படி சப்தமிட்டது. மேல் கட்டிடம் வந்த பின்பு தொப்பியை எடுத்து விசிறியபடியே அவனைப் பார்க்காமல் சொன்னார்.

"உள்ள வச்சு ரொம்ப அடிச்சிராதீங்கன்னு சொன்னாங்க."

தனக்கு ஏற்கனவே தெரிந்ததை மீண்டும் கேட்பதுபோல, தலையை கவிழ்ந்தபடி கேட்டுக்கொண்டிருந்தான் போஸ்.

~

சேவற்குரலோன்

இருநூற்று நாற்பத்திமூன்று கூட்டங்களில் பேசி முடித்துவிட்டு தேர்தல் சூறாவளி சுற்று பயணத்தின் கடைசி இரண்டு தினங்களுக்கு முந்திய இரவில் பனைவிடலிகளுக்குள் இருந்த கிராமம் ஒன்றிற்கு பேச வந்து சேர்ந்தார் எரி ஈட்டி கோவிந்தன். பத்தாம் வகுப்பில் பெயிலான பிறகு மிட்டாய் கடையில் சில காலம் வேலை செய்துவிட்டு, தமிழ் வாழ்க எனப் பச்சைக் குத்திய கையும் திருகு மீசையுமாக அரசியலில் நுழைந்து, பெரியவர் மொழியொளியின் நகல் பேச்சாளராக அறிமுகமாகி எட்டு ஆண்டில் நான்கு மனைவிகளும் இரண்டு குழந்தைகளுமாக கழக தலைமை பேச்சாளாரானார். நட்சத்திரம் ஒய்ந்த இரவில் ஆயிரக்கணக்கான மக்கள் கூட்டம் எரியீட்டியின் குரலைக் கேட்க காத்துக் கிடந்தனர். அவருக்காக வாங்கிவைக்கப்பட்ட பதினான்கு சோடா புட்டிகளின் கோலி கண் மூடாது திறந்து விழித்தன. ஜாலம் சிந்தும் பேச்சு துவங்கிய அரை மணிக்கு பிறகு கைதட்டல் நீள, கூட்டத்தில் இருந்த எவனோ ஒருவனுக்கு தற்செயலாக ஒரு சேவலின் குரல் கேட்டது. சலனமற்று திரும்பிஅவன் எதிர்முகம் பார்த்து திகைக்க கொக்கரக்கோ சப்தம் இடைவிடாது கேட்க துவங்குவதை ஜனத்திரளே கேட்டது. எரியீட்டியோ உற்சாகம் ததும்ப வார்த்தைகளை மிதக்க செய்தபடியிருந்தார். அப்போது மேடையிலிருந்தவர்களும் கொக்கரக்கோ கொக்கரக்கோ, என்ற சப்தத்தினை கேட்டனர். எங்கிருந்து வருகிறது இந்தக்குரல்? அறிந்த போது அது எரியிட்டின் குருலாகயிருந்தது. பேசுவதை

நிறுத்தாது, திகைத்த மக்கள் முகம் பார்த்தபடி சோடா உடைத்து குடித்துவிட்டு பேச்சை நீட்டியபோது எரியீட்டி தனது மனதில் பிறக்கும் வார்த்தைகள் வெளியே கொக்கரக்கோ வாக கேட்பதை அறியவேயில்லை. 'சேவல் மாதிரியில்லை கத்துறாறு' எனச்சலித்தபடி ஒரு பெண் எழுந்தபோது கூட்டமே அதை ஒத்துக்கொண்டு கலைய துவங்கியதும்தான், தனக்கு ஏற்பட்ட விபத்தின் குரூரம் அறிந்து பயமும் வியர்வையுமாக நின்றார் கோவிந்தன். தான் பேசுவது வெளியே கொக்கரக்கோவாக கேட்கிறதே என்ற பீதி உடலில் படர்ந்தது. மனுசன் சேவல் குரலில் பேசுவதை பற்றி முணுமுணுத்தபடி மணற்பரப்பு கடந்துபோயினர் மக்கள். காரில் நகரம் செல்லும் வரை யாரிடமும் எதுவும் பேசவில்லை இரண்டு நாட்கள் செய்திதாளின் முதல் பக்கவரியான் அவரை என்ன செய்வது என தெரியாமல் கட்சி விழிக்க, பனிரண்டாம் வட்ட செயலாளர் தான் அந்தயோசனையை முதலில் சொன்னார். 'ஒவ்வொரு பொது கூட்டமுடிவிலும் அவரை ஐந்து நிமிடம் அறியாமை இருள் அகற்றி விழிப்புணர்வு தரும் சேவலாக, குரல் கொடுக்க செய்யலாமே.' ஒத்துக் கொண்டது தலைமை. அதன்படி நகரம் நகரமாக கூட்டத்தின் இறுதியில் அவர் கொக்கரக்கோ விட்டார். மக்கள் அதைக்கேட்க நகரமெங்கும் காத்துகிடந்தனர். அந்தத் தேர்தலில் கொக்கரக்கோ கட்சி பெருவாரியாக வெற்றிபெற்றது. பதவி ஏற்கும் நாளில் சேவல் குரல்கேட்பது அபசகுனம் என சொன்ன எவர் பதிலிலோ புறக்கணிக்கப்பட்ட கோவிந்தன், தற்காலிக ஓய்வு கொடுத்துவிட்டுக்கு அனுப்பப்பட்டார். 'எந்த நேரமும் என்ன எழுவு கொக்கரக்கோ' என சலித்த மனைவிகள் அவரை படுக்கையில் கூட ஒதுக்கினர். செய்வதென்ன என தெரியா மனக்கசப்பு கொண்ட கொக்கரக்கோ கோவிந்தன் வீட்டில் தனியே நாட்களை போக்கினார். சாப்பிடுவதற்கு தவிர எதற்கும் அவர் வாயை திறப்பதேயில்லை 'கொக்கரக்கோ மகளே' என கேலிசெய்த வாலிபர்களை ஏசி வீடு திரும்பினாள்கோவிந்தன் மூத்த மகள். எவருக்கும் பிடிக்காதவராகிபோனார். சில சமயம் இது நாள் வரை தான் பேசியது எல்லாம்கூட வெறும் கொக்கரக்கோதானோ என்ற சந்தேகம் அவருக்கே வரும். புறக்கணிக்கப்பட்ட சேவற்குரலோனாக வீட்டிலிருந்தார். நெடு நாட்களுக்குப் பிறகு தன்னைத் தேடி வீட்டுவாசலில் வந்துநின்ற காரைக்கண்டு வியந்து வெளியே வந்தபோது, இறங்கிய நபர் தன்னை வேம்பு ஐயர் என்றும் காமிக் வோல்டு எனும் உல்லாசப்பூங்காவை

நிர்வகிப்பதைக் கூறி, "நீங்கள்தானே கொக்கரக்கோ?" எனக்கேட்டார். தலைகுனிவோடு நின்றவருக்கு மேலும் வருத்தம் ததும்பியது. வந்தவர் "உல்லாசபூங்காவிற்கு வரும் ஒவ்வொரு சிறுவர் சிறுமி முன்பும் ஒருமுறை கொக்கரக்கொவிட்டால் மாசம் இரண்டாயிரம் சம்பளம்; வரமுடியுமா" எனக்கேட்டார். ஒத்துக் கொண்டு வேலையில் சேர்ந்த எரியீட்டிக்கு நீலமும் மஞ் சளுமான வுடையும் ஒருநாற்காலியும் வண்ணகுடையொன்றும் கொடுக்கப்பட்டது. சிறுவர்கள் முன்பு உற்சாகமான சேவலாக கூவினார். குழந்தைகள் இந்தவேடிக்கையை வெகுவாக ரசித்தனர் அந்தவேலை அவருக்கே சில வாரங்களில் ரொம்பவும் பிடித்து போனது. தன்னை பார்க்க தானே கூட்டம் வருகிறது என சந்தோஷமாக பகலெல்லாம் கூவினார். ஒரே மாதிரி கூவுவதை எத்தனை நாள்தான் கேட்க முடியும் என்று சிறுவர்கள் விலகிப்போக துவங்கியதால் அங்கும் அவரை தனிமை சுற்றியது. ஆடு போலவோ, காகம் போலவோ ஏன் ஒரு தவளை போல கூட குரலை மாற்றி கத்த தெரியலையே எனக் கோபமுற்ற வேம்பய்யர் கடைசியில் அவரை வேலையைவிட்டு நீக்கினார். இனிதான் இருந்து என்னதான் பயன்? கட்சி, குடும்பம், மனைவிகள் மகள் சிறுமிகள் கூட இந்த சேவல் குரலை வெறுத்த பின்பு வாழ்வின் விதிவசத்தை மூன்றுநாள் தனிமையில் யோசித்துவிட்டு, செத்துவிடலாம் என கடற்கரைக்குப் போனார்.

அங்கு முறுக்கு விற்கும் சிறுவன் ஒருவன் அவரைப் பின் தொடர்ந்து சார் முறுக்கு வேணுமாமுறுக்கு என விரட்ட, வேண்டாம் என மனதில் பட்ட போதும் அது பேசும்போது கொக்கரக்கோவாகத் தானே கேட்கும் என்ற வேதனையோடு சாகப்போகும்போதும் கூட சிறுவனின் கேலிக்கு ஆளாக வேண்டுமா என வாயை மூடியபடி கடலிலுள் இறங்கி நடந்தார். கால்நீரினுள் அமிழ்ந்தன. அப்போதும்கரையில் இருந்த சிறுவனின் குரல்கேட்டது "சார் முறுக்கு வேணுமா" போய் தொலைகிறான் எனத் திரும்பி; கடைசியாக ஒருமுறை கொக்கரக்கோ என கூவுவதால் என்னவாகி விடப்போகிறது என நினைத்தபடி கையை மறுத்து ஆட்டி வேகமாக கொக்கரக்கோ என்றார். கடற்கரையில இருந்த சிறுபேனுக்கு அது "வேண்டாம்" என்றவார்த்தையாக கேட்டது.

~

உப்பு வயல்

முருங்கைப்பூ உதிர்ந்த காலத்தில் பலரோடும் கள்ள உறவு கொண்டிருந்ததாக திருடனின் மனைவி செம்பா ஊரைவிட்டு விலக்கி வைக்கப்பட்டாள். அவளோடு ரகசியக் காதல் கொண்டிருந்த பாதிரியின் மகனும் பிறவி ஊமையுமாகிய தானியேல், பாடசாலையின் பின்புறமிருந்த திலாக்கிணற்றின் உயரத்தில் நிலா பௌர்ணித்த இரவில், உயிரைப் போக்கி கொண்டு தொங்கிய மறுதினம் இது நடந்தேறியது.

திருடனின் மனைவி என்ற போதும் செம்பா பயந்த சுபாவமுடையவளாகவும், சிறு பெண்ணாகவுமேயிருந்தாள், எப்போதும் நீலநிற உடைகளை விரும்பியணிந்து வந்த அவள் ஊரைவிட்டு விலக்கி வைக்கப்பட்டபோது, முப்பதாவது வயதை அடைய ஆறு நாட்கள் மீதமிருந்தன. கறுத்து சுருண்ட கூந்தலும், குள்ளமான ரூபமும் கொண்ட அவளுக்கு இடது கன்னத்தில் சிறிய மரு ஒன்று இருந்தது வசீகரமாயிருந்தது. ஊரில் அயலாருடன் பழகி அறியாத செம்பா பகல் வேளைகளில் கடற்கரையில் உலரும் சிப்பிகளையும் இறந்த நண்டுகளையும், ஆமை ஓடுகளையும் பொறுக்கி வந்து கடற்கிராமத்திற்கு வரும் உப்பு வியாபாரிகளிடம் விற்றுக்கொண்டிருந்தாள்.

அவளுக்குத் திருமணமாகி ஆறுவருடங்கள் கடந்திருந்தன. பனைவிடலிகள் நிரம்பிய ஊரில், விரசக் கனவுகள் பெருகும் பூப்பெய்திய வருடங்கள் கழிய இருந்தவளைக் கட்டிக்கொண்டு

இங்கே கூட்டிவந்தான் சொர்ணராசு. இருவரும் நாணல் பூத்த வயல் வழியே நடந்து ஊரைப் பிரிந்து வரும்போது ஆணின் இச்சை அவளுக்குள் சுரந்து கொண்டிருந்தது.

ஆனால் இந்த ஆறு வருடங்களில் அவன் முதல் முத்தத்தைக்கூட அவளுக்கத் தரவில்லை. காமத்தின் எலுமிச்சை நிறம் உடலேற, சிவப்பு, மஞ்சள் பூச்சூடிய தலையுடன் தனித்து வீட்டில் இருந்து வந்தாள் செம்பா. சொர்ணராசு ஊரில் தங்குவதேயில்லை. அதுவும் கலெக்டர் துரையின் குதிரையைத் திருடி வந்துவிட்ட பின்பு எப்போதும் துப்பாக்கி வீரர்களால் தேடப்பட்டுக் கொண்டு இருந்ததால், அவன் ஒளிந்து அலைந்து கொண்டிருந்தான்.

அது ஒரு கறுப்புக் குதிரை. குடிவெறி ஏறிய கண்களுடன், உரக்கச் சிரித்தபடி அந்தக் குதிரையில் ஏறி அமர்ந்தபடி சொர்ணராசு தெருவில் ஓர் இரவெல்லாம் சுற்றிக் கொண்டிருந்தான். சிறுமிகளும், விளையாட்டுப் பையன்களும் பாதி உறக்கத்தில் விழித்து குதிரையின்அழகு கண்டனர். அந்த ஊருக்கு வந்த முதல் குதிரையே அதுதான். அதன் காதுகள் வசீகரமாயிருந்தன. செம்பா கதவைத் திறந்து படல் மீது சாய்ந்தபடி அவனைப் பார்த்தாள். குதிரையைவிட்டு இறங்கி மணலில் படுத்துக்கொண்டு, கால் மேல் கால் போட்டபடி அவன் புகைத்துக்கொண்டிருந்தான். அவளுக்குக் குதிரையை ஸ்பரிசிக்கும் ஆசை எழுந்தது. அதை அறிந்து கொண்டவன் போல, அவளை அருகில் கூப்பிட்டு, எதிர்பாராத நிமிடமொன்றில் அவளைத் தூக்கிக் குதிரை மீது அமர்த்தினான். பயமும் ஆசையும் கலந்த மிரட்சியில் அவள் குதிரையின் வயிற்றை கால் விரல்களால் தொட அது தலை தூக்கியது. அவளே குதித்துவிட்டாள். இரவெல்லாம் அவனுடைய சிரிப்பு தெருவில் கேட்டபடியிருந்தது. அன்றிரவு அவன் உறங்கிய பின்பும், நெடுநேரம் குதிரை வீதியில் தனியே அலையும் சப்தத்தைக் கேட்டுக் கொண்டிருந்தாள் செம்பா.

மறுநாள் சிவப்பு தொப்பியணிந்த சிப்பாய்கள் குதிரையைத் தேடி ஊர் வந்தபோது, தெருவில் கிடந்த லத்திகளைக் கண்டு தடம் பார்த்துப் போயினர். சொர்ணராசு குதிரையுடன் வட்டடத்திட்டில் போய் ஒளிந்து கொண்டான். என்றாலும் காவல் வீரர்கள் அவனை மடக்கிப் பிடித்து, கை கால்களில் விலங்கிட்டு நடத்தியே கூட்டிப்போனார்கள். வழியில் மாட்டுச் சந்தைத் திடலில் இருந்த கிணற்றில் இறங்கி சோர்ணராசு குடித்த தண்ணீரில் இருந்த கரும்பாசி, அவன் உடலில் சேகரமாகி, சிறையில் அடைபட்ட மூணாம் நாள் தலைமயிர், பற்கள்,

118 ❋ தாவரங்களின் உரையாடல்

கால்விரல்கள் எங்கும் கரும் பாசி வளர பச்சை நகங்களும், நடுங்கும் கறைப்பற்களுமாக உளறிக்கொண்டு உயிர் நீத்தான். அவனை இறந்த நாய்களின் உடலைத் தூக்கி எறியும் காவல் கிணற்றில் எவரும் அறியாது சிப்பாய்கள் தூக்கி எறிந்து போட, நீரில் ஊறி மிதந்த நாட்களில் சூரியத்தலைவன் அவன் உதட்டில் முத்தமிட்டு நகர, செம்பாவோ எப்போதும் உறக்கமும் கனவுமாகக் கிடந்து சொப்பன மிருகங்களின் தாடி வளர்ந்து தனது உடலில் சுருண்டு சொள்ள, அலறி இரவில் எழுந்து முற்றத்தில் வந்து சொர்ணராசு வந்துவிட்டானோ எனத் தேட, உலர்ந்த மீன்களின் கண்களில் அலையிடாமல் உறைந்த கடல் மட்டுமே நீலநிறமாயிருந்தது.

சொர்ணராசுவை சிப்பாய்கள் பிடித்துப் போவதைக் கண்ட உப்பு வியாபாரிகள் செம்பாவிடம் அதைத் தெரிவித்தனர். அவள் பெருமூச்சும் வேதனையுமாக வீட்டில் அடைந்து கிடந்தாள், மனதில் காரணமற்ற பயங்கள் எழுந்து பெருகின. முன்னை விடவும் தனிமை எல்லா இடுக்குகளில் இருந்தும் அவளை எட்டிப்பார்த்தபடியிருந்தது.

பல ஊர்களில் இருந்தும் சொர்ணராசு திருடிவந்த மணல் கடிகாரம், கோமாளி பொம்மைகள், தலைக்கவசம், சூதாட்டப்பலகை, மயிலிறகு விசிறி இவற்றோடு அவளும் பயன்படாத பொருள் போல வீட்டிலிருந்தாள், அவளிடம் கிராண்ட் சர்க்கஸில் இருந்து சொர்ணராசு திருடிவந்த செங்கொண்டைக் கிளி ஒன்றிருந்தது. அது ‘செம்பா! செம்பா!’ என வாய் ஓயாது கத்தி, வீட்டின் தனிமையைக் கலைத்தது.

செங்கொண்டைக் கிளிக்கு பேசக் கற்றுத் தந்தவன் செம்பாவின் கணவன்தான். மற்ற கிளிகளைவிட பருத்தும், கழுத்தில் நீலப்பட்டை நிறம் கொண்டும், அழகிய செங்கொண்டை கொண்டதுமான அக்கிளி சர்க்கஸில் ஒய்யாரமாகயிருந்தது. அதைப் பிறர் அறியாது திருடி வந்த போது இரவெல்லாம் கொச்சையான ஆங்கிலத்தில் கிளி அவனைத் திட்டியது. அவனோ அந்தக் கோபத்தின் மீது காதல் கொண்டவனாய் அதைக் கொஞ்சினான். கிளியைப் பழக்குவதற்காக தினமும் அதற்கு சாராயம் ஊற்றிக் குடிக்கச் செய்தான். போதை பழகிய கிளி அவன் பேச்சைக் கேட்டுப் பயின்றது. கடற்கரையின் உயர்ந்த மணல் திட்டில் கிளியை விரலில் நடக்கவிட்டபடி படுத்துக் கிடக்கும் சொர்ணராசு, மிக மோசமான கொச்சை வார்த்தைகளை அதற்கும் கற்றுத் தந்தான்.

சில நாட்களில் குடிவெறி ஏற இரவில் இருவரும் பரஸ்பரம் ஏசிக் கொள்வது காற்றிலே மிதக்கும். வீட்டைக் கடக்கும் எவரையும் கிளி வசையிட்டது. அதிலும் குறிப்பாக பாதிரியார் சைக்கிளில் போகும்போது, தான் கற்று வைத்த வசையெல்லாம் காட்டி அவரைக் கிளி ஏசுவதும் அவர் 'சைத்தானின் குஞ்சே!' என்றபடி சைக்கிளை வேகமாக ஓட்டிப் போவதும் தினசரிக் காட்சி.

துஷ்டத்தனமாகவும், மூர்க்கத்தனமாகவும் வளர்ந்த கிளி செம்பாவிடம் மட்டும் பயந்தது. தனிமையில் நீண்ட காலம் இருந்து அவள் குரலில் எப்போதும் கசப்பு நெடி வீசியது. அவள் வார்த்தைகளின் கூர்மை கண்ட கிளி கூண்டில் தட்டழியும். கூண்டை அவள் திறந்துவிட்ட போதும் அது அவளை விட்டு விட்டுப் போகாமல் கூரையிலே நின்றது. மழைக்காலம் வந்தபோது கிளிக்கு பயமும் தனிமையும் அதிகமாக, அது விடாது உளறத் துவங்கியது. கடற்கரையில் பெய்யும் மழை எளிதில் நிற்பதில்லை.

விடாது பெய்யும் மழையில் வீட்டில் சப்தங்களின் விநோத இசை நிரம்பியது, பெயர் இல்லாத பூச்சிகள் கதவில் ஏறி இரவெங்கும் விடாது பாடின. கடலின் அலையோசை புரண்டு கொண்டிருந்தது. செம்பாவோ மழையின் மெல்லிய சலனத்தால் தூண்டப்பட்டவளாக இல்லாத ஆண் ஸ்பரிசம் தேடி மனதிற்குள் குமைந்து கொண்டிருந்தாள். காமம் ஒரு வானவில் போல அவளது தலைமுதல் கால்வரை பாய்ந்திருந்தது. மழை வெறித்த நாட்களில் வேதக்கோவிலின் பின்புறம் நீலநிறப்பூக்களும், மஞ்சள் பூக்களும் அடர்கின்றன. எப்போதாவது அந்தப் பூக்களைப் பறிக்கப் போகும்போது வேதக் கோவிலின் இடிந்த சுற்றுச் சுவரில் அமர்ந்தபடி தானியேல் நாய்க்குட்டி ஒன்றைக் கையில் வைத்துக்கொண்டு தூரத்துக் கடலை வெறித்துக் கொண்டருப்பதைப் பார்த்திருக்கிறாள். அவனுக்குப் பாதிரியைப் போலவே முகச்சாயல் இருந்தது, ஆயினும் பாதிரி முகத்தில் உள்ளது போன்ற அம்மைத் தழும்புகள் அவன் முகத்தில் இல்லை. அவன் முகம் கூழாங்கல்லைப் போல மெருகு ஏறி இருந்தது, பாதிரி மழை வெறித்த நாட்களில் கிராம சபைகளுக்குப் பிரசங்கம் செய்ய சைக்கிளில் போவதை செம்பா பலமுறை கண்டிருக்கிறாள். உயரமான அந்த மனிதரின் கண்கள் எப்போதும் சிவந்திருக்கும். காற்றில் அலையோடும் அங்கியுடன் வேதப்புத்தகங்களும், சங்கீதம் இசைக்கும் ஜால்ரா கருவி ஒன்றையும் கொண்டபடி அவர் போய்க் கொண்டிருப்பார். மழையோடு திரும்பும் அவர் கறுப்புக் குடையுடன் தெருவில் போவது அழகாகயிருக்கும்.

கிறிஸ்துமஸிற்கு முந்திய நாட்களில் மழை விடாமல் பெய்யத் துவங்கும். கடலின் சீற்றத்தில் எழும் அலைகள் வேதக்கோவிலின் கோபுரமணிவரை எழுந்து அடிக்கும் என்பார்கள். பூட்டிய கதவுகளும் வெறித்த வீதிகளுமாக ஊரே அடங்கிவிடும். கரை மீறிய அலைகள் வீதிகளில் மீன்களையும் நண்டுகளையும் உலவச்செய்யும். கூரையில் உறங்கும் கோழிகள் அலைகளால் இழுத்துச் செல்லப்பட்டு கடல் எங்கும் ரோமங்களை உதிர்த்து மிதக்கும். அலைகளின் பேரிரைச்சல் தாங்காது கிளி பயந்து சப்தமிடும்.

சுழிக் காற்று செம்பாவின் வீட்டுக் கதவில் பாதியைப் பிய்த்து எறிந்து போனது. மழையை மறைக்க அரைக்கதவில் சேலையைக் கட்டியிருந்தாள் செம்பா. ஈரத்தில் மன்னரின் தலைக்கவசத்தில் ஒட்டிய தானியங்கள் முளைத்துக் கிளைவிட்டன. சாரல் ஓயாத நாள் ஒன்றில் நாய்க்குட்டியைத் தொலைத்த தானியேல் தெருவெங்கும் அதைத் தேடி அலைந்து கொண்டிருந்தான். அவனது சுவடுகளை அழித்துப் பெய்தது மழை. சிறு சப்தங்களைக் கூட மிக உன்னிப்பாகக் கேட்டபடி அலைந்த அவன், செம்பாவின் வீட்டின் பின்பாக நாய் கத்துவது போன்ற சப்தம் வர, உடனே சேலைக் கதவை விலக்கி அவள் வீட்டினுள் நுழைந்தான்.

அவள் படுத்துக் கிடந்த அறையில் போதிய வெளிச்சமில்லை. திரிவிளக்கு மங்கலாக எரிந்து கொண்டிருந்தது. சுவர்கள் ஈரத்தில் நீர்த்திவலையிட்டன. அவன்நாய்க்குட்டியைத் தேடுவதற்காக அறையினைச் சுற்றிப் பார்த்தான். அவனை எதிர்பார்க்காத செம்பா சட்டென எழுந்து கொண்டாள். ஒரு மூலையில் கூண்டில் தொங்கிய கிளி அவனை வசையிட்டது. அவனும் அதை ஏதோ திட்டியது போல சப்தமிட்டு அவளருகில் வந்தான். அவனது உடலெங்கும் தண்ணீர் சொட்டியது.

முகத்தில் மணல் அப்ப, அவன் செய்த ஜாடை மொழி அறியாது அவனையே பார்த்துக்கொண்டிருந்தாள் செம்பா. வெளியே சாரல் வலுத்துக் கொண்டிருந்தது. அவன் நாய்க் குட்டியைக் காணாது புறப்படும்போது அவளறியாமலே சொன்னாள் “வெளியே மழை கொட்டுது. கொஞ்சம் இரேன்.” அவன் பதில் சொல்லாது உதட்டைச் சுழித்தபடி தரையில் உட்கார்ந்து கொண்டான். நெடுநாட்களாகக் கொடியில் உலர்ந்து கொண்டிருந்த சொர்ணராசுவின் வேட்டியை எடுத்துத் தலை

துவட்ட அவனுக்குத் தந்தாள். அவன் தலை துவட்டாது வேஷ்டியின் வாசனையை நுகர்ந்து கொண்டிருந்தான். பிறகு அதைத் தலையைச் சுற்றிப் போர்த்தியபடி, அவளைப் பார்த்துச் சிரித்தான். அவனிடமிருந்து ஏதோ ஒரு சுகந்தம் பிறந்தபடியிருந்தது. முதல் முறையாக அவன் ஒரு ஊமை என்ற நிஜம் அவளுக்குள் தோன்றியது போல எண்ணங்கள் ஓடின. அவன் திரும்பவும் சிரித்தான். நிமிட நேர முடிவில் கட்டுப்பட்டவள் போல அவன் எதிர்பாராது அவனைக் கட்டிக்கொண்டு, தனது நாவால் அவனது உதடுகளை ருசித்தாள்.

இதுவரை தானறியாத அந்த உப்பு ருசியை அவன் இரவெல்லாம் விரும்பினான். உதட்டில் ரத்தம் கீறிப்பாய முத்தமிட்டுக் கொண்டனர். அன்றிரவு பெய்த மழையில் உறக்கம் அற்ற இருவர் தண்ணீரின் வாசனையை அறிந்தனர்.

கோழி ரோமங்களும், இறந்து போன பூனைகளும் ஒதுங்கிய வீதியில் மறுநாளில் தானியேல் நடந்து வீட்டிற்குப் போன போது கனவில் சுழன்றபடியிருந்தான். அன்று பகலே அவனுக்கு சுரம் கண்டது. பாதிரி அவனருகில் அமர்ந்தபடி வாசகங்களை முணுமுணுத்துக் கொண்டிருந்தார். தானியேல் உப்பள வயலில் வெற்ளைநிறப் பூக்கள் பூப்பது போலவும், தன் உடலே உப்பள வயல்வெளிபோல இருப்பதாகவும் கனவு கண்டான்.

இரண்டு நாட்கள் செம்பா, தானியேல் நினைவில் இருந்து மீளமுடியாமல் கலைந்த படுக்கையினைவிட்டு அகலாது கிடந்தாள். பின் ஏனோ தான் மீண்டும் தானியேலை மட்டும் பார்க்கவே கூடாது என முடிவு செய்து கொண்டாள். தானியேலும் அதன் பிந்திய நாட்களில் வரக் காணவில்லை என்பதால் அவள் வேறு ஆண் சகவாசம் அறியத் துவங்கினாள். உப்பு வியாபாரிதான் அவளது காதலை அறிந்தான். பின் மற்றவர்களும் அவளை அறிந்தனர்.

பதிமூன்று நாட்கள் சுரத்திற்குப் பிறகு உடல் தேறி எழுந்த தானியேல், எவர் சொல்லையும் கேட்காது, வீதியில் இறங்கி செம்பாவின் வீட்டின் முன்பு வந்து நின்றான். அவனைக் கண்டதும் கதவை அடைத்துக்கொண்ட செம்பா, அவன் பார்வையில் இருந்து விலகவே விரும்பினாள். அவனோ கதவைத் தள்ளிக் கொண்டு உள்ளே வர முயல, அவள் கடுமையாக பேசி அவனை விரட்டி அனுப்பினாள்.

செய்வதறியாது தானியேல் அவளைப் பார்த்துக் கொண்டேயிருந்தான். பின்பு தினமும் அவன், வீட்டினைச்

சுற்றி அலைவதை அவளால் தடுக்க முடியவேயில்லை. அவனை முகத்திற்கு எதிராகத் திட்ட வேண்டும் என்பதற்காகவே செம்பா குடிக்கப் பழகினாள். குடித்த பின்பு அவள் ஏசும் வார்த்தைகள் கேட்டுத் தனியே அழுதபடி நின்றான் தானியேல்.

சில வாரத்திற்குள் செம்பாவின் குணமே மாறிப்போனது. அதுவும் தானியேல் எவரும் எதிர்பாராதது. தனது தலையை மழித்துக் கொண்டு, விகாரரூபம் கொண்டவன் போல அவள் வீட்டினைச் சுற்றி அலைவது கண்டபின்பு, வன்மம் கொண்டவள் போல கூச்சலிடத் துவங்கினாள். சில நேரங்களில் அவனை அடிப்பதற்கு உடைந்த துடுப்பை எடுத்துக்கொண்டு தெருவில் ஓடுவாள்.

பாதிரியாரின் மூத்த மகள் சாரா இதற்காக தினமும் தானியேலைத் திட்டி அழுதபோதும், அவன் கட்டுப்படவில்லை. பிற ஆண்களை நேசிக்கும் செம்பா தன்னை வெறுப்பதன் காரணம் அறியாத அவன், பகல் நேரத்தில் தலையறுந்து போன தோட்டத்துச் சிலை ஒன்றினை கட்டிக் கொண்டு நிர்வாணமாக படுத்து கிடப்பதையும், சில சமயம் அந்தப் பெண்சிலையை விடாது முத்தமிடுவதையும் கண்டு சாராவிடம் பெண்கள் சொல்லியபோது, அவள் கர்த்தரிடம் சாத்தானை விலக்கச் சொல்லி பிரார்த்தனை செய்தாள்.

தானியேல் வீட்டில் இருக்கும் பொருட்களை காரணம் இன்றி உடைக்கத் துவங்கினான். சில இரவுகளில் கண்ணாடியின் முன்பு அமர்ந்தபடி தன்னைத்தானே முத்தமிட்டுக் கொண்டிருப்பான். எப்போதாவது மனம் மாறியவன் போல மண்டியிட்டு விடாது பிரார்த்தனை செய்து கொண்டிருப்பான்.

பாதிரிக்குத் தனது மகனின் செய்கைகள் எதுவும் விளங்கும்படியில்லை. தானியேல் காக்கைகளின் சப்தம் அடங்கிய மதியம் ஒன்றில் செம்பாவின் வீட்டினுள் நுழைந்து, பிடி கத்தியால் அவள் உதட்டை இரண்டாகக் கிழித்து விட்டான் என்று தெரியவந்த அன்றே அவர் செம்பாவின் துர்நடத்தைகளை அறிந்து கொண்டார்.

உதடு துண்டிக்கப்பட்ட செம்பா வேதனையில் அவனை ஏசி, மணலை வாரித் தூற்றினாள். பிற ஆண்களோடு சகவாசம் வைத்திருக்கும் செம்பாவை ஊரைவிட்டு விலக்கி வைக்க பாதிரியே முதல் குரல் எழுப்பினார். அன்றிரவு உப்பு வயல்களில் தனியே அலைந்து திரிந்தான் தானியேல். வானத்தில் பூர்ணித்த

நிலவால் உப்பளம் எங்கும் அலையோடியது. வீட்டிற்குத் திரும்பி அம்மாவின் பழம் புடவை ஒன்றைத் திருடிக்கொண்டு பாடசாலைக்கு வந்து படுத்துக்கிடந்தான் தானியேல். இரவு மெல்ல விரிந்து கொண்டிருந்தது. தெருக்கள், வீடுகள், மரங்கள், செடிகொடிகள் எல்லாமும் வெளிர் ஒளியில் மினுங்கின. சொல்ல முடியாத அழகு நிரம்பிக் கொண்டிருந்தது.

வானத்தைப் பார்த்தபடியே கிடந்தவன், விடியும் தறுவாயில் அம்மாவின் புடவையில் சுருக்கிட்டுக் கொண்டு திலாக்கிணற்றில் தொங்கி உயிரை மாய்த்துக் கொண்டான். அடுத்த நாள் பகல் முழுவதும் செம்பா குடித்துக் கொண்டேயிருந்தாள். அவளது உதடு எரிந்து கொண்டிருந்தது.

2

கோடையில் மழையற்றுப்போய் நெருப்பை வாரியிறைத்தது போல வீசியது காற்று. ஊரை விட்டு விலக்கப்பட்ட மறுதினமே தனது பதிமூன்று கோழிக்குஞ்சுகளையும் செங்கொண்டைக் கிளியையும் கூட்டிக் கொண்டு ஊரைத்தாண்டிய வெட்ட வெளியில் இருந்த மணல் முகட்டில் கூரையிட்டுத் தங்கினாள் செம்பா. அலையும் கூந்தலை விரித்தபடி படலின் முன்பாக நின்று கொண்டிருப்பாள் காலையில். கடற்பறவைகள் மிதந்து கொண்டிருக்கும். ஒரு உதட்டில் பாதி பிய்ந்து போய்விடவே முகமே உருமாறிவிட்டது. மேலும் தானியேலின் மரணம் அவளது குணத்தினை அடியோடு மாற்றிவிட்டது. தன்னைத் தேடிவரும் ஆண்களை இடைவிடாமல் திட்டவும், அடிக்கவும் செய்தாள் செம்பா.

குணசுபாவம் மாறிய பெண்கள் எளிதில் கோபமுற்று விடுவார்கள் என்பது போல, இச்சையின் அதீத கணத்தில் தன்னோடு சுகிக்கும் எவனையும் கடித்துவிடவோ, நகங்களால் உடலை கீறிவிடவோ அவள் தயங்குவதேயில்லை. நாளுக்கு நாள் அவள் வெளிறிக் கொண்டே வந்தாள். அவளைத் தேடி வரும் ஆண் ஒவ்வொருவனும் உள்ளூர பயந்து கொண்டே வந்தனர். அவளது அணைப்பில் இதமான கணம் மாறிப்போய் வன்மமான பிடிபோல இறுகியது. எந்த முரட்டு மனிதனும் அவளது கால்களின் கீழே மண்டியிட்டு முத்தமிடாமல் போவதேயில்லை. அவள் சொல்லை மீற முடியாதபடி ஒரு அதிகாரம் அவளிடமிருந்தது.

கொடுவாள் மீசை கொண்ட பழங்குற்றவாளிகள் கூட அவளிடம் பேசவும் பயந்தனர்.

அவள் குடிப்பதற்கு நன்றாகக் கற்றுத் தேர்ந்துவிட்டாள். தன் சக குடிகாரன் எவனையும்விட, அவள் நாக்கில் சுவைபடும் சாராய கலவை ருசி கண்டு மற்றவர்கள் பயந்தனர். அவளது முகத்தில் ஏன் என அறியாத இறுக்கம் அப்பிக்கொண்டது. தலை மயிரை எண்ணெய் வைக்காது திரிசடையாக்கினாள். செந்நிறத்தில் மாறிய தலையில் பிரிபிரியாக தலைமயிர்கள் சடை கொண்டிருந்தன. காவி ஏறிய பற்களும் மீன் வாடையும் அவளைவிட்டு அகலவேயில்லை. குடிவெறி மிஞ்சிய நாட்களில் அவள் பாதிரியின் மகனை 'வெட்கம் கெட்ட நாயே' என ஏசி தனது உடலை அசைத்து வசையிடுவாள். என்றாலும் அவளால் பாடசாலையிருந்த தெருப்பக்கமே நடக்க முடியவில்லை.

ஊர் அவளை விலக்கிய போதும் அவள் ஊருக்குள் வருவதைத் தடுக்க எவருக்கும் இயலவில்லை. தன்னைத் தேடி வந்த ஆணின் உடுப்புகளை மாட்டிக்கொண்டு, காக்கிநிறப் பேண்ட்டும், வெள்ளைச் சட்டையும் போட்டபடி அவள் தெருவில் வருவதையோ, அல்லது பள்ளிக்கூடச் சிறுமியைப் போலப் பாவாடை தாவணியில் அலைவதையோ எவர் தடுக்க முடியும்.

வெயில் உச்சம் கொண்ட நாள் ஒன்றில் அவள் பாதிரியின் வீட்டை நோக்கி நடந்து போனாள். பாதிரி வீட்டு முகப்பில் நெல்லிமரம் இருந்தது. பாதிரி அதன் அடியில் அமர்ந்தபடி உடைந்த நாற்காலி ஒன்றைச் சரிசெய்து கொண்டிருந்தார். அவள் வந்ததைக் கவனிக்கவேயில்லை. அவள் சப்தமாகப் பாதிரியின் பெயரைச் சொல்லிக் கூப்பிட்டாள். நெடு நாட்களுக்குப் பிறகு தன்னைப் பெயர் சொல்லி அழைக்கும் பெண்ணை நிமிர்ந்து பார்த்த பாதிரி, செம்பாவைக் கண்ட மாத்திரத்தில் அவரறியாது எழுந்து நின்றார்.

அவள், பாதிரியின் கண்களைப் பார்த்தபடியே சொன்னாள்.

"தானியேலின் மரணத்திற்குக் காரணம் நானில்லை."

அவளிடம் என்ன பேசவேண்டும் என்பதுகூட அறியாதவர் போல, அவளையே பார்த்துக் கொண்டிருந்தார். அவள் மீது ஏன் கோபம் கொள்ள முடியவில்லை என அவருக்கே தெரியவில்லை. பின்பு தணிந்த குரலில் கேட்டார்.

"உனக்கு என்ன வேண்டும்?"

அவள் தலையைக் கவிழ்ந்தபடி நின்றுவிட்டாள். இப்போது அவள் குரலில் இறுக்கமில்லை. ஒரு ரகசியத்தைப் போலச் சொன்னாள்.

"நான் கர்ப்பஸ்திரியாகயிருக்கிறேன்."

அவள் தன்னிடம் இதை ஏன் சொல்லுகிறாள் என்று புரியவில்லை. இருந்தும் கேட்டுக் கொண்டு தலையாட்டினார்.

"என் குழந்தைக்கு எந்த ஆணையும் நான் அப்பாவாகக் காட்டமுடியும்"

அவர் திரும்பவும் கேட்டார்.

"உனக்கு என்ன வேண்டும்?"

அவள் இப்போது வன்மம் கொண்டவள் போலப் பேசினாள்.

"என்னை முதலில் அடைந்தவன் தானியேல்."

அவர் இயந்திரத்தைப் போல மீண்டும் பேசினார்.

"உனக்கு என்ன வேண்டும்?"

அவள் அவர் கண்களைப் பார்த்தபடி சொன்னாள்.

"என் பிள்ளைக்கு தானியேல் அப்பனில்லை; தெரிந்து கொள்ளும் எனக்கு வேண்டியதெல்லாம் ஒரு மரச்சிலுவை. அதைச் செய்து தர முடியுமா?"

அவர் மறுக்கவில்லை. பதிலுக்கு எதிர்பாராதவள் போல அவள், "செய்து வீட்டுக்கு கொண்டு வந்து கொடும்" என்றபடி விலகிப் போய்விட்டாள். அவள் போய்விட்ட பின்புகூட அந்த இடத்தில் குரல் சுழன்றபடியேயிருந்தது.

அன்றிரவு முழுவதும் பாதிரிக்கு உறக்கம் வரவேயில்லை. நள்ளிரவில் இறந்து போன தனது மனைவியின் பழம் பெட்டியைத் திறந்து அதனுள் இருந்த பாசி மாலையில் கோர்க்கப்பட்ட மரச்சிலுவையைக் கையில் எடுத்துக் கொண்டு பெட்டியைப் பூட்டினார்.

தனது தாயாரின் சிலுவையைச் செம்பாவிற்காகக் கொண்டு போவதாகப் பாதிரி சொல்லியதும், இரண்டு மகளும், அவரைத் திட்டித் தீர்த்தனர். அவரோ சிரிப்பைத் தவிர வேறு பதில் பேச முடியாது தனது சைக்கிளை உருட்டிக் கொண்டு அவளைக் காணச் சென்றார்.

பெருமூச்சு விட்டபடி மீன் துண்டுகளைச் சுவைத்துக் கொண்டிருந்த செம்பா, பாதிரியைக் கண்டதும் நெடுநாட்களுக்குப் பிறகு சிரித்தாள். அவர் தலை தட்டாது குனிந்து வீட்டினுள் வந்தார். அவள் சாப்பிடுவதையே பார்த்துக் கொண்டு இருந்தார். அன்று சிலுவையை அவளிடம் தந்து விட்டு வீடு திரும்பிய போது அவருக்கு மனம் சாந்தி கொண்டது.

சில மாதங்களுக்குப் பிறகு அவர் பிரசங்கம் முடிந்து திரும்பும்போது அவள் வயிறு பெருத்தவளாகத் தனியே கடற்கரையில் அலைந்து கொண்டிருந்தாள். முதல் முறையாக அவர், அவள் பெயரைச் சொல்லி அழைத்தார். அவள் நடக்க முடியாமல் நடந்துவந்தாள். தான் வீட்டிற்கு வாங்கிய இனிப்புப் பண்டங்களை அவளிடம் தந்துவிட்டு அவள் கண்களைப் பார்த்தார். அது தாழ்ந்திருந்தது. அவளது முகத்தில், உடலில் வெண் திட்டுக்கள் விழத்துவங்கி இருப்பதைக் கண்டார். ஒரு சிறுமியைப் போல அவரிடம் கேட்டாள்.

"சைக்கிளில் நான் ஏறிக் கொள்ளட்டுமா"

வீடுவரை அவளை சைக்கிளில் கூட்டிப் போய்விட்டார். பாதிரியைக் கண்டதும் கிளி கத்தியது. அன்று மாலைவரை அவளோடு பேசியபடி செம்பாவின் வீட்டிலேயிருந்தார். தன்னைத் தேடிவரும் எந்த ஆணையும் அவள் விரட்டி விடுகிறாள் என அறிந்திருந்தார். அவர் பேசிப்போன இரவில் எப்போதும் போலவே தனித்துக் குடித்துக் கொண்டிருந்த செம்பா விடியும் வரை கூப்பாடு போட்டு அழுதபோது, கிளி கொண்ட பயம் சொல்ல முடியாதது.

பாதிரி அவள் கூப்பிடாமலே செம்பாவின் வீட்டிற்கு வந்து போகத் துவங்கினார். அவளோ பேசுவதைக் குறைத்துக் கொண்டே வந்தாள். இமைகள் பெருத்து வீங்கிய கண்களுடன் சதா தரையில் படுத்துக்கிடந்தாள். பாதிரி அவள் வீட்டிற்குப் போகக்கூடாது என சபை தீர்மானித்தபோதும் அவர் வருவதை நிறுத்திக் கொள்ளவில்லை. குடிவெறி மீறிய நாளில் செம்பா மீன் முள்ளை கிளிக்கு ஊட்டிவிட, அது இரவெல்லாம் கத்தி ஓய்ந்தது. மறுநாள் பகலில் அவள் பார்த்தபோது படலின் வெளியே நூற்றுக்கணக்கான எறும்புகள் மொய்க்க இறந்து கிடந்தது.

கிளியின் சாவிற்குப் பிறகு அவள் நோய் பீடிக்கப்பட்டவள் போல ஆனாள். வெண்திட்டுக்கள் உடலெங்கும் பரவின. நீர்க் கொப்பளங்களும் தோன்றத் துவங்கின. பாதிரி பஞ்சை வெந்நீரில் நனைத்து, அவள் உடலின் கொப்பளங்களைத் துடைத்து வந்தார்.

வேதனை தாளாத நாட்களில் அவள் விடும் கண்ணீர் பாதிரியின் கரங்களின் மீது துளிர்க்கும். அவளை மருத்துவமனைக்குக் கூட்டிப் போகலாம் என்றபோது வர மறுத்துவிட்டாள். பாதிரியை விசாரிப்பதற்காக இரண்டு வேதசபை ஊழியர்கள் வர இருந்த மறுநாளில், முந்திய இரவில் அவர் தானே தனது உடைகளையும், சிலுவையையும் வேதக்கோவிலுக்கு ஒப்புக் கொடுத்துவிட்டு, சாதாரண மனிதனைப் போலக் கறுப்புக் கரை வேஷ்டியுடன் நீலநிறச் சட்டையுமாக சபையினின்று வெளியேறிப் போனபோது ஊரே அவரை ஏசியது.

செம்பாவிற்காகப் பாதிரியே உணவு தயாரித்தார். அவள் நடக்கவும் சிரமப்பட்டாள். மயிலிறகு விசிறியால் அவளுக்கு விசிறி விட்டு இரவில் உறங்கச் செய்தார். தனது காரியங்கள் பற்றி சிந்தனை இல்லாத மனிதனைப் போலவும், தனது கடமை என்பது போலவும் அந்த வீட்டில் இருந்து வந்தார் பாதிரி.

வேதனை தாளாத நாள் ஒன்றில் அவளை அழைத்துக் கொண்டு மலை நகரமொன்றின் மருத்துவமனைக்குப் புறப்பட்டார். சில மைல் நடந்து வந்ததும், பிரதான சாலையில் உப்பு வண்டிகள் போய்க் கொண்டிருந்தன. பாதிரி அவளை ஒரு வண்டியில் ஏற்றி உட்கார வைத்துவிட்டு, தானும் அமர்ந்து கொண்டார். நிலா பிறை கண்டிருந்தது. உப்பு வயலின் வாசனை எங்கும் நிரம்பியது. தன் மீது உறங்கும் அவளைப் பார்த்துக் கொண்டிருந்தபோது தானியேலின் நினைவு தாளாது, அவர் அழுது வந்தார். நட்சத்திரங்கள் மட்டும் சலனமில்லாமல் வானில் மிதந்து கொண்டிருந்தன.

~

புத்தரின் கார்ட்டூன் மொழி

பிறகு அவனுக்கு இருபத்தி எட்டு வயதானது. அப்போது அவன் தன்னையே கௌதம புத்தராகவும், தனது எட்டாவது வயதில் வேம்பு படர்ந்த இம்பீரியல் தியேட்டரில் தான் பார்த்த கடற்கன்னி படத்தில் வரும் மீன் உடல் கொண்ட பெண்ணைத் தேடுபவனாகவும் துண்டிக்கப்படாத தனது வலது கரம் பற்றிய துயரத்தோடு இரும்புக் கை மாயாவியாக முடியாமல் போனதற்காக மனம் பிறழ்வுற்றுக் கொஞ்ச காலம் மனநலக் காப்பகம் எனும் இடத்தில் வசித்தவனாகவுமிருந்தது வந்தது நடந்தேறியது.

மொட்டையடிக்கப்பட்ட தலையோடு அலைந்து கொண்டிருந்த சிறுவன், வீட்டின் பின்புறமெங்கும் அலைந்து கொண்டிருந்தான். அவன் முகம் கருத்து, இறுகியிருந்தது. தன்னைச் சுற்றிய ஒவ்வொன்றிற்கும் அவன் பயந்து பயந்து ஓடினான். பெருமூச்சுப் படிந்த அவன் அறை அவனின் சப்தங்களை உள் வாங்கி நின்றது அ.தீ.கொ. கழக உளவாளிகளால் அவன் கண்காணிக்கப்பட்டான். அ.தீ.கொ. கழக உளவாளிகள் நண்பர்கள் போல் உருக்கொண்டார்கள். அவர்கள் சிரித்தபடி மாலையில் சந்தித்துக் கொண்டார்கள். அப்போது இரும்புக் கை மாயாவி கெய்ரோவில் 'அய்வான் சதிவலை' திட்டத்தினைக் கண்டுபிடிக்க இழந்த தன் வலது கரத்தோடு மின் இணைப்புகளை நாடி அலைந்து கொண்டிருந்தான். அ.தீ.கொ. கழகம் மனதின்

நுட்பங்களை வெடி வைத்து உடைக்கவும், நட்பு அறுபடவும், பரஸ்பரம் ஒருவரை மற்றவருக்கு எதிராகவும் மாற்றச் செய்து வரும் நடவடிக்கைகள் மாயாவிக்குத் தெரிய வந்தது. மின்சாரத்தில் இரும்புக் கை மாயாவிகையை வைத்தார். உடல் எங்கும் 'பளிர் பளிர்' என மின்னலடித்தது. கை மட்டும் மாயாவிஆனது. கை வெற்று வெளியில் அலைந்தது. காற்றில் மிதக்கும் கை, இரும்புக்கை மாயாவி. ஜானிநீரோ, ரிப்கெர்பி, மார்டின் அ.தீ.கொ.கழக தலைவர் குழி எலி, எண்பத்தி எட்டுப் பக்கம் கொண்ட காமிக்ஸ் படித்தபடி இருப்பார்கள். ஒரு காமிக்ஸ். காமிக்ஸ் வாசிப்பவர்கள் கவனத்திற்கு எனத் தலைப்பிடப்பட்ட அட்டை தொங்கும் நூலகத்திற்கு அவன் போய் வந்து கொண்டிருந்தான். சில பிரம்பு நாற்காலிகள் போடப்பட்டிருந்த அறை அது. அதில் மூன்று பையன்கள் காலையிலிருந்து காமிக்ஸ் படிக்க அப்போது பத்துப் பைசா. இரும்புக்கை மாயாவி (திரும்பத் திரும்பப் படித்த ஒரு புத்தகம் பற்றிய வார்த்தை) தோற்பதற்காக சூதாடியவன் என்ற புகழ் பெற்ற காமிக்ஸில் அவன் ஒரு பாத்திரமாகிப் போனான்.

காமிக்ஸில் வரும் ஆட்களின் உருவம் மெலிந்து நீளமும் நிழல்கள் போலவுமிருந்தன. பக்கங்கள் சாணிக்கலரிலும் அதில் வரும் படங்களில் கட்டிடங்கள் உயரமாகவும், பெண் கொலைகாரிகளின் நீண்ட மார்புகளும், வலையணிந்த கால்களும் கொண்டிருந்தார்கள். படங்கள் ஓடத் துவங்கின. ஒரு நாளின் பல சம்பவங்கள் இணைந்து உருக்கொண்டன. குழி எலி என்பவன் தெரியாமல் முக்காடு போட்டிருந்தான். அவனுடைய ஆட்கள் மனிதர்களின் தலைகளைப் பிளந்து உள்ளே இயந்திரங்களை பொருந்தினார்கள். மொம்மைக் காரின் உட்பகுதிபோல இருந்த இயந்திரம் பொருத்தப்பட்டவர்கள் இயந்திரம் போலவே நடந்தார்கள். எல்லா இடங்களிலும் இயந்திரத் தலைமனிதர்கள் நடமாடினார்கள். இயந்திரத்தலை மனிதர்கள் ரோட்டில் நடமாடிக் கொண்டிருக்கிறார்கள் என்ற விபரம் அவனுக்குத் தெரிய வந்தது. அப்போது அவன் காமிக்ஸின் பாத்திரமாகவும், அதேநேரம் வீட்டில் இருக்கும் ஒரு பள்ளி மாணவனாகவும், இரண்டுமாகவும், இரண்டுமற்றும் இருந்தான். பாத்திரமான அவனைப் பிடித்து அவன்தலையில் இயந்திரத்தினைப் பொருத்திவிடப் பலர்அலைந்து கொண்டேயிருந்தார்கள். அவன் அவர்களுக்கு அஞ்சியே ஓடினான். வீட்டின் அறைகளைப் பூட்டிக் கொண்டான். உடன் படிக்கும் ஒரு பெண் எப்படியும் அவனோடு பேசவிரும்பி அவன் வீட்டிற்கே வந்தாள். வீட்டில் அவளை அறைக்குக் கூட்டிக் கொண்டுபோய் சுவரில் ஒட்டியிருந்த

இரும்புக்கை மாயாவியைக் காட்டியதும் அவள் தன் ஆடை களைந்து தான் ஆண் என்றும், பெண் உருக்கொள்ள நேர்ந்தது தன் இயந்திரத் தலையினால் என்றும் சொல்லி தன் நிர்வாணம் காட்டிப் போனாள். அந்த நாளில் அவன் இருந்த மனோநிலையைப் பற்றி நகுலன் எனப்படும் தமிழ் இலக்கியவாதியின் நாவலின் வரும் ஒரு பாத்திரம் மிகத் தெளிவாகச் சொல்லியிருப்பதாக அவன் நண்பன் சொன்னான்.

தன் தலையில் இயந்திரம் பொருத்தப்பட்டுவிட்டதாகவே அவன் உணர்ந்து கொண்டான். அந்த காமிக்ஸ் முடியவேயில்லை. அவனைக் காப்பாற்றும் பொருட்டு அவனும் தன் கைகளை வெட்டிக்கொண்டு மின்சாரத்தால் தன் உருவை மறைத்துக்கொள்ள முயன்றான். அதற்கு முன்பு ஸ்கூலில் ஒரு படம் எடுத்துக் கொள்ளச் சொல்லி மாணவர்களுக்கு சர்க்குலர் வந்தது. படம் எடுக்கப் போகும் நாள் ஞாயிறு. பள்ளியின் மைதானத்தில் விளையாட்டுப் பொருள்கள் அற்ற வெறும் மைதானத்தில், கேலரியின் மறைவில் அவன் எல்லோருடனும் புகைப்படம் எடுத்துக் கொண்டான். அந்தப் புகைப்படத்தில் அவன் காலரை உயரே தூக்கிவிட்டிருந்தான். அது முகத்தை மறைத்திருக்கும். அது வந்தபின்பு மாணவர்கள் அவனை உளவாளி என்று சந்தேகம் கொண்டார்கள். அதை மாற்ற வேண்டி தன் வலக்கரத்தைத் துண்டித்துக் கொள்ள விரும்பினான். அந்தநாள் ஒருமதியம் யாருமற்ற அறை. கைகளைத் துண்டிக்க எடுத்துக் கொண்ட முயற்சிகள் தோல்வியுற்றன. அவன் முழுவேகத்தில் மின்சாரத்தினைத் தொட்டான். தொட்டவுடன் அவன் மறையவில்லை.

அ.தீ.கொ.கழகம் நகரின் ஒவ்வொரு மூலையிலும் அ.தீ.கொ.கழக உளவாளிகளை அனுப்பியது. அவர்கள் ரகசியக் குறிப்பேடுகளோடு நண்பர்களைச் சந்தித்து அவர்களைப் பற்றிய விவரங்களைக் குறிப்புகளாக மாற்றி எழுதி அனுப்பினார்கள். ஒவ்வொரு நகத்தின் அளவுஉள்பட குறிப்பு அனுப்பப்பட்டது. ஒரு நண்பன் என்ற நபரோடு பேசிக் கொண்டிருந்த போது அவன் கை குறிப்புப் புத்தகத்தில் தானாக இயங்கிக்கொண்டிருந்தது. அந்த அறையில் எரியும் மஞ்சள் விளக்கொளியில் கசியும் கசப்பு நபர்களுக்குள் சென்றது; குமட்டியது. செத்தமீன் வாடை.

நபர் குறிப்புப் பட்டியல்: பெயர் தேவையில்லை. பால். ஆண்; பெண்; தேவைப்படாத விபரங்கள்: அதிகம், ஆக விரும்புவது:

இரும்புக்கை: நபருக்கு கொடுக்கப்பட வேண்டிய சிகிச்சை: கடற்கன்னி சினிமா தியான தத்துவ தீட்டை.

காமிக்ஸின் பாத்திரமான அவனை மீட்டு அவர்கள் சினிமாவிற்கு அழைத்துப் போனார்கள். அந்தப் படம் ரொம்பவும் பழைய படம். கடற் கன்னிகள் பற்றியது. படத்திற்கு ஒப்பனைக்கப்பட்டிருந்தது. படத்திற்குக் கிளம்புவதற்கு முன்பு அவன் அறையில் வெயிலில் நாளெல்லாம் இருக்க வேண்டியிருந்தது. மாலையில் வந்த நண்பன், பொய் ஸ்தனங்களையும் பெண் ஆடைகளையும் கொண்டுவந்து அவனுக்குப் பொருத்தினான்; அவனுடைய மீசை, புருவம் மழிக்கப்பட்டது. மழிக்கப்பட்ட பின்பு பார்த்த முகம் யார் என்றது. அந்த இடங்களில் மை தீட்டப்பட்டது. மிக அழகாக மாற்றப்பட்ட அவன் பெண் உருக் கொண்டான். பதினாறு வயது பெண் அவள். ஸ்தனங்களின் கவர்ச்சி அவனுக்குள்ளும் கிளர்ந்தது. அவன் பின் அவள் என்றாகி படத்திற்குக் கிளம்பினான். நண்பன் அவள் தோள் மீது கை போட்டுக் கொண்டான். இருவரும் மெதுவாக ரோட்டில் போனார்கள். ரோட்டில் போன அவன் — அவள் மீது பலரின் பார்வை பதிந்து போனது. பஸ்ஸின் கூட்டத்தில் மையல் கொண்ட ஆணின் மோகித்த கண்கள் அவள் மேல் விழுந்த போது அவன், அவள் என்ற நிலையை அறுத்து எரிந்து நின்றான்.

பெண்கள் சீட்டில் பயணம் செய்தான். பெண்கள் கவுண்டரில் டிக்கெட் எடுத்தான். தியேட்டரில் நண்பன் படம் நடந்து கொண்டிருக்கும்போதே பெண் உரு இது என மறந்து, பெண் என்ற நினைப்பிலே அவசரமாகக் காதல் கடிதம் எழுதி அவனிடம் தந்து பொய் ஸ்தனங்களைத் தடவி மகிழ்ந்தான். படம் மீன் கன்னி பற்றியது? மீன் கன்னிக்குத் தலை மட்டுமே இருந்தது. பெண் தலைகொண்ட மீன் அதை மோகித்த ஒருவனைக் கீழ் உலகிற்குக் கூட்டிப் போனது. அப்பா மீன், அம்மா மீன், தாத்தா மீன் எல்லாமும் இதைக் காணாது தட்டழிந்தன. அம்மா மீனின்வால் பார்க்கும் எவரையும் சிரிக்க வைத்தது. மீன் கன்னி ஆளைக்கூட்டிவந்து தாத்தா மீனிடம் காட்டியதும் தாத்தாமீன் வந்து நிற்கும் ஆளைப் பார்தது, அவன் வலக்காதைக் கடித்துச்சென்றது. அவன் கத்தவில்லை. வலக்காதற்ற ஒருவன் பெரும் ஓவியன் ஆவான் என்றது மீன். மீன் கன்னி அவனோடு தரைக்கு வந்தாள். தரைக்கு வந்ததும் அவள் பெண் ஆனாள். அந்தப் பெண்ணுடன் அவன் கலவி கொண்டு மீன் குழந்தைகளைப் பெற்றான். தரையில் மீன் வளர்ந்தது. பாதிப்படம்

மேல் பார்க்க முடியாமல்போய் அவன் திரையை நோக்கி ஓடினான். தியேட்டர் இருட்டில் யார் மேலேயோ விழுந்தான். நீல நிற கலர்கள் தெரிய அழும் குழந்தை சப்தம் திரையில் கேட்டது. அ. தி. கொ. கழகப்படம் முடிவடையாது தியேட்டரில் நாள் எல்லாம் ஓடுகிறது. பார்ப்பவர்கள் நிறைகிறார்கள்.

அறைக்கு வந்த பின்னும் அவன் பெண் உரு அழியாமல் இருந்தது. தன்னை அவன் நினைத்தபடியிருக்க விரும்பினான். சிகிச்சைக்காக அவனை ஆட்டோவில் உட்கார வைத்து உடன் சித்தப்பா, அத்தை இருவரும் பிடித்துக் கொண்டார்கள்.

ஆட்டோ ஓடிக்கொண்டிருந்தபோது அவன் மூத்திரம் பெய்யும் ஆண்கள் நிற்கும் சந்தைக் கடந்தான். சுவர் அரிந்த இடம் அது. வளைந்து வளைந்து ஆட்டோ போனது. வீடு போன்ற மருத்துவமனை. அவன் போன போது எதிரே பச்சை பச்சையாய் இலைகள் உதிர்ந்து கிடந்தன. சிவப்புக் கட்டிடம். அவனை உட்கார வைத்து விட்டு உள்ளே போய் பேசிக் கொண்டு வந்த போது அவன் எழுந்து அறைகளைப் பார்த்து வந்தான். சின்னப்படுக்கைகள், கடல் தெரியும் இடம். அலைகள் வந்து பாறையில் சிதறுகின்றன. பெரிய மணல்வெளி. பந்து விளையாடும் பையன்கள். சிற்றப்பா போகும் போது அவனிடம் "அறை பிடித்திருக்கிறதா" எனக் கேட்டார். அவன் ஜன்னல் வழியாகப் பையன்கள் பந்து விளையாடுவதைப் பார்த்ததாகச் சொன்னான். சிற்றப்பாசிரித்துக் கொண்டு எல்லாமே Illusion என்றார். டாக்டர் வந்து பின்னர் பார்த்துப் போனார். அவரும் அறை பிடித்திருக்கிறதா எனக் கேட்ட போது அவன் எல்லாமே இல்யூசன் எனச் சொன்னான். டாக்டர் செல்லமாகக் கன்னத்தில் தட்டி "கௌதம புத்தர் தானா நீ?" என்றார். அப்படிச் சொன்ன அவர் கையில் இருந்த ஆங்கிலப் புத்தகம் காரணமாக இருந்திருக்க வேண்டும் எனப் பின்னாளில் அவனாக யோசித்துக் குறித்துக் கொண்டான்.

அந்த நாட்களில் டாக்டர் இரண்டு புத்தகங்களை விடாமல் படித்து வந்தார்; 'புத்தனை ரோட்டில் சந்தித்தால் கொன்று விடு' என்ற அமெரிக்க நாவல். இன்னொன்று ஹெமிங்வே என்ற அமெரிக்க இலக்கியவாதியின் வாழ்க்கை வரலாறு. டாக்டர் பலநேரம் அறையில் வந்து அவனோடு காமிக்ஸ் பற்றிப்பேசினார். அவர் தன்னைப் பிரபல உளவாளி என்று சொல்லிக் கொண்டார். மாலையில் நிறையப் பையன்கள் விளையாட வருகிறார்கள். மணல் வெளி எங்கும் பையன்கள்,

பந்து உருண்டு உருண்டு உருண்டு கடல் வரை போகிறது. கால்கள் கடலில் நடக்கின்றன. கையில் பெரிய க்ளோவ்ஸ் அணிந்தவன் தள்ளி நிற்கிறான். டாக்டர் கேட்பதற்காக அவன் சிறு காமிக்ஸ் எழுதத் துவங்கினான். அதற்கான பேப்பரும், வாட்டர் கலர்களும் கொண்டு வந்து அவர் கொடுத்தார். அந்த பேப்பரில் அவன் எழுதத் தொடங்கிய காமிக்ஸில் அவன் அறியாமலே அவன் அ.தீ.கொ. கழக உறுப்பினர் ஆகிப்போனான். கௌதம புத்தர்கூட வந்தார் அதில். அவரை வீட்டில் அடைத்தே வைத்திருந்தார்கள். நிர்வாணமாக அவர் உட்கார்ந்து இருந்தார். அவரை மீட்பதே காமிக்ஸின் கதை.

டாக்டர் அவன் கேட்காமலே ஹெமிங்வேயைப் பற்றிச் சொன்னார். ஹெமிங்வே உடம்பு முழுவதும் மீன் செதில்கள் தோன்றி விட்டதாக நினைத்துக் கொண்டிருந்தான். எழுத்தாளன் என அவன் நினைத்த போர்க்கால நிருபர் தலை உடைய தன்னை சுட்டுக் கொன்ற விபரங்கள் அவனுக்குத் தெரிய வந்தபோது, அவன் ஆஸ்பத்திரியில் இருந்தான்.

இரண்டு மாதத்திற்குள் மூன்று தடவை அவன் தலை மொட்டை அடிக்கப்பட்டது. அவன் அவனாக பொருள்களுக்கு வேறு பெயர் கொடுத்தான். கௌதம புத்தர் என்ற பெயர் அவனுக்குப் பிடிக்கவில்லை. அவன் மொட்டையடிக்கப்பட வேண்டிய காலையில் ஆஸ்பத்திரியின் பின்புறக் கிணற்றடிக்குப் போய் உட்கார வைத்து மொட்டையடிப்பார்கள். தலைமயிர் கீழே, மடியில் விழும். மொட்டைத் தலையோடு திரும்பிவரும்போது அவனைப் பார்க்கும் எல்லோரும் சாமி, சாமி என்பார்கள். பலமாதங்கள் அந்த ஆஸ்பத்திரியிலே இருந்தான். இரவில் கடற்கரையில் எழும் சத்தம் விநோதமாக இருந்தது. அவன் மெழுகுவர்த்தி மட்டும் எரிந்த அறையில் உட்கார்ந்து நிழல் பார்த்துப் பழகிப் போனான். மெழுகின் மஞ்சள் நீலம் அவன் அறையில் நிரம்பியது. பின் அவன் வீடு திரும்பிய போது முடிக்கப்படாத காமிக்ஸை வீட்டுக்கு எடுத்து வந்தான்.

மிக ஒல்லியாகவும் தலைமயிர் அற்றும் இருந்த அவன் இருபது வயது அடைந்தான் எனப் பலரும் பேசிக்கொண்டார்கள். அவன் அறையில் நண்பர்கள் இல்லாத காலத்திலும் நண்பர்கள் இருப்பதாகவே அவன் நினைத்துக்கொண்டு பேசினான். ஹெமிங்வே பற்றி எழுதியவன் பாப்பா என்ற ஞாபகம் வந்தபோதெல்லாம் சிரிப்பு வந்தது. பாப்பா, பாப்பா, பச்சைப் பாப்பா ஹெமிங்வே. சிகரெட் பிடிக்கும் ஹெமிங்வேயின்

படத்தினைத் திருடி வந்து அறையில் ஒட்டிக்கொண்டான். அறையில் அவன் சிகரெட் பிடித்தான். சிகரெட் காம்புகள் தரையில் முளைத்தன. சிகரெட்களாக முளைத்த தரையில் காலை எழுந்ததும் சிகரெட் பறித்துப் புகைத்தான். பாப்பா ஹெமிங். பாப்பா ஹெ. சிகரெட்.

அ. தீ. கொ. கழகம் அழிக்க முடியாமல் வளர்ந்து வருகிறது. அதில் உறுப்பினர்கள் சேர்ந்து தங்களை உளவாளிகள் எனப் பதிவு செய்து கொண்டார்கள். உளவாளிகள் மிகஅழகாக உடையணிந்தார்கள். காமிக்ஸின் வீரர் ரிப்கெர்பி, தன் குதிரையைத் தொலைத்துவிட்டார். மார்டின் என்ற புது ஹிரோ சர்க்கஸில் கோமாளியாகப் பணியாற்றினார். வலது கை வெட்டப்படாத அவன் உளவாளி இல்லை. மாயாவி இல்லை. பிளேக் 44 என்ற ரகசிய கிருமி அடங்கிய புட்டி களவாடப் பட்டுவிட்டது. புட்டியை நீரில் கலந்து விட்டால் நாடெங்கும் பிளேக் வந்துவிடும். மரங்கள் அழிகின்றன. பிளேக் 44 பார்முலா அ. தி. கொ. கழகம் கையில். மாயாவியின் கை மறைந்துபோனது. அஸ்வான் நதிக்கரையில் தங்க விரல் கிடைக்கிறது. உளவாளிகள் சக உளவாளிகள் எனப் பெருகினார்கள். டவுன் பஸ்ஸில் ஆட்கள் கண்காணிக்கப்பட்டார்கள். பொய்ஸ்தனம் கொண்ட ஆண்—பெண்—பெண். மாய காம உறுப்புகளை மாட்டிக் கொண்டு உரசாதீர்கள் எனப் பயந்த குரல் கேட்கிறது. ‘மீசைக்காரா, மீசைக்காரா, மீசை எங்கே? மீசை ஆணியில் தொங்குகிறது, எடுத்துக்கோ.’ பிள்ளைகள் கடற்கரை மணலில் கூச்சலிடுகின்றன.

கடற்கரையில் விளையாடும் ஜோ எனும் பையன் ‘பிளாப்’ எனும் பேய் பற்றிய சித்திரக்கதையை கொண்டுவந்து அவனோடு சிநேகம் கொண்டான். பிளாப் எனும் கதையின் பிரதிகள் மஞ்சள் படர்ந்திருந்தன. அலுவலகம் போன்ற அறை ஆஸ்பிட் லின் முன் இருந்தது. அங்கிருந்த பெண் ஒருத்தி இரவில் அந்தக்கதையைத் திருடிப்போய் தன்பெயர் எழுதிக்கொண்டாள். அவளோடு ஜோ போர் விளையாட்டு எனும் மணல் விளையாட்டு விளையாட விரும்பிக் கடிதம் கொடுத்தான். தன்னைவிட சிறியவனிடம் விளையாடும் இரவில் அவள் அரவமற்றுப் போன கடலில் குளித்து வந்தாள் என ஜோ தினமும் கூறினான். அது எவராலும் நம்பப்பட முடியாத தாயிருந்தது. பழைய காமிக்ஸின் அழிந்த பிரதிகள் பற்றி ஜோவிடம் அவன் பேசிக் கொண்டிருந்தான். ஜோ பழைய புத்தகக்கடைக்காரனைப் பிடித்து உலகின் முதல் காமிக்ஸ் கதையினைக் கண்டு எடுத்து வந்தான். அந்தக் கதை முழுக்க

சங்கேதக் குறிப்புகள் அடங்கியதும், கடல் மாலுமி ஒருவரால் எழுதப்பட்டதாகவும் இருந்தது. மாலுமி அதை தோல் போன்ற பொருளில் கத்திவைத்து வரைந்து அதை உருவாக்கியிருந்தான். அந்தக் கதையில் ஒரு கழுதை செத்துக்கிடந்தது நூறு வருடத்திற்கு.

நாள்பட்ட கழுதை அது என்று பலரும் பேசிக் கொண்டார்கள். அதன் வால் அறுபட்டிருந்தது. செத்துக்கிடந்த கழுதையின் திறந்த மூக்கைச் சிறுவனான அவன் மிக அருகில் உட்கார்ந்து பார்த்து வந்தான். கழுதையின் குறி நீண்டு தரையில் கிடந்தது. பெண்கள் அதை மூர்க்கம் கொண்டு பார்த்துப்போனார்கள். கழுதையின் துர்மரணம் எப்படிசம்பவித்தது எனத் தெரியாத போதும் அதன் வாடை அந்த கிராமம் முழுவதும் பரவியது. அவன் லீவிற்குத்தான் அந்தக் கிராமத்திற்கு வந்திருந்தான். முதல் நாள் நீச்சல் பழகும் போது உப்புத்தண்ணீரை வேறு நிறைய குடித்து மூக்கில் புரையேறி நீலச்சுழல்கள் வருவதைப் பார்த்திருந்தான். கழுதையின் துர்மரணம் நடந்தேறி பலவருடம் ஆனது என நினைத்துக்கொண்டான். ஊர்திரும்பும் நாள் அன்றே. செத்த கழுதையின் மயிர் செம்பட்டையாயிருந்தது.

ஜோவை அதன் பின்பு சந்திக்கவேயில்லை. ஜோ. அ. தி. கொ. கழகத்தில் சேர்ந்திருக்க வேண்டும். சக உளவாளி ஜோ ஒரே நாளில் பெரியவனாகி, குழந்தைகள் பெற்று இரவில் வயதாகி விடியும் முன்பு இறந்து கிடந்தான். சாலமன் கிரண்டி என்பவன் திங்கட்கிழமை பிறந்தான். அவனைச் செவ்வாய்க்கிழமை சர்ச்சில் பெயர் வைத்தார்கள். புதன் கிழமை அவன் பெரிய ஆளானான். வியாழன் அன்று அவனுக்குக் கல்யாணம் ஆனது. வெள்ளிக்கிழமை உடல்நலம் கெட்டது. சனிக்கிழமை அவன் இறந்தான். ஞாயிறு அவனைப் புதைத்தார்கள். திங்கட்கிழமை ஜோ பிறந்தான். திங்கட்கிழமை. சாலமன் கிரண்டி வாழ்நாள் மொத்தம் ஏழு நாள் தான் எனத் தெரியாது. தெரியவந்தால் சாலமன் கிரண்டி என்ன செய்வான். சாலமன் அடுத்த ஞாயிறு அன்று இறந்த போவோம் என்ற செய்தி தெரியாமல் திங்கட்கிழமையான இன்று பிறந்தான் என அவன் கதை புனைவு கொள்ளும்.

அவன் வாழ்நாள் சாலமன் வாழ்நாள் போலப் பல மடங்கு பெருகிப்போய்க் கொண்டேயிருந்தது. பின் சாலமன் என்ன செய்வான் பாவம். புதன்கிழமை அவன் பெரிய ஆளாய் மாறினான். வியாழன் கல்யாணம் நடந்தது. எல்லாம் ஒரு நாள் இடை வெளி மட்டும். ஒரு நாள் மட்டும்.

அற்ப உயிர்கள் நிறைய இந்த உலகில் இருக்கின்றன. கழுதைக்கு வயது ஏழரை வருடங்கள் மட்டும் தானாம். என்ன செய்யமுடியும். அவன் பிறப்பதற்கு முன்பே அவனுடைய அம்மா அவன் அண்ணனைப் பெற்றாள். அவன் பிறந்த கணத்திலேயே இறந்து போனான். அவனுடைய ஆயுள் மூன்று நிமிடம் மட்டும், அவன் நல்ல நிறமாகவும் நெஞ்சில் சிவப்புப் பழம் போல மச்சம் பதிந்தவனாகவும் பிறந்து இறந்தான். மூன்று நிமிட வாழ்வில் அவன் கண்திறக்காது, வாயைப் பிளந்து, வலக்கையை மட்டும் அசைத்தான். பின் இறந்து போனான். உலகில் கரப்பான் பூச்சிகள் கூட அதிக காலம் வசிக்கின்றன. ஒரே கரப்பான்பூச்சியா என்றால் தெரியாது. அதன் பிறகு அவன் பிறந்தான். அவன் பிறந்ததும் எல்லோரும் அவனைப் பார்த்தபடியிருந்தார்கள். அவனுக்குப் இப்போது இருபத்திஎட்டு வயதாகிறது. அவன் முகம் அண்ணன் போல இருப்பதாகவே கொண்டார்கள். இறந்த அண்ணனை சிறு வெள்ளைத் துணியில் சுற்றி கருவேலம் மரங்கள் அடர்ந்த வெளியில் புதைந்து வந்தார்கள். அவன் நாள்பட கறுப்பு மண்ணாகியிருப்பான்.

இதனைப்பற்றி அவனுக்கு பத்துவயதிற்கு மேலாகத்தான் தெரியவந்தது. அப்போது தாத்தாவோடு கருவேலமரத்தின் ஊடே அலைந்தபோது தாத்தா சொன்னார். தரையில் நிற்க முடியாமல் ஓடினான். ஆள்மீது நடக்க முயல்வதாகக் கனவு கண்டான். தாத்தா அன்றிரவு அவனிடம் சொன்னார். உலகில் உள்ள எல்லா மரங்களும் தரையோடுதான் இணைக்கப் பட்டிருக்கின்றன. எல்லா மரங்களும் ஒரே தரையில் தான் உள்ளது? என்று. மரித்தவர்கள் என்ன ஆவார்கள். ‘பிளாப்’ புத்தகத்தை ஜோவிடமிருந்து திருடிப்போன ஆஸ்பத்திரி சிப்பந்திப்பெண் பேய்க்கதைகள் மேல் எதற்காக ஆர்வம் கொண்டு இருக்கிறாள்? எல்லாமும் காமிக்ஸில் தான் வருகின்றன என அவனுக்குத் தோன்றியது. கழுதைகள் மரித்துப்போவதால் மட்டும் உலகில் என்ன வெறுமை வந்து விடப்போகிறது.

குழந்தைகள் ஆர்ப்பரித்து விளையாடுகிறார்கள். ‘மீசைக்காரா, ஓ மீசைக்காரா... உன் வலக்கை எங்கே? மீன் கடித்துப்போய் விட்டது.’

ஆரவாரம் கேட்கிறது. வைக்கோல் பொம்மை யாரும் வராத இடத்தில் நின்று கொண்டு காவல் காக்கிறது. காகங்கள் தரையிறங்காமல் அலைகின்றன. போதும். போதும் வைக்கோல் பொம்மைகள் அவனுடைய, சட்டையை பேண்டைத் தான்

போட்டிருந்தன. அவனைப்போலவே இரண்டு பித்தான் போடாது வயிறு தெரிய, வைக்கோல் பொம்மைகள் காவல் நிற்கின்றன. காற்றில் கருப்பு வாடை அடிக்கிறது. செவ்வாய்க்கிழமை இரவு பனிரெண்டு மணிக்கு கருப்பசாமி வேட்டைக்குவரும். வெளியேபடுத்துக் கிடந்த அவனுக்கு முழிப்புத் தட்டியது. நாய்கள் கூட்டம் முன்வர கருப்பசாமி தெருச் சுற்றுகிறார். அவனுக்கு வியர்த்தது. கருப்பசாமி வரும் முன், கறி வாடை எங்கும் அடிக்கிறது. மறுநாள் காய்ச்சல் வந்து திருநீறு வாங்கிப் போட்டார் தாத்தா.

பிள்ளைகள் கூச்சலிடுகிறார்கள்.

“ஒ மீசைக்காரா, மீசைக்கார வைக்கோல் பொம்மையின் உயிர் எங்கேயிருக்கிறது?”

மீசைக்காரனிடம் பதில் இல்லை. பிள்ளைகள் கத்தி ஓய்கிறார்கள்.

பொம்மைகள் ஒவ்வொன்றாக சரிகின்றன. எட்டாவது அபேஜி திருடன் என்ற சித்திரக்கதையில் கூட இப்படித்தான். அ.தீ.கொ. கழகம் தான் பொம்மைகள் திருடுகின்றன.

சில தீக்குச்சிகள் கிடைத்தன. தீப்பெட்டியில் மீதமாயிருந்தவை. அவை அதை எரித்ததும் தலை எரிந்து முண்டம் மிஞ்சியது. தலையற்ற தீக்குச்சிகளுக்கு வாழ் நாள் நிமிடத்திற்குள் போதும்.

வெள்ளைக்காரப் பெண்கள் கடல்நுரை ஆடையணிந்திருந்தார்கள். நாலு ஜடைபோட்ட பெண், அவளை விட்டு வெகுதூரம் விலகிச்சென்று மீண்டும் திரும்பிக் கொண்டிருந்தாள். ஆஸ்பத்திரி ஜன்னல் வழியாகத் தெரிகிறது. இந்தக் கட்டிடத்தில் பலரும் இருக்கிறார்கள். சூன்யக்காரக் கிழவி உள்பட சிலர் வெளியே போயிருக்கலாம். சிலர் விரட்டப் பட்டிருக்கலாம். மேலும் அவன் அங்கு வந்த பின்பு எந்த மாற்றத்தையும் காணவில்லை.

தினமும் குழந்தைகள் விளையாடுகின்றன. ‘மீ... மீ... மீசைக்காரன். மீ... மீ...’ தெருவில் நாய்கள் விளையாடுகின்றன.

அ.தீ.கொ.கழக நண்பர்கள் சிரிக்கிறார்கள். சாப்பிடக் கூப்பிடுகிறார்கள். ரிப்கெர்பி தோற்பதற்காக சூதாடுகிறான்.

பயமாயிருக்கிறது. எவருமற்ற இடத்தில் என்ன நடக்கிறது. எல்லாம். எதுவுமில்லை.

ஹெமிங்வே தன்னைச் சுட்டுக் கொண்டபோது, கடற்கரையில் பிள்ளைகள் விளையாடிக் கொண்டிருந்தார்கள். மீன்பிடிக்க கிழவன்போய்க் கொண்டிருந்தான். ஹெமிவேக்கு வேறு எதைப் பற்றியும் தெரியாது.

மேலும் அவனுக்கு மற்ற உயிரினங்களை விடவும் அதிக வயது ஆகித்தானிருந்தது.

பாப்பா—ஹெமிங்வே அவன் வாழ்நாள் பற்றி சித்திரக்கதை ஒன்று எழுதவும் திட்டமிட்டிருந்தாள்.

~

அலகில் விருட்சம் முளைத்த செம்பறவை

ஆதிநாளில் தானியங்களுக்கும் பறவைகளுக்குமான விரோதம் துவங்கியிருந்தது. பறவைகளைக் கண்டு பயந்த தானியங்கள் காற்றின் கூந்தல்வழி இறங்கி பாறை பிளவுகளுக்குள் பதுங்கின. எனினும் பறவைகள் அதை கண்டுவிடவே செய்கின்றன. அன்றும் செம்பாறை பிளவில் தலை புதைய ஒளிந்திருந்த தானியங்களை கண்டுவிட்டன ஆறு பறவைகள். தனது அலகின் கூர் சுழிப்பில் தானியக் கோர்வையை வசமாக்கிக் கொண்டு பறந்தது ஒரு செம்பறவை. வெட்டவெளியில் மிதந்து வட்டமிட்டு நடுகல் ஒன்றின் மீது அமர்ந்து தானிய உடல் பிளந்து மணிகளை தின்றது பட்சி. ஒற்றை தானியமொன்று குத்தீட்டிபோல மேல் அலகில் சொருகி உட்புகுந்திருந்ததை கண்ட செம்பறவை கல்லின் மீது அலகை உரசியும், தலையை சிலுப்பிக் கொண்டபோதும் தானியம் விழவில்லை நிமிட முயற்சிக்குப்பின் மீண்டும் வான்பரப்பில் தானியம் பறந்து மிதக்க துவங்கியது. இரவில் வலி பெருகிய அலகோடு அது முகத்தை சிலுப்பிக் கொண்டேயிருந்தது. நீர் நிலையில் தலையை சுழித்து தண்ணீரை விலக்கியபோது தானியம் தன் ரகசிய கால்களால் ஊர்ந்து ஈரத்தை தொட்டதை பறவை அறிந்தது. வெம்மையும் ஈரமும் கூடிய இரண்டு பகலுக்குப் பிறகு எறும்பின் காலென வேர்கள் கிளைக்க, அலகின் மேல் நுனியில் தனது சுருள்தலை நீட்டி வானின் நீலவெளியை கண்டது சிறுசெடி. விருஷி இன்னதென அறியாமல் முண்டும் இலைகளை கண்டு கண் அசைந்தது. வேர் கிளைவிட, விட அலகில் வலி

பெருகிக்கொண்டே வந்தது. எனினும் உலகில் இப்போதே தோன்றியிருந்த அச்செடி தன் உடலை அசைத்து பிடிப்பற்று காற்றுவெளியில் மிதந்து செல்வதன் பயம் பெருக இலைகளை படபடக்க செய்தது பறவைக்கு வேடிக்கையாகயிருந்தது. இலைகள் தனது நூற்றுக்கணக்கான சிறுமூக்கால் காற்றை வெளியிட்ட படி பறவையை பார்த்துக் கொண்டிருந்தன ஒவ்வொரு நாளும் பறவை நீர்ப்பரப்பின் மேல் சுழன்று பறக்கும் போது அலகில் முளைத்த செடியினை பார்த்துக் கொள்ளும். மிகச் சிறிய செடியாகயிருந்தபோதிலும் அதன் இலைகள் இதய வடிவில் நூற்றுகணக்கில் ஒரே தண்டில் அரும்பியிருந்தன. முணுமுணுப்பும் அசதியும் கொண்டதாகயிருந்தது அந்த செடியின் குரல். நீண்டகால தனது தனிமையை விலக்கியது அக்குரல் என அறிந்தது பறவை. வெயிலும் சுழிக் காற்றும் பெருகிய கோடை காலம் பிறந்தது. செடி தன் உடலை வளைத்து திருக்கியபடி சப்தமாக முணங்கியது. "தாங்க முடியவில்லை வெக்கை, ஒரே தாகமாக இருக்கிறதே." வேர்களின் முணுமுணுப்பு இலைகளையும் தொற்றிக்கொள்ள அவைகளும் முணுக்கம் கொண்டன. பறவை தண்ணீர் தேடி அலைந்தது. நீண்ட கரிசல் வெடிப்புகளும், நீர் அற்ற மூளிக்கிணறுகளும், கானலை உறிஞ்சும் பூச்சிகளுமே தென்பட்டன. வீடுகளின்மீது பறந்து அலைந்தது பறவை. ஓட்டு வீடுகளின் மீது வெயில் நடமாடி அலைய கிராமங்கள் பெருமூச்சு கொண்டிருந்தன. நாக்கு உலர்ந்த பசுக்கள் கிணற்றின் கல்லில் பதுங்கிய ஈரத்தை நாவால் அறிந்தன. நீண்ட அலைவின் பின்பு சுனையின் உலர்ந்த கண்ணில் எப்போதாவது துளியிடும் நீரில் தன் அலகினை நனைத்தது பறவை. நீரின் ஸ்பரிசம் கண்ட வேர்கள் நாக்கைச் சுழற்றி உறிஞ்சின. அவசரமாக இலைகள் கீழே பார்த்தன. சுனையில் மறுதுளி நீர்வரும் முன்பே விருட்சம் தெளிவு கண்டது. தனது ஈரக்குரலில் அது பறவையைப் பார்த்து சிரித்தது. தொல்காலம் முதல் தானியங்கள் பறவைகளோடு கொண்டிருந்த விரோதத்தை அந்தச் சிரிப்பு, அறுத்து வீழ்த்தியது. பறவையின் இதயம் விம்மிக்கொண்டது. கோடைபகல் சிறுசெடியின் உலரச்செய்தபடி நாளெல்லாம் வதைத்தது. பறவையின் சிறகடிப்பு தண்ணீருக்காய் தொடர்ந்து கொண்டேயிருந்தது. களைப்பும் வெக்கை குடித்த உடலும் கொண்ட பறவை ஒரு மதியத்தில் இடிந்த வீடொன்றின் தரை நிழலில் அமர்ந்து கால் நடுங்க நின்றது. சொரியும் வெயிலில் புறவெளி மங்கி நீண்டது. பறவையின் கண்கள் சொருகி மங்குவது போலயிருந்தன. இலைகள் அதை கண்டிருக்கவேண்டும். தங்களுக்குள் அவை தலை கவிழ்ந்து

எஸ்.ராமகிருஷ்ணன் 141

பேசிக்கொண்டன. பின் அவைதங்கள் உடலைச் சுழற்றி அசைத்தன. இதய இலைகளின் வழிபிறந்தது ஈரக்காற்று. காற்று கண்களில் பட உயிர்ப்பும் நீர்மையும் கொண்டது பட்சி, இலைகள் விடாது உள் மடங்கி விரிந்து காற்றை பெருக்கிக்கொண்டிருந்தன. பறவையின் கண்களில் தெரியும் ப்ரியம் கண்டு வெட்கிதலையை மடித்துக் கொண்டன சில இலைகள். சிறு செடி வளர்ந்து கொண்ட வந்தது. வேர்கள் கீழ் அலகினை சுற்றிக்கொண்டு தொங்கின. எப்போதாவது அலகில் ஏற்படும் வலிதாளாது பறவை சப்தமிடும் போதெல்லாம் விருட்சத்தின் நாடி அதிரும். சமயங்களில் பறவை கூட்டத்தின் ஊடே விருஷி நிற்கும் போது மற்ற பறவைகள் இதை வேடிக்கையாக கண்டன. போந்து பறவையொன்று செடியினை கொத்திப் பார்க்கதன் செந்நிற அலகினை திரும்பியது. பிடியற்ற வாளாய் தன்மீது அலகு பாயப்போகிறதோ என செடி பயந்து ஒடுங்கும் முன்பு பறந்தது. செம்பறவை. விருட்சத்தை சுமந்து செல்லும் பறவையாய் வானில் வட்டமிட்டது. பின்னே பறவை பார்த்தபடியிருந்த நாள் ஒன்றில் இலைகள் நிறம் மாறி மௌனமாகின. செடியும் அதன் முணுமுணுப்பை நிறுத்திக் கொண்டது. ஒன்றிரண்டு நாட்களில் இலைகள் உதிரத்துவங்கின எல்லாஇலைகளையும் உதிர்த்து விட்டு நிசப்தத்தில் ஆழ்ந்த செடியின் மர்மம் அறியாது. வானில் தலைகீழாக பாய்ந்து சுழன்றது. பட்சி இலைகள் அற்றுப்போன பின்பு தனிமை பெருகி உயர அது இரவிலும் கூட வானில் பறந்தது. பின்னொரு நாள் விழித்துக்கொண்டது போல செடி மீண்டும் இலைகளை துளிர்த்தது. சிவப்பும் பச்சையும் கலந்த பிஞ்சு இலைகள் வேகமாக பேசிக் கொண்டன. இலையின் குரல் பகல் இரவிலும் நீண்டது. இலைகள் ஒரு பகலில் திடீரென தன்னை தாக்கிய நீர்த்திவலையைக் கண்டு விழிப்புறும் போது, வெயிலின் ஊடாக வானில் இருந்து குதித்து தரைக்கு விரையும் குள்ளர்களான மழைத்துளி கைகளை உயர்த்தி ஆர்பரித்தபடி நிலம் நோக்கி பாய்ந்தது. அன்றுதான் விருட்சம் முதலாக மழையைக் கண்டது. மழையின் ஊடாக பறந்து சென்றது பறவை. உடலெங்கும் ஈரம் பூசி அர்த்தமற்று புலம்பியது. அன்று சிறகு ஒட்டிக் கொள்ளுமளவு பறந்தது பறவை. அந்த இரவில் விருட்சத்தின் உடலில் புதிய மிறுமிறுப்பும் வேட்கையும் பரவுவதை கண்டது செம்பட்சி.

மறுநாளில் மழைக்காலம் ஆரம்பமாகிவிட, விருட்சம் வெட்கத்துடன் பறவையிடம் எப்படிச் சொல்வது என அறியாமல் காற்றில் முணுமுணுப்பு இட்டபடி தன் முதல் பூவை பூக்கச்

செய்தது. சங்கு வடிவம் கொண்ட அந்த வெண்ணிற பூவைக்கண்டு இலைகள் பெருமிதம் கொண்டன. பறவை அதிசயம் படர்ந்த கண்ணால் அதைப் பார்த்தது. அப்போதே இப்பிரபஞ்சத்தில் பூத்திருந்த பூ. பறவையின் கண்களையும் பூவாகவே கண்டு வெட்கி தலையசைக்க இலைகள் பூவின் நளினம் கண்டு கேலி செய்தன. காற்று கடந்தது செல்லும் வழியில் பூவின் உடலெங்கும் கள்ள முத்தமிட்டு ஓடியது. பூத்த அசதியால் உடல் நலிவு கொண்டது விருட்சம். பட்சி மறுநாளில் தான் எப்போதும் அறியாத வாசமொன்றை நுகர்ந்தது. அந்த வாசனை நட்சத்திரங்களின் வாசம் போலயிருந்தது. பூவின் கண்களில் இருந்து வழிந்து கொண்டிருந்த அந்த வாசம் வானவெளியெங்கும் கிறுகிறுப்பும் வசீகரத்தையும் பரப்பியது. மிதந்த பறவைகளில் சில இந்த வாசனைத் தாக்கி வீழ்ந்தன. இன்னும் சிறு பறவைகளோ செம்பட்சி பின்னே வாசனையை தொடர்ந்தபடி பறந்து வந்தன. விருட்சம் கிளைதோறும் பூக்களை அரும்ப செய்தபடியிருந்தால், பறவை அலகில் பூத்த மலர்கள் முடிவற்ற வானவெளியினை தனது நறுமணத்தால் நிறைத்து விட முயல்வதை போல வாசனை பெருக்கின. கிராமங்களின் மீது பறவை மிதக்கும் போது வாசம் மழையென இறங்கியது. சிறுவர்கள் வானில் பறக்கும் பட்சியை கண்டபடி தலைஉயர்த்தி தெருவில் ஓடி வருவார்கள். பெண்களும், வயசாளிகளும் அலகில் விருட்சம் கொண்ட பறவையின் வருகையை தெய்வாம்சமாகவே கண்டனர். பறவை கிராமவெளிகளிலும் அறியாத நிலபரப்பிலும் சுற்றியது. தன்மூதாதையர் எவரும் பார்த்து அறியாத கிராமங்களை, மணல்படுகைகளை, மலைபாறைகளை கண்டறிந்தது விருட்சம். பறக்கும் போது உதிரும் விருட்சத்தின் சிறுமலர் ஒன்றை கண்டெடுத்த காலியஸ்தரி ஒருத்தி வீட்டில் துர்மரணம் சம்பவித்து விடவே. பெண்கள் தான் முதலில் விருட்சம் கொண்ட பறவையை தீவினையின் அடையாளமாக்கி பேசினர். காதுகளின் வழியே தாவித் தாவி பரவிய செய்தி எல்லா கிராமத் தெருக்களிலும் சேர்ந்துவிட்டது. பறவையினின்று காற்றில் பரவும். அந்த வாசம் மரணத்தினை நினைவுப்படுத்தி சுழல, வேட்டையாடி விட எழுந்தன ஆண்களின் உக்கிரம். பறவை வாசனையின் மிதப்பில் தொடர்ந்து பறந்தது. திடீரென வான்வெளியில் பறந்து வரும் சுழிக்கல்லையோ, மரக்கட்டைகளையோ கண்டு பறவை கண் தாழ்ந்தும்போது, மனிதர்களின் முறுக்கேறிய முகங்கள் தென்படும். அதுமுதல் இடைவிடாமல் அதி உயரத்தில மிதக்க வேண்டியிருந்தது பறவை. களைப்பும் விருட்சத்தின் படர்வு

சுமையும் தொற்ற பலவீனமான இதயத்துடன் அது சிறகடித்துக் கொண்டிருந்தது. விருட்சமோ இதைப்பற்றிய நினைவேதுமின்றி அலகில் அமர்ந்தபடி உலகம் கண்டது. நாள் கடக்க, கடக்க வேர்கள் சிறகுகளிலும் ஊர்ந்து பற்றிக் கொண்டு விட்டதால் சிறகை விரித்து அதிகமாக்கியது. எங்காவது அறுப்பில் தப்பிய ஒற்றை கதிர்களை கொத்திப் பசி தீர்த்தது பட்சி எனினும், அதன் கவனமெல்லாம் விருட்சத்தின் மீதே குவிய, இலைகளின் பசுமையான சங்கீதத்தையும், வேர்கள் காற்றில் விரல் அடித்து எழுப்பும் தாள ஒலியும் கேட்டபடி மொட்டை கோபுரத்தின் மீது நின்றிருந்தது. பூக்களின் வாசனை தூண்டிய வண்ணத்துப்பூச்சிகள் இச்சை பெருகிய கொம்புகளுடன் விருட்சத்தை நாடி வந்தன. கறுப்பு மஞ்சளும், செந்நிறகலவையும் கொண்ட வண்ணத்துப்பூச்சிகளைக் கண்டு இலைகள் வெட்கம் கொள்ள, நிறங்களை தடவியபடி மலர்களோடு சல்லாபித்தது பூச்சி. பறவையின் சிறகுகளில் அமர்ந்தபடி வண்ணத்துப்பூச்சி காதல் வார்த்தைகளை பிதற்றியது. நீண்ட பகல் கொண்ட நாட்கள் துவங்கின. தெருக்களில் நிழல் அற்ற நாட்கள். வீட்டு உரல்களில் ஒளிந்த பூச்சிகளின் சப்தம் அறிந்து, அதை நிசப்தமாக கவ்வி விட தெருவின் இடுப்பளவில் பறவை மிதந்து சென்ற போது தாக்கியது சிறுவனின் விரலிருந்து கிளம்பிய கல், ஒற்றை இறகு பிய்ந்து சிதற, சுருண்டு தரை வீழ்ந்து. சிறுவனின் கால் எட்டும் முன்பு மீண்டும் சுழன்று பறந்தது பறவை. வான் பரப்பில் வெகு அப்பால் மறையும் போதும் விருட்சம் கொண்ட நடுக்கம் தீரவில்லை. சிறகை பற்றியிருந்த வேர்கள் அறுந்து போயிருந்தன. விருட்சம் இடைவிடாமல் புலம்பியது. மறுநாளில் பறவைக்கு பறத்தலே இயலாததாகி போனது. அது ஓர் புதரடியில் நின்றபடி மேகம் பார்த்துக் கொண்டிருந்தது. பறக்க முயலும் போதெல்லாம் வீழ்வதும் இலைகள் அறுபடுவதுமாக தொடர, செம்பட்சி பின்நாளில் பறப்பதையே நிறுத்தியது. குட்டை புதரடிவிட்டு அகலாது நின்ற இரவில் பெய்தமழை மரங்களில் ஊர்ந்து இறங்கியது. பறவையின் அலகில் மிதந்த வேர்கள் மண்வாசமும் ஆசையும் மேலேற பூர்வ ஞாபகம் கொண்டது போல வெகுவேகமாக தரையிறங்கின. பறவையின் கண்கள் அறிந்தே அவை மண்ணில் புதைவு கொண்டன. தப்பிவிட முயல்வது போல விருட்சம் தன் எல்லா வேர்களையும் தரையிறக்கி மண் கலக்க செய்தது. அவசரமாக தரையிறங்கிய வேர்கள் பறவையின் அலகையும் பிணைத்து தரையிட்டன. வேர் ஈர்ப்பில் அலகும் நிலத்தில் இணைவுபட்டது. பறவையிடமிருந்து துயரமான

முணுமுணுப்பு கேட்கத் துவங்கியது. மண் கலந்த வேர்பிடிப்பு விருட்சத்தின் இதயத்தில் மகிழ்ச்சியின் பாடலை சுரக்கச் செய்தது. தானியமும் பறத்தலுமற்ற பறவையின் இறகுகள் உதிரதுவங்கின. எண்ணற்ற சிறுஉயிர்கள் சிறகில் ஏறி அலைந்தபோது அது அலகை அசைக்கவில்லை. சிறகு உதிரும் பறவையினை கண்ட பூனையொன்று வாலை பின்னிகள் பார்வையுடன் அலைந்தது. விருட்சத்தினின்று அறுத்துக்கொண்டு பறத்தல் இயலாததாகி விட்டதை உணர்ந்த பறவை தொலைவில் சாவின் விரல்கள் காற்றில் தாளமிடுவதை கேட்டது. ஒரு மண்புழு போல சாவு இருதலை கொண்டபடி ஊர்ந்து பறவையின் முன் வந்தது. அதைக் கண்ட விருட்சம், இலைகளின் வழி குரலிட்டது அறியாமல், இமை மூடி இருந்தது செம்பறவை விருட்சத்தின் துக்கக் குரல் பறவை இதயத்தில் சென்று ஒளிய, அதன் நாடி ஒடுங்கியது. பூனையின் பல் துண்டித்த செம்பட்சியின் கபாலம் மட்டும் சிலகாலம் வெயிலில் உலர்ந்து கிடந்தது. சிறகுகள் ஒரு மழையில் மண்புதைந்தன பின் எப்போதோ விருட்சத்தின்முதுகுதண்டில் இறகொன்று ஊர்வது போலபட நெளிவு கொண்டது. ஆகாசம் விட்டு தரையோடு வாழ்வை தொடரவேண்டியதாகியது. விருட்சத்திற்கு எனினும் அதன் வெண்ணிற மலர்கள் இப்போது பறவையின் கண்வளையம் போன்ற நிறவட்டம் கொண்டு வானைப் பார்த்தபடியிருப்பதும், ஏக்கத்துடன் பறவைகளை கண்டு முணுமுணுப்பு கொள்வதையும் அறிய அங்கு எவருமேயில்லை.

~

எஸ்.ராமகிருஷ்ணன்

நட்சத்திரங்களோடு சூதாடுபவர்கள்

1

'**ஜோ**சப், அவளை அவமானப்படுத்த மனதில்லாமல் ரகசியமாய் தள்ளி விட யோசனையாயிருந்தான்.' மத்தேயு: அதிகாரம் 1:19

அவனும் அறிந்திருந்தான், தான் மணக்க இருக்கும் ஸ்திரியைப் பற்றிய சேதிகள் பல காதுகளின் வழி ரகசியமாக சுற்றி அலைவுறுவதை, என்றாலும் யாரிடமும் இதைப் பற்றி அவன் பேசிக் கொள்ளவோ், முணுமுணுக்கவோ, விருப்பமில்லாதவனாக யிருந்தான். சில தினங்களே மண நாளுக்கு மீதமிருந்தன. தச்சு கூடத்தின் இழைப்புளியினின்று சுருண்டு விழும் மரச்சுருள் பெண்ணின் கேசத்தை நினைவு கொள்ளத் தூண்டிய போதிலும் அவன் இயல்பிலே உலர்ந்து போனவனாகயிருந்தான். நசரேசத்தில் உள்ள இடையர்களில் எவனாவது மரவேலைகளுக்காக அவனிடம் வந்து போவதை தவிர்த்தால் தச்சுகூடத்தில் அதிகம் வேலையில்லை. இடையர்களில் குள்ளமானவனாகயிருந்தவனும் செம்பட்டை படிந்த தலைமயிர் கொண்டவனுமான ரவெல், காற்றின் அலைக்கழிப்பில் சிதறிய தன் ஆட்டுப்பட்டியின் கதவை செப்பனிட சில நாட்களின் முன்பு தச்சனைக் கூட்டிக்கொண்டு போனபோது, அந்த வீட்டின் பெண்களில் சிலர் கூட அவனைப் பற்றி கிசுகிசுப்பதை உணர முடிந்தது. அந்த அடிக்குரல்கள் தான் மணக்கப் போகின்றவள் கர்ப்ப ஸ்திரியாகயிருக்கிறாள் என்பதைத் தான் சுற்றுகின்றன என்பதும் தெரிந்தது. காடி ஏறிய

திராட்சை ரசக்குவளையை அவனுக்குத் தந்துவிட்டு இடையள் புளிப்பு உதடுகளால், இது நிச்சயம் சாத்தானின் வேலைதான் என்றும் அது தான் கன்னிப் பெண்ணின் மீது காற்றை ஏவி சூல் கொள்ள செய்துவிடும். காற்றால் கர்ப்பமானவள் குதிரை தலை கொண்ட குழந்தையையோ, கழுதையின் காதுகள் உள்ள சிசுவையோ பெறக்கூடும் என்றான். அப்படியும் நடக்க கூடுமோ வீடு திரும்பும் போது தச்சன் ஜோசப் யோசித்தபடி நடந்தான். நகரின் வெளியே எங்கோ நூறு வயது பெண் ஒருத்தி சில வாரம் முன் கர்ப்பமாகி உள்ளான் என்ற சேதி பரவிய நாளில் பெண்களும் ஆண்களும், அந்த முதிர் கிழவியைத் தேடிக் காண அலைந்தனர். அவளோ மாட்டுத்தொழுவத்தில் ஒளிந்து கொண்டு விட்டாள். அப்பெண்ணின் கணவன் தெருவில் பிறர் கண்படாமல் இருளில் பதுங்கியபடி நடுங்கிப் போவதை தச்சனும் பார்த்தான். தனக்கும் ஒருவேளை அதைப் போலத்தான் நேரிடுமோ, யோசிக்க, யோசிக்க சாத்தியங்களின் பாதை விரிந்தது. மணவயது எப்போதோ கடந்துபோயிருக்க அவன் நெடுங்காலம் தனியனாக தச்சுப்பட்டறையிலே உழன்று கொண்டிருந்தான். நசரேத்தில் அவனுக்கு உறவுக்காரர்கள் எவருமில்லை. வெளி உலகின் நடமாட்டம் தீண்டாத தச்சுப்பட்டறையில் நாற்காலிகளையோ, பறவைக் கூண்டுகளையோ செய்தபடி நாட்களைக் கடத்தியிருந்தான். எப்போதாவது அங்கு வரும் குருவி விற்பவள் மட்டுமே அவன் அறிந்த பெண். அவளுக்கும் வயது நீண்டிருந்தது. அசதியும், மாய சுருள் கண்ணும் கொண்ட சேமாள் என்ற அந்த பெண் யாவார் வீட்டு ரகசியமும் அறிந்தவள். அவள் உதடுகள் எப்போதும் மூடிக் கொள்வதேயில்லை. அவள்தான் ஜோசப் மணக்க இருப்பவள் கர்ப்ப ஸ்திரியென முதலில் சொன்னவள். அதைச் சொல்லும் குரலிலே கசப்பு கலந்திருந்தது.

“யார் வழியோ கர்ப்பமாகியிருக்கிறாளாம் மரியாள்.”

அவன் மௌனமாக கேட்டுக் கொண்டிருந்தான்.

“என்ன சொல்கிறார்கள் தெரியுமா, வான் நட்சத்திரத்தால் கர்ப்பம் கொண்டாளாம்.”

சேமாளின் கூண்டில் இருந்த குருவிகள் டுவிக் டுவிக் என குரலிட்டன. அவள் காய்ந்த ரொட்டித்துண்டு ஒன்றை தனது பொதியினின்று எடுத்து தண்ணீரில் நனைத்துக் கொண்டு கடித்தாள்.

“நீ தகப்பனாகப் போகிறாயா”

அவன் மறுத்து தலையாட்டினான். அவள் பகல் தீரும் வரை பேசிக்கொண்டிருந்தாள். அன்று அவன்இரவில் தனித்திருந்தான். மறுப்பின் ஊஞ்சல் அவன்முன் ஆடியபடியிருந்தது. பெண்களை மட்டும் ஏன் எப்போதும் ரகசியங்கள் கொடிபோல சுற்றிப் படர்கின்றன என அவனால் புரிந்துகொள்ள முடியவில்லை. மரியாளை என்றோ இருமுறை தண்ணீர் கிணற்றின் மர உருளையின் முன் கண்டிருக்கிறான். நிசப்தத்தின் வலையை போர்த்திக் கொண்டு நிற்பவர் போல இருந்திருக்கிறாள். அவன் எந்தப் பெண்ணின் உள் முகமும் அறிந்தவனில்லையே. அவனால் என்ன செய்வதென முடிவு கொள்ளமுடியாமல் இருந்தது. பின்னிரவில் அவன் கனவு கண்டான்.

முடிவற்ற நீண்ட மணற்பாலையொன்று விரிந்தது கனவில், நிசப்தத்தின் பேராறு ஓடிய அப்பெருவெளியில் காற்றை எதிர்கொள்ள முடியாத அயர்ச்சியுடன் அவன் நடந்து கொண்டிருந்தான். யாரோ தொலைவில் அவன் பாதையில் வருவதாக கண்டான்; அது ஒரு பெண் என அலைபடும் கூந்தலின் சப்தம் வழி அறிய முடிந்தது. அவள் தன்னைத் தேடித்தான் வருகிறாளோ என காத்து நின்றான். தொலைவில் இருந்த அந்தப் பெண்ணும் அசையாமல் நின்றாள். இரண்டு தப்படி அவன் முன்னால் நகர்ந்தால் அவளும் இரு அடிமுன் வைக்கிறாள், எனினும் அவனை நெருங்கி வரவேயில்லை. குரல் கேட்கும் தொலைவு இடைவெளியில் இருவரும் நடந்தனர். அவள் எதையோ முணுமுணுக்கிறாள் என்பது தெளிவற்று காற்றில் சிதைந்து கேட்டது. அருகாமையில் முகம் காணமுடியா அப்பெண் நிழலைப் போல் பின்வந்து கொண்டேயிருந்தாள். தன்னை பின் தொடரும் அவள் யாராம்? வேட்கை அவன் மனதில் சுழித்து உருக்கொண்டது. பின் திரும்பி பார்ப்பதும் நடப்பதுமாக கனவு நீண்டது. விழித்துக்கொண்டு விட்டான். கனவின் விநோதம் புரியவேயில்லை. பின் அடுத்த நாட்களில் அதே கனவு திரும்பவும் அவனுள் தொட்ர விடியும் போது தன்னை துயரத்தின் சிறகுகள் மூடிக்கொள்வதையும் நாவில் துக்கத்தின் அரும்புகள் பூப்பதையும் உணர்ந்து வந்தான். பெண்ணின் மீதான ஈர்ப்பு மெல்ல அவனுள் சலனம் கொள்ள துவங்கியது ஒரு மதிய வேளையில் மரியாளின் தகப்பன் ஜோசப்பை காண வந்தபோது எங்கும் வெயில் விரிந்து கொண்டிருந்தது. எல்லோரின் பேச்சையும் போல மணஉறவு முறிந்துவிடக்கூடுமோ என்ற அச்சம் மரியாள் தகப்பன் முகத்தில் நிழலாடியது. அவர் மரியாளை பற்றி பேசத் துவங்கியதுமே தான் அறியாது ஜோசப் தன் தொடர் கனவின் பெருவெளியை

நினைவு கொண்டான். எல்லாப் பெண்ணிற்கும் இடையில் இதே இடைவெளி உண்டுமா! அவளுக்கு ஒரே வார்த்தை மட்டும் மரியாள் தகப்பன் பேசியது மனதில் சுழன்றது.

“நீங்கள் அவளைப் புறந்தள்ளி விடாதீர்கள்.”

அவன் ஒத்துக்கொண்டுவிட்டான்; கர்ப்பகத்தில் நூறு இரவுகள் கடந்திருந்த சிசுவுடன், மரியாளை கல்யாணம் செய்த நாளில் தன் தனவில் தொடர்ந்தவள் அவள் தான் என பார்த்ததுமே புரிந்தது.

2

கனவில் விசித்திரங்கள் வாழ்வையும் தொற்றிவிடுவது இயல்பு தானே! மரியாள் வார்த்தைகளற்ற பெண்ணாகயிருந்தாள். தச்சுப் பட்டறைக்குள் எப்போதாவது அவள் நடமாடும்போது பலவீனமான அக்கர்ப்பிணியின் கால்கள் நடுங்கிக் கொண்டிருப்பதை பார்ப்பான். நசரேத்தில் மழைக்காலம் துவங்கியிருந்தது. பகலில் கூட மேகம் இருண்டு சரிகிறது. தெருக்களில் எப்போதும் ஈரவான்ட. ஆடுகளின் பம்மியகுரலும் பிச்சைக்காரர்களின் பாடலும் கேட்கும் நாட்கள். ஜோசப் ஒரு கழுதையை விலைக்கு வாங்கிவிட்டான். கழுதையில்லாமல் பயணம் செய்வது எப்படியாம். ரோம் தேசத்து அதிகாரிகள் ஜனத்தொகை கணக்கெடுப்பிற்காக யாவரையும் பூர்வ கிராமம் திரும்ப ஆணையிட்டிருந்தனர். ஜோசப் இனி நசரேத்தில் இருக்க முடியாதுதான். அவன் மரியாளை அழைத்துக் கொண்டு பெத்லகேம் நோக்கிப் பயணம் துவங்கினான். வழியெங்கும் அவனைப் போலவே பிறதேசங்களுக்கு நகரும் பயணிகள் பாதைகளில் எதிர்பட்டனர். மூக்கு விரிந்த கழுதை மிக மெதுவாகவே நடந்தது. தங்கும் விடுதிகளில் கூட்டம் அதிகமாகி மலைப்புடைவுகளிலும், பாறை மீதும் மக்கள் தூங்கி விழித்தனர். உணவிற்கும் அலைபட நேர்ந்தது. எப்போதும் யோசனை கொண்டவள் போல தலைகுனிந்த மரியாள் மாறும் நிலக்காட்சிகளை கண்டபடி வந்தாள். செம்போர் மரத்தடியில் உறங்கும் அவளை மங்கிய நிலாவெளியில் கண்டபோது இவள் சூல் கொண்டது வானவருக்கா? இக்குழந்தை ஒரு நட்சத்திரம் தானா என யோசிப்பான் ஜோசப். ஆனாலும் அதை ஒருபோதும் அவளிடம் கேட்டுக் கொண்டவனில்லை. நீலம் படர்ந்த மாலையில் பறவைகளின் துணையில் அவளை விட்டு

நீர்க்கிணறுதேடி அலைந்து திரும்பிய போது அவள் தன் வயிற்றில் விரலை படரவிட்டு சப்தமாக எதையே பேசிக்கொண்டிருந்தாள். யாரோடு பேசுகிறாள்? அவன் அருகான்ம கண்டதும் குரல் ஒடுங்கி விட்டது. வழியில் அவர்களோடு இணைந்து கொண்டவர்களில் இருந்த ஆருடக்காரன் ஒருவன் ஜோசப்பிற்கு, தன் சித்திர கட்டில் இருந்து மூன்று சீட்டுகளை எடுக்கச் செய்தான். தன் சிரகை தானே அறுத்து கையில் ஏந்திய மனிதன் உருவமும் எட்டு மதுக்கோப்பைகளும், சிறகு முளைத்த குழந்தையொன்றும் வந்தது. ஆருடச்சித்திரங்களை வாசித்து அவள் ஒரு சிறகு முளைத்த குழந்தையொன்றின் தகப்பனாவாள். எனவும் அவன் வாழ்வில் புதிர்களின் குவளை நிறையும், தன் சிரகை தானே சுமக்கக்கூடிய துயர் கொண்டவன் ஜோசப் எனவும் கூறியபோது மரியாளும் கேட்டுக்கொண்டிருந்தாள். பெத்லகேம் வந்து சேர்வதற்குள் அவள் கால்கள் வீங்கியிருந்தன. மணலேறிய முகம் கொண்டிருந்தாள். ஜனனக் கணக்கெடுப்புக்காரர்களின் குரல் பெத்லகேமிலும் சுற்றிது. தச்சன் ஜோசப் வீதிகளில் சுற்றி அலைந்தான். பல வருடங்களுக்கு பிறகு திரும்பிய தன் பூர்வீக ஊர், இன்று அடையாளமற்றதாக, உருமாறியிருந்தது. பரிச்சயமான மனிதர்கள் எவரேனும் தென்படுவார்களா எனத் தேடி அலைந்தான்.

விடுதிகளில் நின்ற கழுதைக்கூட்டம் ஒன்றையொன்று வெறித்துக் கொண்டிருந்தன. குடிநீர் கிணறுகளிலும், தெரு ஊடேயும் கூட்டம் அலைவுற்றது. இடம் கிடைப்பதற்காக காத்துக்கொண்டிருந்தான். மெல்லிய பனி மூட்டம் நிரம்பிய இரவு நிறைந்தது. பேசும் குரல்களும், மனித வேதனைகளும் ஒடுங்கின. தன் வயிற்றில் உள்ள சிசு உலகின் பெரும் வாசலிற்குள் வந்து விடும். ஆவலுற்றதாக தன் கால்விரல்களால் கர்ப்பப்பாதையின் மூடிய கதவுகளைத் திறப்பதை உணர்ந்தாள் மரியாள். பகிர்ந்து கொள்ளமுடியாத கனமும் வேதனையின் விம்மலும் கூடின. தோளை அழுத்திப் பகிர்ந்து கொள்ள ஒரு பெண் இல்லையே என மனம் துவண்டது. அவளுக்கு திடீரென ஜோசப்பே ஒரு பெண் போலதான் இருந்தான். நடுவயதை எட்டியும் மணமாகாத ஸ்திரியின் பரிசுத்தமும், அர்ப்பணிப்பும் கொண்ட அந்த மனிதன் உறக்கமற்றறவனாக அவள் அருகில் அமர்ந்திருந்தான். எதற்காக இத்தனை அர்ப்பணிப்பு கொண்டவனாகக் காத்திருக்கிறான். அவள் உதடுகள் முணுமுணுத்தபடியிருந்தன. மரியாளால் எதையும் நினைவுகொள்ள கூட இயலவில்லை. ஜோசப் அவள் முகத்தில் தோன்றி ஊடாடுந் துயரை தெரிந்துகொண்டு விட்டான். தருணம் வந்துவிட்டது. இரவில் மூடிய தெருக்களுக்குள் அவன் வேகமாக

அலைந்தபடி எங்காவது மறைவிடங்கள் தென்படுகின்றனவா எனப் பார்த்தபடி நடந்தான். சாணத்தின் வாடை பரவிய அந்த மாட்டுத் தொழுவத்திற்கு அவளை கூட்டி வந்தபோது, இரவு நீண்டு கொண்டிருந்தது.

பிறக்கப்போகும் குழந்தை பெண்ணாகத்தானிருக்கக்கூடும் என ஜோசப் மனதில் தோணியது. இடையர்களில் மூத்தவன் சொன்னதுபோல ஒருவேளை கழுதையின் காதுகளோடு பிறந்துவிட்டால்? அவன் பனியில் அமர்ந்திருந்தான் உடைந்த குரலும் அழுகையொலியும் முயங்கிய தொழுவத்தில் குழந்தையின் சப்தம் கேட்டது. அவசரத்தோடும், கலக்கம் தெளியாதபடியும் ஜோசப் முன்சென்று பார்த்தபோது வைக்கோல்தாள் படர்ந்த குழந்தையொன்று தெரிந்தது. அதை குனிந்து பார்த்தான். ஆண் குழந்தை மரியாளின் பழுத்த இமைகள் தாழ்ந்திருந்தன. அசதியும் நோவும் கொண்ட அவளுக்காக ரொட்டித் துண்டுகளை தேடி நகர வீதிகளை நோக்கி கலைத்து போனான். முதல் பார்வையிலே அந்த குழந்தையின் முகம் அவனுள் புதைவு கொண்டது. வெறுப்பும் வசீகரமும் ஒரே அணையில் அவனிடம் சுரந்தது. விடுதியொன்றின் பாதிதிறந்த கதவுகளுக்குள்நுழைந்து யாருமற்ற மரமேஜையின் முன் அமர்ந்தபடி அவன் குடித்தான். பனிகாலத்தின் விடியற்பொழுது எப்போதும் வெண்ணிறம் ததும்ப மலர்கிறது. அவன் திரும்பிய போது இடையர்களில் சிலர் அந்தக் குழந்தையை பார்த்தபடியிருந்தனர். யாரோ சிலர் குழந்தையிடம் உப்பின் வாசனையை கண்டதாகப் பேசிக் கொண்டார். கிராமப் பெண்களில் ஒருத்தி உறங்கும் குழந்தையையும் மரியளையும் கண்டபடி, அக்குழந்தையின் தகப்பனானவன் எங்கே எனக் கூட்டத்தில் கேட்டபோது, ஒருவன் ஜோசப்பை பார்க்க, அவன் தலையை குனிந்தபடியே சொன்னான்.

“குழந்தையின் தகப்பன் நானில்லை.”

ஒதுங்கிய வீதியொன்றில் மிகச்சிறிய வீட்டை அவர்களுக்காக அமர்த்தியிருந்தான். மரக்கதவுகளும், பலகை அடைப்பும் கொண்ட அந்த வீடு புறாக்கூண்டை ஞாபகப்படுத்தியது. குழந்தை பிறந்த ஐந்தாம் நாளில் ஜோசப்பிற்கு நீண்ட நாளின் பின்பு ஒரு கனவு வந்தது. அதே பாலையின் பெருவெளி. இப்போது மணற்பரப்பில் முன்னே போய்க்கொண்டிருப் பவள் பெண். அவளது பாதையை தொடர்ந்து போய்க்கொண்டிருந்தான் ஜோசப். மாறாத அதே இடைவெளி. ‘மாற்றி வைக்கப்பட்ட காய்களைப் போல கனவு சுழன்று இடமாற்றம் கொண்டு விட்டதா’ இம்முறை முன்னால்

போகின்றவளின் நடைக்கு ஏதுவாக அவன் தவிப்புடன் நடக்க வேண்டியிருந்தது. முன்னே செல்பவள் தனக்கு நிழல் போல வருபவன் பின் தொடருகிறானோ எனக்கூட திரும்பிப் பார்க்கவில்லை. அவள் பாதையினின்று விலகமுடியாத அரூப ஈர்ப்பு அவனை முன் நடத்திக் கொண்டிருந்தது. உலர்ந்த நாவும், எரியும் சூரியனுடன் வெம்மை தாங்காது மண்டியிட்டு தலை உயர்த்தும்போது விழித்துக்கொண்டான். மரியாளும் ஏதோ கனவில் விழிப்புற்றவள் போல் அமர்ந்திருந்தாள். குழந்தையுடன் கேசத்தை கலைத்தபடி அவனிடம் சொன்னாள்.

"குழந்தைக்கு இயேசு எனப் பெயரிட வேண்டும்."

எட்டாம் நாளில் ஜெருசலத்தின் ஆலயத்திற்குள் இரண்டு புறாக்குஞ்சுகளை பலியாக கொடுத்து பெயரிட மரியாளுடன் கல்படிகளில் நடந்தபோது வயதான ஸ்திரி ஒருத்தி குழந்தையை கண்டதும் ஆரவரித்தபடி குரலிட்டாள்.

"இதோ வானவர் காற்றின் குழந்தை"

ஜோசப் முகத்தில் வன்மமும் வேதனையும் குழைந்து நிரம்பின. அவன் ஆலயத்தினுள் அவசரமாக சென்றான். பிச்சைக்காரர்களின் சங்கீதம் வெளியே பெருகிக்கொண்டிருந்தது. வெளியே வரும்போது ஜோசப்பை பார்த்து ரோகி ஒருவன் கத்தினான்.

"கள்ளக் குழந்தைக்கு தகப்பன் இவன்."

வீடு திரும்பிய பின்பும் ஜோசப்பிற்கு மரியாளின் மகனை பெயர் சொல்லி அழைக்க வேண்டும் என்று தோன்றவேயில்லை. அவன் கசப்பில் மூழ்கியிருந்தான்.

3

மூன்று வானசாஸ்திரிகள் குழந்தையை பார்த்துவிட்டுத் தந்ததாக மரியாள் சொன்ன அந்த பொருட்களை கண்டான் ஜோசப். வெள்ளிப் பேழையும் சாம்பிராணியும் பொன்துண்டுகளும் அங்கிருந்தன. யார் அவர்கள், எதற்காக குழந்தையை பார்க்க வரவேண்டும். மர்மத்தின் சுழிப்பு குழந்தையின் உடலில் ஓடுகின்றதோ? அவன் அந்த வான சாஸ்திரிகளைப் பற்றித் தெரிய ஆர்வம் காட்ட வில்லை. ஆனாலும் அந்த வான் அறிஞர்கள் வந்து போனதன் பின்பு சேவகர்கள் அவன் செல்லும் பாதைகளில் ஒளிந்து பின் தொடர்வதும், ரகசியமான குரலில் அவனைப்

பற்றி பேசிக்கொள்வதாக இருப்பதை உணரமுடிந்தது. ஏரோது அரசனின் சிப்பாய்கள் தன்னை தொடரக் காரணம்தான் என்னவென புரியவில்லை. மூத்த தச்சன் ஒருவனின் பட்டறையில் வேலையில் இருந்தான் ஜோசப். அங்கும் சிப்பாய்களின் கண்கள் ஒளிர்ந்து கொண்டிருந்தன. முதன் முறையாக பயம் அவனிடம் துளிர்விடத் துவங்கியது. தன் பின்னே உளவாளிகளின் நடமாட்டம் எதற்காகவாம். அச்சம் தருவதாகயிருந்தது. இரவில் தனியாக கல்தளம் பாவிய தெருவில் நடந்து திரும்பிய போது மஞ்சள் கலந்த கண்களுடன் எதிர்ப்பட்ட அரசாங்க வீரன் அவனிடம் இறுகிய குரலில் கேட்டான்.

“வான சாஸ்திரிகள் கண்ட குழந்தைக்கு தகப்பன் நீதானே?”

“நானில்லை” என்றபடி அவன் வேறு தெருவில் நுழைந்து அலைந்தான். வீடு திரும்புவதே நெருக்கடியாகிப் போனது. சப்தம் ஓய்ந்த நள்ளிரவில் வீடு திரும்பிய போதும் படபடப்பு அடங்கவில்லை. வீட்டின் கதவுகள், ஜன்னல்கள், எல்லாவற்றையும் மூடி வைத்தபடி உள் அமர்ந்து கொண்டான். மரியாளும் வெளிறிப்போயிருந்தாள். வீட்டின் புற வெளியில் உளவாளிகளின் நடமாட்டம் தென்பட்டிருக்க கூடுமோ. எதற்காக சந்தேகிக்கபடுகிறோம் என அறியாமலேயே பயம் அவனை கல்விக் கொண்டது. பகல் நேரங்களில் தச்சகத்திற்கு செல்லாமல் தெருவில் குறுக்கு ஊடாக நடந்து திரிந்தான். அவன் மனது விபரீதத்தின் வாசனையை நுகர்ந்து கொண்டிருந்தது. யோசனையின் பின்பு மரியாளை குழந்தையுடன் அழைத்துக்கொண்டு கிழ வேசியொருத்தியின் குறுகிய அறையொன்றிற்கு மாறினான். அவன் நினைத்ததுபோலவே அன்று வீரர்கள் அவனிருந்த வீட்டின் கதவுகளை சிதைத்திருந்தனர். அயல் வீடுகளிலும் அவர்களைத் தேடி கேட்கப்பட்டன. பயத்தின் மஞ்சள் பூக்கள் உடலெங்கும் பரவின. நகரைவிட்டே வெளியேறிவிட வேண்டியது தானா? பின் பனிகால இரவில் மரியாளை அழைத்துக்கொண்டு வேறிடம் தேடிமாறி அலைந்து கொண்டிருந்தான். பெருகிய நட்சத்திரங்களை கண்டபடி கடந்தன குழந்தையின் கண்கள். பகலும் இரவும் ஒளிந்து அலைய வேண்டிய தாகியது. பிறந்து பால் குடி மறக்காத குழந்தைகளில் ஒன்றை அரசாணையின் பேரில் வீரன் ஒருவன் வாள்தாக்கி வெட்டிய பகலில் சாவின் விரல்கள் நகரில் தாளமிடத்துவங்கின. பின் அந்த நகரெங்கும் சிசுக்களின் முடிவற்ற இறப்பும், பெண்களின் துக்க ஒலியும் தீவிரமாயின. சாவின் பல் பதியாத குழந்தைகளேயில்லை. ஜோசப்

அறிந்துகொண்டு விட்டான். அவர்கள் புனிதரை தேடுகிறார்கள். தன் எதிரில் இருக்கும் இந்த குழந்தையின் பொருட்டு இத்தனை மரணமா? இடையர்கள் சொன்னதுபோல இது துரதிருஷ்டத்தின் குழந்தைதானோ அவனுக்குப் புரியவில்லை. ஆனால், தான் அடையாளம் காணப்பட்டால் கொல்லப்படுவான் என்பது மட்டும் புரிந்தது. தங்கள் குழந்தை எதன் பொருட்டு இறந்தது என்பது கூட அறியாத தாயின் விம்மல் தெருவெங்கும் சுடரிட்டது. குதிரைகளின் குளம்பொலியும், ரத்தம் தோய்ந்த வீரர்களின் கத்திகளும் நகரமெங்கும் பயத்தின் விளைவுகளை தாவியபடி சென்றன. மரியாள் நடுங்கும் உதடுகளுடன் அவனிடம் கேட்டாள்.

"என் குழந்தையை கைவிட்டுவிடப் போகிறீரா?"

அவன் கோபம் கொண்டவனான். என்றாலும் அவளது கேள்வியின் உள்புதைந்த பயம் அவனை பேசவிடாமல் செய்தது. அவன் ஒரே பதில் சொன்னான்.

எகிப்தை நோக்கி போகப் போகிறோம்.

ரகசியமாக நகர் நீங்கி பயணித்த நாளில் அவர்கள் பேசிக்கொள்ளவும் இல்லை. மரணத்தின் சுவையறிந்த செம்பருந்துகளில் சில ஆகாசத்தின் உயர்வில் வட்டமடித்து சுழன்றன. உயிராசையில் மூவரும் கடந்து கொண்டிருந்தனர்.

4

படகுகள் கட்டப்படும் தச்சுப்பட்டறையில் வேலையில் இருந்தான் ஜோசப் முன் அறியாத தேசமாயிருந்தது எகிப்து. சொந்த ஊரினின்று வெகுதூரம் வந்த போதும் ஏரோதின் வீரர்கள் பற்றிய பயம் கலையவில்லை. எகிப்தில் பஞ்ச காலம் துவங்கியிருந்தது. தானியங்களுக்காக மக்கள் அலைந்து திரிந்தனர். கூக்குரலும் கசப்பான சம்பவங்களுமே தினசரியாகிப் போயிருந்த நாட்கள் அவை. மரியாளின் மகனுக்கு ஆறு வயதாகியிருந்தது. பேசக் கற்றிருந்தபோதும் அச்சிறுவன் எப்போதும் மௌனமாகவேயிருந்தான். அவனுக்கும் தாயுக்கும் ஊடே எப்போதாவது நடக்கும் பேச்சும் கூட அடுத்த காது அறியாதபடியேயிருந்தது. கூர்மையான கண்களும், நீள்முக அமைப்பும் கொண்ட அச்சிறுவன் மிகவும் இறுக்கமானவாக வளர்ந்து வந்தான். ஜோசப் வேலையில் ஈடுபட்டுக் கொண்டிருப்பதை பல சமயம் பார்த்துக் கொண்டேயிருப்பான். அவனை நேசிக்கவோ, வெறுக்கவோ முடியாத ஊசல்

ஜோசப்பிடமிருந்தது. ஆயினும் அச்சிறுவனின் ஈர்ப்பு அவனை உள்முகமாக அழைத்துக்கொண்டேயிருந்தது.

மரியாளை விடவும் தனக்குள்ளாகவே மூடிக்கொண்டிருந்த அந்த சிறுவன் ஜோசப்பை ஒருபோதும் தகப்பனாக அழைக்கவேயில்லை. தச்சனும் மரியாளின் மகனே என எப்போதாவது அழைப்பதோடு, பெயர் சொல்லி அழைக்கவும் கூச்சம் கொண்டிருந்தான். பஞ்சம் நீண்டு கொண்டிருந்ததால் தினமும் கள்வர்களும் நோயாளிகளும், நடைபாதை ரோகிகளும் அலைந்து திரிவதை காணமுடிந்தது. கலைந்து கலைந்து உருமாறிக் கொண்டிருக்கும் தெருவில் எதிர்படும் வேசைகளையும், முடவாதக்காரர்களையும், மதுவெறி ஏறிய கள்வர்களையும் கவனித்த படியிருந்தான் மரியாளின் மகன். ஜோசப் அவனை சில சமயம் பார்த்துக் கொண்டேயிருப்பான். எதைத்தான் கவனித்துக் கொண்டிருக்கிறான் இக்கூச்சல் இவனுக்கு ஏன் இத்தனை வசீகரமாக தெரிகிறது. அச்சிறுவன் யாரோடும் ஒட்டாதவனாகவே வளர்ந்தான்.

ஒரே வீட்டில் வசித்தபோதும் மரியாளை ஜோசப் ஒருபோதும் அறியவேயில்லை. எப்போதாவது மித மீறிய தனிமையில் அவளைப்பற்றி நினைப்பதுண்டு. எதற்காக அவள் இன்னமும் தன்னை சுற்றிய கன்னிமையின் வலையை விலக்காமல் இருக்கிறாள். தன்னோடு ஒரே அறையை பகிர்ந்து கொண்டபோதும் அவள் தன் மனைவியில்லையா? நாட்களின் வேகத்தில் தான் ஒரு பெண்ணோடு வாழ்கிறோம் என்ற நினைவு கூட, அவனிடமிருந்து பிரிந்து போனது.

சிறுவன் இயேசு தனியே அலைந்து திரியத்துவங்கினான். காற்றாலும் சிதைவுற்ற வீடுகளாலும் வசீகரிக்கப்பட்டவனாக வீதிகளில் சுற்றினான். அவனுக்கு பாதைகளின் மீது பெரும் ஈர்ப்பு இருந்தது. எகிப்திற்கு வரும் பிறதே வாசிகளின் பாதைகளை அவன் அறிந்துவந்தான். அவனுக்கு நண்பர்களேயில்லையோ எனும் படியானது. ஆனாலும் அவன் ஏலச்சந்தையில் அலைந்து திரியும் கானான் தேச பெண் ரோகி ஒருத்தியின் பார்வையற்ற மகனுடன் நட்பு கொண்டிருப்பதை தக்கன் ஜோசப் ஒருமுறை கண்டான். நோயுற்ற ஸ்திரி திடலின் பின்புறமிருந்த குதிரை லாயமொன்றில் தங்கியிருந்தாள். பார்வையற்றவனாகயிருந்தபோதும் அச்சிறுவன் சப்தமிட்டோ, விரல் தடவியோ வழிகேட்பதேயில்லை. எதிரில் உள்ளதை உணர்ந்து கொள்பவனாக வளர்க்கப்பட்டிருந்தான். நெபு என்ற அந்தச் சிறுவனுடன் நடந்து அலையும் போது மரியாள் மகனுக்கு பொருட்களின் வேறு ரூபங்கள் தென்படத் துவங்கின.

நெபு பல தேசங்களையும் கண்டிருக்கிறான். தொலைவில் பறக்கும் பறவைகளை கூட தன் உள் உணர்வின் வழி என்னப் பறவையது என்றும் அறிபவனாகயிருந்தான்.

ஆற்றின் கரையோரமாக நெபுவோடு நடந்துபோனபோது மரியாளின் மகன் கேட்டான்.

"எதிரில் இருப்பது என்னவென தெரிகிறதா?"

நெபு உடனடியாக பதில் சொன்னான்.

"ஒளி ஓடிக் கொண்டிருக்கிறது." இயேசுவிற்கு புரிந்தது போல இருந்ததென்றாலும் கேட்டான்.

"தண்ணீர் இல்லையா"

நெபு தன் பதிலை உறுதியாகச் சொன்னான்.

"தண்ணீரை நாம் காணமுடியாது. நாம் பார்ப்பது ஒளி"

அறியப்படாத தண்ணீரின் முணுமுணுப்பை பேசியவாறு அன்று நடந்தனர். பின் ஒருவேளை தினா குருவிகளை விற்கும் முதியவனின் முன்பாக, வானத்தின் பரிச்சயம் விடுபட்ட குருவிகளுக்கு துயரம் இருக்காதா என பேசிய போது நெபுவின் பதில் விசித்திரமாகயிருந்தது.

"குருவிகள் எதையும் ஆசைகொள்வதுமில்லை; ஞாபகம் வைத்திருப்பது மில்லை."

நெபு தன் தாயை கூட்டிக்கொண்டு பகல் முழுவதும் அலைவான். இந்த நகரம் அவன் உள் வரைபடம் போல விரிந்திருந்தது. ஸ்நேகத்தின் பிடி இறுகியபடி நீள இயேசு அந்த சிறுவனோடு பேச காத்திருந்தான். குதிரைலாயத்திற்கு தன் தாயின் உறவுக்காரப் பெண்ணை காட்ட கூட்டிப் போனான் நெபு. முதிர் வயதாகி கிழப்பெண்ணான அவள் கண் இமைகள் தொங்கிக்கொண்டிருந்தன. அவள் சிறிய குவளையில் உலர்ந்ததிராட்சைகள் சில வைத்திருந்தாள். வயது அவள் உடலெங்கும் வளையமிட்டிருந்தது. அவளுக்கு வான்கோழியை போல முகமிருந்தது. மரியாளின் மகனை தன் நீண்ட விரல்களால் தொட்டபோது சொன்னாள்.

"இவன் உப்பைப் போல இருக்கிறான்."

பிச்சைக்காரர்களின் அந்தரங்க உலகினுள், விளிம்பில் பதுங்கி வாழும் மனிதர்களின் இருண்ட தினசரி வாழ்விற்குள் அந்த

சிறுவர்கள் இருவரும் நடந்து அலைந்தனர். பசியின் பெருநாக்கு அங்கு சுழன்றபடியாயிருந்தது. ஆறுதல் வேண்டிய குரல்கள் எங்கும் வெடித்தன. உலகம் துயரத்தின் கூடாரம் போல இருந்தது. தான் தேடி வந்தபோதும் இரண்டு நாட்களாக நெபுவை காணாது அலைவு கொண்டான். நெபு நதியின் அருகாமையில் இருந்தான். நோயுற்ற அவனதுதாய் இறந்திருந்தாள். சவ அடக்கத்திற்கும் வழியற்றவர்களாக அவளை நதியில் தூக்கி எறிந்து போயினர். நெபு மென் குரலில் சொன்னான்.

"மரணத்தின் நீண்டவாள், எல்லோரின் தலை மீதும் தொங்கிக்கொண்டு இருக்கிறது."

தாயின் இறப்பு நெபுவை இறுக்கவில்லை. அவன் முகம் சந்தோஷம் கண்டவன் போலதானிருந்தது. நெபு தண்ணீரைக் காட்டினான். மீன் குஞ்சுகள் அலைந்தன.

"தண்ணீரில் தவழும் நூற்றுக்கணக்கான மீன்களாகிவிட்டாள் என் தாய் இனி நதியெங்கும் அவள் இருப்பாள்." அதன் பின்பு நெபு, யாரிடத்தும் சொல்லாது பயணிகள் கூட்டத்தோடு நகரை விலக்கிபோய் விட்டான். பிரிவின் கொடி சுற்றிய மரியாளின் மகனும் மறுநாள் காணாமல் போயிருந்தான்.

5

தேடிக்கொண்டு போனார்கள் அந்தச் சிறுவனை. மாலையின் கூச்சல் நீண்ட தெருக்களில் அவனை தேடி அலைந்தான் தச்சன் ஜோசப். சந்தை வியாபாரிகளும் சூதாட்டக்காரர்களும் நிறைந்த விடுதியில் தேடி அலைந்தபோதும் அவனைக் காண இயலவில்லை. அவன் காணாமல் போனதுமே மரியாளின் குரலில் அச்சம் கலந்தது.

"யாராவது அடிமையாக பிடித்து விற்றுவிடப் போகிறார்கள்."

அடிமைகளின் வியாபாரம் நடக்கும் பொதுமேடைகளின் பின்பகுதியில் சிறுவர்கள் கூட்டமாக அமர்ந்திருந்தனர். மொட்டையடிக்கப்பட்ட தலையும், பருத்த விழிகளும் கொண்ட அந்த கறுப்பு உருவங்களின் ஊடே மரியாளின் மகனும் இருக்கிறானா எனத் தேடினான். இருள் படிந்த மதுவிடுதிகளின் சுவர்களுக்குள் கூட அடிமைச் சிறுவர்கள் கைமாற்றப்படுவார்கள் என கேள்வியுற்ற செய்தி வழி அவன் மதுவிடுதியின் ரகசிய கதவுகளை திறந்து உள்ளே அலைந்தான். எங்கும் மதுவின்

நெடி சுழன்றது. தச்சன் ஜோசப் அடிமை வியாபாரிகளில் ஒருவனோடு உள் அறைகளுக்குள் போனான். எங்கும் பெண்கள், நிர்வாணிகளாக, ஒரே அறையில் படுக்கக்கூட இடமற்றவர்களாக சுருண்டு ரயில் பூச்சிகள் போல கிடந்தனர். இரவெல்லாம் நகரின் விடுதி விடுதியாக தேடி அலைவுற்றான். அந்தச் சிறுவன் எவர் விழியாவது கப்பலில் கடந்து போயிருக்கலாமோ, அல்லது எவர் படுக்கை அறையில் மதுக்கிண்ணம் நிரப்பும் ஊழியனாக நியமிக்கப்பட்டிருப்பானோ, குழப்பத்தின் வால் சுழன்றது. அன்றிரவு ஜோசப் தனியே வீடு திரும்ப மனமற்றவனாக குடித்துக் கொண்டேயிருந்தான். விசித்திரமான கதவுகளை தட்டித் தேடி, அலையும் அன்றைய நாள் முடிவுறும் வேளையில் அவன் வீடு திரும்பிய போது மரியாளும் அந்தச் சிறுவனும் உறங்கிக் கொண்டிருந்தனர். ஜோசப்பின் வருகையொலி அறிந்த அவள் மகன் உறக்கத்தினின்று விழித்து அவனைப் பார்த்து மெலிதாக புன்னகைத்தான்.

6

பெத்லகேம் வழியில் சந்தித்த ஆருடக்காரனை நீண்டநாட்களுக்கு பிறகு எகிப்தில் சந்தித்தான் தச்சன் ஜோசப். ஆருடக்காரன்தான் அதையும் அடையாளம் கண்டவன். யூதேயாவின் ஏரோது ராஜன் இறந்துவிட்டான் என்றார், அவனது வாழ்நாளின் முடிவில் துர்சொப்பனங்கள் அவன் மீது சுழன்றதாகவும், அதினின்று மீளமுடியாமல் இறந்து போனதாகவும் சொன்னான். ஏரோது ராஜனின் உடலில் இறந்த குழந்தையின் வாசனையை முதலில் கண்டவன் அவனது பட்டத்தரசி. நாளுக்குநாள் ஏரோதின் உடலில் அந்த பிணவாடை பெருகியபடி வந்ததென்றாள். தானே அந்த துர்வாசனையை நுகர்ந்தாள் என்பதால், மீளமுடியாத அந்த துர்வாசனைக்குப் பயந்தவளாக, தைலவாசனை கொண்டநீர்குளியல்களும், நருமண திரவியமும் பூசி தன் உடலை ஓறுமிக்க செய்த போதும் சாவின் வாசனை அவள் தொலைவில் வரும்போதே வீசத் துவங்கி விட்டதையும், தன் உடலில் உள்ள மனக் குழப்பத்திற்கு தட்டிபோக மரணத்தின் நிஜவாசனையை நுகர்ந்து விட்டான். கால்வாய் வழியே வடியத் துவங்கியது. அந்த ஆருடக்காரன் தன் குரலை மெதுவாக்கி கேட்டான்.

“வானவர் நலமாகயிருக்கிறாரா?”

அவன் குறிப்பிடுவது மரியாளின் மகனை என அறிந்த போதும் ஜோசப் இறுக்கமான குரலில் சொன்னான்.

“என்னோடு அப்படி யாருமில்லை.”

*

நாசரேத்திற்கு திரும்பி வந்தனர். எகிப்தினின்று முற்றாக மாறியிருந்தது ஊர். இயேசுவிற்கு பனிரெண்டு வயதாகிக் கொண்டிருந்தது. மரியாள் யாரிடமும் சொல்ல முடியாத மனதின் ரசியங்களை தனியே பின்னிக்கொண்டபடி நாட்களை கடத்தி வந்தாள். தனது வேளைகளை தவிர வேறு எதிலும் ஆர்வமற்றவளாகிப் போயிருந்தான் தச்சன், அலைச்சலும் மூப்பும் அவனையும் கவ்விக் கொண்டு இருந்தன. வெயில் காலத்தில் அவனைத் தேடி வரும் இடையர்கள் சிலருடன் எப்போதாவது வெளியே போவதை தவிர்த்ததால் அவன் தச்சு கூட்டத்திலே கிடந்தான். கோடைகாலத்தின் உக்கிரம் மழையாக மாறி உருக்கொண்ட நாளில் அவன் எவன்னயோ சந்திக்க நகரின் புறவெளிக்குச் சென்றான். உரத்த மழையும், காற்றும் பரவிய புறவெளியில் காற்றில் சிக்கி குரலிட்டன சேவல்கள். ஈரத்தின் ஊடே அலைந்த போது வானின்று இறங்கி வரும் பெரும் மின்னலின் வடிவமை கண்டான். அது ஒரே பாய்ச்சலில் பூமியை கண்டது. மரங்களின் சதையைப் பிளந்து நிலத்தை ஊடுருவிச் சென்ற அந்த பேரொளியில் வீழ்ந்து கிடந்தான் தச்சன். இடையர்களில் ஒருவன் அவனைத் தூக்கிவந்தான். முதலாக மரியாள் அவனைக் கண்டபோது பயம் கொண்டாள். இறந்து விட்டானா? ஒளியின் பெருவழையம் சுற்றிய அவன் உடல் நடுக்கம் கொண்டபடியிருந்தது புலப்படும். அச்சமும் மாறி மாறி சுழன்றன. விழிப்பதும் சில நிமிடங்களில் மீண்டும் கண்மூடுவதுமாக தொடர்ந்த அவன் முன் அமர்ந்திருந்தாள் மரியாள். இரவில் அவனைக்கண்ட மரியாள். ஒரே வீட்டில் யாரோடும் உறவற்ற மூவர் வாழ்ந்து வருவதன் பொருள்தான் என்ன என யோசனைக் கொண்டாள். தனிமையின் சுவர் அவர்களின் ஊடே வளர்ந்து நின்றது. பிதற்றலான இரவில் அவன் மனதின் உள் ஒளிந்த வாசகங்கள் வெளிப்பட்டன. அவன் மரியாளின் மகனைபெயர் சொல்லி அளைத்தான். தான் அவனது தகப்பனென அழைக்க படவேண்டுமென பிதற்றினான். வெயில் பிரகாசித்த மறுநாளில் அவன் புத்துயிர்கொண்டவன்போல எழுந்து நடமாடத்

துவங்கினான். பால்ய வயது கடந்துவிட்ட மரியாளின் மகனுக்கு வாலிபத்தின் ரேகைகள் ஓடத் துவங்கியிருந்தன.

*

திரும்பவும் வீட்டின்று வெளியேறி காணாது போயிருந்தான் மரியாளின் மகன். மின்னலின் வளையங்கள் சுற்றிய அசதிகொண்ட ஜோசப் பலவீனமான மன்தனாகயிருந்தான். மரியாளின் பிரியத்தின் முடிச்சுகளை அவிழ்த்துக் கொண்டு போயிருந்தார் இயேசு. இம்முறை அவளைத் தேடிக் காணச் சொல்லவில்லை மரியாள். தனியே கண்ணீர் விடவும் இல்லை. நத்தையைப்போல தனக்குள் சுருண்டு கொண்டுவிட்டாள். ஆனால் அவளது பிரிவு தச்சன் ஜோசப்பின் மனதில் நீண்ட விரிசலை உருவாக்கியது. அவன் யோசித்தபடியிருப்பான். ஒருவேளை பலரும் சொல்லவதுபோல அவன் புனிதரா? அவன் தன்னோடு ஸ்நேகமற்றவனாக போயிருக்க கூடும், ஒரு புனிதரோடு ஸ்நேகிக்க இயலாதவனாகி விட்டேனா, இல்லை புனிதர் தன்னை புறம் ஒதுக்குகிறாரா? நினைவுத் தப்பித் தப்பி இடம் மாறியது. பிறப்பு முதலே இயேசுவின் பொருட்டு அலையுற்றதின் பின் காட்சிகள் விரியத் துவங்கின. தன்னை பிரிந்துபோன இயேசுவிற்காக ஏங்கினான் ஜோசப். ஒருவேளை அவன் தான் வாலிபத்தில் இருப்பதைப்போல அவன் இருக்கிறான் என்பதால் ஈர்ப்பு பெருகுகிறதா இடையர்களிடம், பயணிகள் வழியிலும் இயேசுவை தேடி விசாரித்தான் ஜோசப்.

அடையாளமற்ற ஏதோ நிலவெளியில் அந்த வாலிபன் அலைந்து திரியக்கூடுமோ. நிசப்தம் கொட்டிய மரியாளின் வீட்டுக் கதவுகள் கூட துயரமேறியிருந்தன. நினைவின் ரகசிய அறைபடிகளில் இறங்கி இறங்கி இயேசுவின் பிரியத்திற்காக காத்துக் கொண்டிருந்தான் தட்சன் ஜோசப். பனிகாலம் நினைவுகளை பெருக்குகிறது. தான் புனைத்துவைத்த நேசம் கசிவதை உணர்ந்த தச்சன் வீட்டில் இல்லாது போன இயேசுவின் பெயரை மெதுவாக குரலிட்ட போது, அது மரியாளின் காதில் வீழ்ந்திருக்கக்கூடும். அவள் கண்கள் திரும்பின. உன் மகன் புனிதர் தானா? என கேட்க விரும்பியவன் போல ஜோசப் உதடுகள் நடுங்கின. அவன் கேட்கவில்லை. நலிவுற்ற உடல் மிகுந்த அசதி கொண்டது. மீண்டும் ஒரு கனவு கண்டான். அதே மணற்பரப்பு. தன் முன்னே நடந்து செல்பவன் மரியாளின் மகன், அவனைபின் தொடர்ந்து போகிறான் ஜோசப். இருவருக்குமான இடைவெளி

விரிவதும் நெருங்குவதாகயிருக்கிறது. இயேசுவானவர் பின் திரும்பி ஜோசப்பை நோக்கி எதையோ சொல்வது கேட்டது. காற்று அக்குரலை சுழற்றிச் சிதறியது. அக்குரல் திரும்பவும் அருகில் வரும் போது கேட்டுவிட ஆவலுற்றவனாக தலையைச் சிலுப்பி கனவின்று விழித்த தச்சன் ஜோசப், யாரிடமோ பேச முயன்றவன் போல உதடு திறந்து பேசாமலே இறந்து போனான்.

*

பிரசங்கத்திற்காக தனது சீடர்களுடன் அந்த ஊருக்குள் பிரவேசித்திருந்தார் இயேசு. இடையர்கள் நிரம்பியிருந்தனர். பாறைகளின் மீதேறி அவர் பேசிய பின்பு கூட்டம் கலைவுற்றது. தன் சீடர்களுடன் வழியில் நடந்த இயேசுவின் அருகில் வந்த இடையன் ஒருவன் கேட்டான்.

“நீதச்சன் ஜோசப்பின் மகன்தானே”

அவர் இடையனுக்கு பதில் சொல்ல முயன்றவரைப்போல புன்னகைத்து விட்டு நிற்க, சீடர்களில் பேதுரு சொன்னான்.

“இவர் தேவகுமாரன்”

பதிலால் திருப்தியுறாத இடையன் கடந்து போய்விட்டான். இருப்பிடம் திரும்பிய இயேசுவின் காதில் இடையனின் குரல் திரும்பவும் கேட்டது. செம்பறையின் நிழலை போல ஜோசப் தன்னைத் தாங்கியிருந்ததின் நினைவு விரிந்தது.

அதிசயங்கள் நிகழ்த்திக்காட்டுகிறார் இயேசு என செய்தி எங்கும் பரவியிருந்தது. அவரால் பார்வை தரப்பட்டவனும், முடவாதகாரனும் கண்டவர்களாக மக்கள் பிரசங்கத்தினின்று திரண்டிருந்தனர். அவர் பறவைகளைப்பற்றி பேசத்துவங்கினார். வந்திருந்த மக்கள் கூட்டத்திற்குள் உணவும் தண்ணீரும் தந்து போன சீடர்களில் சீமோன் பிளவுற்ற பாறையடியில் நின்றிருந்த ஒருவன் முன் வந்தபோது, நின்றிருந்தவனின் முகத்தை எங்கோ கண்டவன் போல திகைப்புறும் முன்பு, அவ்விடத்தில் அந்த மனிதனில்லை. போயிருந்தான். அங்கு வந்து நின்றவன் தச்சன் ஜோசப் தானே. அவன் இறந்து போனவனில்லையா? எப்படி திரும்பி வந்தான் மறுஉயிர்ப்பு கொண்டுவிட்டானா, சீமோனுக்கு புரியவில்லை. ஆனால் அதன் பின்பு பிரசங்கத்திலுள், தெருக்களிலும் தச்சன் ஜோசப்பை கண்ட பல சீடர்களும் அதை இயேசுவிடம் சொல்லவேயில்லை. தாங்கள் பார்த்த ஜோசப்பின்

முகம் தவிப்பின் தீவிரம் கொண்டு இருந்தது ஏன் என மட்டும் அவர்களுக்குப் புரியவேயில்லை.

*

சிலுவையில் அறைந்துவிட பிலாத்துவின் சபை சொன்னதை அறிந்த மரியாள் உப்பைபோல கரைந்து கொண்டிருந்தாள். முதல் முறையாக அவளுக்கு இயேவின் தண்டனை, ஜோசப்பை நினைவுகொள்ள செய்தது. அவள் ஜோசப்பிற்காக கண்ணீர் விட்டாள். வாழ்வின் சுவையை ஒருபோதும் அறிந்திராத அந்த தச்சன் நினைவு இலை இலையாக உதிர்ந்தது. அன்றிரவு வசீகரமற்ற நட்சத்திரம் ஒன்று தனியே நடுங்கிக் கொண்டிருந்தது வானில். தன் வீட்டின் எதிரே ஒரு மனிதன் நின்று கொண்டிருப்பதை கண்டான். அவளிடம் அசைவேயில்லை. அந்த உருவம் சட்டென அவள் நினைவில் சரிந்து புலப்பட்டது. தச்சன் ஜோசப்பே தான். எதற்காக வாசலில் காத்திருக்கிறான். இது நிஜம்தானா? யோசிக்காது மரியாள் வீட்டின்று வெளியேறி அவன் இருக்குமிடம் நோக்கி நடந்தாள். அவள் வரும் போது தச்சன் தெருவின் கடைசியில் நின்றான். அவள் அவனை அழைக்க விரும்பினாள். ஆனால் என்றைக்கும்போல தீராத இடைவெளி அவர்கள் இருவர் இடையினுள் நீண்டு கொண்டிருந்தது.

கொல்கொதாவின் வழிகளில் கூட்டம் நிரம்பியிருந்தது. அவர் இரண்டு கள்வருக்கு நடுவே சிலுவையில் அறையப்படயிருந்தார். அந்தக் கள்வர்களின் மனைவியும், குழந்தைகளும் பிறர் அறியாதபடி தங்களை மறைத்துக்கொண்டு கூட்டத்தில் நின்றனர். இரண்டு கள்வர்களில் வயது மூத்தவன் காலின் விளிம்பில் நின்றபோதும் முகவாட்டம் கொள்ளாத வனாகவும், துஷ்டத்தின் மீது ருசிகொண்டவனாகயிருந்தான். மற்றவன் தன் மரணத்தை அறிந்துகொண்டவனின் சாந்தம் படர மௌனிந்திருந்தான், கூட்டத்தில் அந்த திருடர்களின் பிள்ளைகள் தங்கள் தகப்பனின் சாவை காண நின்றிருந்தனர். துஷ்டதனம் கொண்ட கள்வன் என்ற போதும் அவன் மீதும் தீராத நேசம் கொண்ட பெண்ணாக இருந்த திருடனின் மனைவி குனிந்து விசும்பிக்கொண்டாள். இன்னொரு திருடனின் மனைவியின் கண்கள் மரச்சிலுவையை கண்டன. கூட்டத்தின் நடுவேயிருந்த தனது தாயாகிய மரியாளை கண்டார் இயேசு. தன் சீடர்களில் ஒருவனை அழைத்து அவள் முன்னே இதோ உன்மகன் எனக் கூறியபடி முன் நடந்தார்.

அவமதிப்பும் தூஷணைகளும் நிறையேறின சிலுவையில் அறையப்பட்டார். அவரது கடைசிக்குரல் 'ஏலீ ஏலீ!' என உயர்ந்தது. இமைகள் தானே கவியத் துவங்கின. கடைசி முறையாக ஜனத்திரளை கண்டபோது அவர் பார்வையில் ஓர் உருவம்பட்டு கலைந்தது. அது ஜோசப் தானே? விழித்தும் பார்த்தார். வேட்கை ததும்பும் முகத்துடன் நிற்கும். ஜோசப் பின் கண்கள் எதையோ யாசித்தன. அவன் கண்களில் உள்ள அந்த உலர்ந்த ஆசையை அறிந்தார். நீதச்சன் ஜோசப் மகன் தானே மனது ஜோசப்பை தந்தையே என விளிக்க நினைத்து 'ஏலீ!' என வெளியானது. இக்குரல் ஜோசப்பிற்காகதான் என சொல்லப்படுவதற்கு முன் அவரது இமைகள் தானே மூடிக்கொண்டுவிட்டன.

~

எஸ்.ராமகிருஷ்ணன்

ராமசாமிகளின் வம்ச சரித்திரம்: மறைக்கப்பட்ட உண்மைகள்

முற்றிலும் எதிர்பாராத காலையை சந்திக்க நேர்ந்தது. வரிசை வரிசையாக நகரும் ஜனக் கூட்டம். எங்கிருந்து புறப்பட்டு வருகிறார்கள் என்பது தெளிவில்லை. ஜெமினி மேம்பாலத்தின் மீது உட்கார்ந்து காலைத் தொங்கவிட்டபடியே பலர் பேசிக்கொண்டிருக்கிறார்கள். குதிரைவீரன் சிலை மீது இருவர் தொற்றியபடியே புகைப்படமெடுத்துக் கொண்டிருந்தனர். பீச் ரோட்டில் இதை விடவும் ஜனத்திரள் அதிகமென செய்தி வந்தபடியிருந்தது.

யாருடைய திட்டமெனத் தெரியவில்லை. முன் எப்போதும் இது போல நடந்திருக்கிறதா என்பது கூட சந்தேகமே. ராமசாமி என்ற பெயருள்ள எல்லோரும் ஒரே இடத்தில் கூடி மாநாடு நடத்துவது மனித குல சரித்திரத்தில் இதுவே முதல தடவை என செய்தித்தாள்களில் அச்சேறியிருந்தது. உலகெங்குமிருந்து ராமசாமிகள் புறப்பட்டு வந்தபடியே இருந்தனர். பெயரில் என்ன இருக்கிறது என விட்டுவிட முடியாது. ராமசாமிகளும் மற்றபெயர்களும் ஒன்றா என்ன!

'ராமசாமிகளே ஒன்று சேருங்கள் உங்கள் உலகம் சீரணி அரங்கில் உருவாக உள்ளது' எனத் தமிழகமெங்கும் அறைகூவல் விடப்பட்டிருந்தது. நகரெங்கும் வால்போஸ்டர்கள், பேனர்கள். மூன்று நாட்கள் நடக்க இருந்த மாநாட்டிற்கு இலக்கிய, விவசாய, மருத்துவ, மொழியியல், அரசியல், தத்துவ, போஸ்ட்மார்டனிச,

சமுக, மத, யதார்த்த, அதார்த்த, ஸ்ட்ரக்சரலிச, வித்தக முத்தமிழ் ராமசாமிகள் பலர் கலந்து கொள்கிறார்கள் என்ற விபரம் உலகமெங்கும் பரவ, ராமசாமி அல்லாதவர்கள் பரபரப்பாக செய்திகளை கேட்டுக்கொண்டிருந்தனர்.

மாநாட்டின் சிறப்பு பிரதிநிதிகளாக காங்கோ நாட்டின் உம்பர்ட்டோ ராமசாமியும் நுவா தேசத்தின் எட்வர்ட் ராமாசாமியும், பிரபல சூப்பர்ஸ்டார் நடிகரும், ஹாலிவுட்டின் மொழியியல் அறிஞருமான ஆர்னால்ட் ராசாமி ஸ்வாஸ்நெக்கர் அவர்களும், இன்னும் ராமசாமிஸ்கி, சூ. என். ராமசாமி (ஐ. நா. சிறப்புதூதுவர்) என பலரும் வருகை தர இருந்தனர்.

லட்சக்கணக்கான ராமசாமிகள் ஒன்றுதிரண்ட அந்தநாட்களை பற்றிய வரலாற்று உண்மைகள் எந்தச் சார்புமற்று ஆன்ம ஒளியில், சுயப்பிரகாசமாக உங்கள் முன் என்னால் முடிந்தவரை நான் விவரிக்க விரும்புகிறேன். என் புலன்களின் வழியே செய்தி நிறைந்து கொண்டிருப்பதால் நான் சில செய்திகளை விட்டு சிலவற்றை கற்பனை வழியின் நீட்சியில் உங்களிடம் விவரிக்கிறேன்.

ராமசாமிகள் நேற்றே ரயிலில், லாரிகளில் வந்து குவியத் துவங்கி விட்டார்கள். தாம்பரம் ரயில் நிலையத்தில் எட்டாயிரம் ராமசாமிகள் டிக்கெட் வாங்காமல் பிடிபட்டு நிற்பதாக தகவல் வருகிறது. ராமசாமிகளின் மாநாட்டிற்காக எல். ஐ. சி. யின் பதினான்கு மாடிகளும் காலி செய்யப்பட்டு விட்டன. எல்லா மாடியிலும் ராமசாமிகள் நிறைந்து விட்டார்கள். துவைத்து காயப்போட்ட ஈரவேஷ்டிகள் படபடக்க எல்லா ஜன்னல்களிலும் ராமசாமிகளின் தலை தெரிகின்றது. ஒரு வயதிலிருந்து வயதை பற்றிய பிரக்ஞை மறந்த நிலைவரை பல ராமசாமிகள் திரிகிறார்கள். முக இயல்பு மாற்றம் கொண்டு திரிகின்றனர். யாரோ ஒருவன் ராமசாமி என கை தட்டிக் கூப்பிட அலைபோல பல வயது முகங்கள் திரும்புகின்றன. நான்கு கோடி ராமசாமிகள் ஒன்று சேர்ந்திருக்கிறார்கள் என பி. பி. ஸி. ரேடியோ அதிகார பூர்வமாக அறிவித்தது. சீரணி அரங்கில் சுழல்மெத்தை அமைக்க இருநூறு ராமசாமிகள் இரவு பகலாக வேலை செய்தனர்.

மாநாட்டு பந்தலின் வெளியே தியாகி ராமசாமிகளின் திருவுருவப் படங்கள் காட்சிக்கு வைக்கப்பட்டிருந்தன. எல்லோர் முகமும் ஒன்று போலிருந்த ராமசாமிகளின் உருவப்படங்களை ராமசாமிகளே கண்டனர். வணங்கினர். எல்லாத் திருவுருவப்படங்களின் அடியிலும் உப்புப் பொட்டலம் வைக்கப்

பட்டிருந்தது. உப்புக்காய்ச்சிய ஞாபகம் மீண்டும் நினைவுவர ராமசாமிகள் உப்பைச் சுவைத்தபடியே தியாகிகளுக்காகக் கண்ணீர் வடித்தனர்.

மாநாட்டிற்காக ஜோதி கொண்டுவருவது அந்தமானிலிருந்து தியாகி ஆராவயல் ராமசாமியின் கடமையாகயிருந்தது. ஆயிரம் ராசாமிகள் ஒன்றுதிரண்டு அந்தமானிலிருந்து கப்பலில் புறப்பட்டனர். துறைமுகத்தில் பல ராமசாமிகள் கையசைத்து வழியனுப்பின. கப்பலெங்கும் ராமசாமிகளின் முகங்கள். கப்பல் கூரைமீது அமர்ந்து தியாகி ஆராவயல் ராமசாமி சுதந்திர உரையாற்றினார். அதன் கருத்தாழமிக்க சில பகுதிகள்.

"ராமசாமிகளே! ராமசாமி என்பதும் மற்றபெயர்களும் ஒன்றல்ல என்பதை அன்றே நாம் அங்கிலேயருக்கு நிரூபித்தோம். ராமசாமி என்பது தமிழ் அடையாளம். உலகெங்கிருந்தாலும் ராமசாமி தன் இயல்பை விடமாட்டான். ராமசாமிகள் தான் தமிழ் வாழ்வை, அரசியலை, தத்துவத்தை, இலக்கியத்தை நூற்றாண்டுகளாகக் காத்து வருகிறார்கள். சந்திரனில் காலடிவைத்த முதல் நபர் ராமசாமியே. சரித்திரம் அதை மறைத்து விட்டது ஆனால் வரலாற்றின் பக்கங்கள் ராமசாமிகளால் நிறைந்துள்ளதை எவர் மறுக்க இயலும், (கைதட்டல்) நம் அபிமானதத்துவ ஞானி ஹெகல் ராமசாமி, சொல்லுவதுபோல 'ராமசாமி மாறாத பெயர்' ஆகும். ராமசாமிகளின் எதிர் காலத்தை இந்த மாநாடு தீர்மானிக்கும் ராமசாமிகளே!"

இந்த உரை முடிவுதற்குள் கடலில் சீற்றம் அதிகமாகி அலைகள் கப்பலைவிட உயர்ந்து வீசத் துவங்கிவிட்டன. அலையின் பிடியில் திசை தவறியது கப்பல். இரவெல்லாம் அலைசப்தம் கேட்டு உறங்கி கிடந்த ராமசாமிகளுக்கு கடலில் பிறந்த மஞ்சள் நோய் தாக்க அடுத்த நாளின் பிற்பகலில் 999 ராமசாமிகள் இயற்கை எய்தி விட்டனர். சரிந்து கிடக்கும் உடல்கள் உப்பு நீரில் மிதக்க கப்பலின் உயர்தளத்தில், நின்றபடி தன்பயத்தை போககிக்கொள்ள ஆராவயல் ராமசாமி தாயின் மணிக்கொடி பாரீர்! என்ற பாடலைப் பாடினார். 999 ராமசாமிகளின் உடலோடு கப்பல் திசை தப்பி அலைந்தபடியிருந்தது. தனி ஆளாக பிணங்களுடன் இருந்த ஆராவயல் கடலை வெறித்துக்கொண்டிருந்தார். பறவைகள் கப்பலைச் சுற்றி வட்டமிட்டன.

ராமசாமிகளின் வரலாற்றில் நடந்த துயரசம்பவம் அறியாது சென்னை சென்ட்ரல் ஸ்டேஷனில் கூட்டம் அலை மோதியபடி

வந்து இறங்கிக் கொண்டிருந்தது. மாநாட்டிற்காக பிரபலக் கவிஞரான தெப்பக்குளம் ராமசாமி, நவீன விமர்சகரான சுண்டுவிரல் ராமசாமி. உலக நாவல்களை மட்டுமே எழுதும் நீர்வீழ்ச்சி ராமசாமி, இன்னும் ஆர்ப்பாட்டம் ராமசாமி யதார்த்தம் ராமசாமி அவர்களின் அன்பர்கள், வாசகர்கள், ரசிகர்கள், நேசர்கள், பிரியர்கள் தற்கொலைப்படை என பல ராமசாமிகள் இந்த ராமசாமிகளுடன் இணைந்து கன்யாகுமரியிலிருந்து சென்னை வந்த இலக்கிய ஸ்பெஷல் ரயிலில் வந்து கொண்டிருந்தனர்.

ஒவ்வொரு ரயில் நிலையத்திலும் எழுத்தாள ராமசாமிகளைக் காண மற்ற ராமசாமிகள் முட்டி மோதிக் கொண்டு நின்றனர். ராமசாமிகளின் வாசகங்கள் அடங்கிய அட்டைகள் பிளாட்பாரமெங்கும் அடுக்கட்டிருந்தன. பிளாட்பாரத்தில் ரயில் வந்து நின்றது.

சூடான நாவல்சார், சூடான சிறுகதைசார், கவிதை சார், நாவல் சார், கவிதைசார், கதைசார் என புஸ்தகங்களை கூவிக்கொண்டு விற்றுக் கொண்டு போனார்கள் நீல நிற ஊழியர்கள். தனி குளிர் சாதன பெட்டியில் உட்கார்ந்திருந்த நீர்வீழ்ச்சி ராமசாமி தன் அன்பர்களிடையே சொன்னார்.

"இந்த ஊர் நாவல் ரொம்ப நல்லாயிருக்கும். வட்டாரத்து ருசி அப்படி" என்றார். அன்பர்கள் ஓடிப்போய் ஆளுக்கொரு நாவல் வாங்கி வந்து சுடசுட படித்தார்கள். ரயில் கொக்கலாஞ்சேரி ஸ்டேஷனுக்கு வந்தபோது, அங்கே தனி ஆளாக உட்கார்ந்திருந்த சீனியர் ரைட்டர் பவளக்கொடி ராமசாமியை சுண்டுவிரல் ராமசாமி கைதட்டி கூப்பிட்டார்.

"அவுகள உள்ள வரச் சொல்லுங்க. பழைய பவளக் கொடியில கதை எழுதுன சீனியர் ரைட்டர். உள்ள கூப்பிடுங்கோ"

என்பது வயதான பவளக்கொடி ராமசாமி விற்றுப் போகாத தனது பதினெட்டு நூல்களுடன் ரயிலில் ஏறினார். அவருக்கு சுண்டு விரல் ராமசாமி ஒதுங்கி இடம் கொடுத்தார். சீனியர் ரைட்டர் வெறும் தங்க பஸ்பம் புகையிலை மட்டும் போடக் கூடியவராதலால் அவர் ஜன்னல்புறமாக உட்கார்ந்து கொண்டார். ரயில் புறப்பட்டதுமே தனது பவளக்கொடி கால நினைவுகளைக் கொட்டத் துவங்கினார். உடனே ராமசாமிகள் தூங்கத் துவங்கினர்.

அடுத்த பெட்டியிலிருந்த ஆர்ப்பாட்டம் ராமசாமி தன் சிஷ்யர்களுக்கு ஆர்ப்பாட்ட நினைவுகளை சொல்லிக்கொண்டிருந்தார். அவரது சமீபத்திய ஆர்ப்பாட்டம்

தாலூகா அலுவலகத்தின் முன்பு நடைபெற்றது. தமிழில் தற்போது பிரபலமாகி வரும் மேஜிக்கல் ரியலிசம், போஸ்ட் மார்டனிச எழுத்துக்களை எதிர்த்து தாசில்தாரிடம் மனுக்கொடுக்க நூறு ராமசாமிகளுடன் போராடினார். எல்லா மாவட்டத் தலைநகரங்களிலும் இந்தப் போராட்டம் நடை பெற்றது. ஆர்ப்பாட்டம் ராமசாமியின் புகார் தகர சிலேட்டில் எழுதி தாசில்தாரிடம் கொடுக்க அவர் அதில் 'ளி' மார்க் போட்டு அவருக்கே திருப்பி தந்துவிட ஆர்ப்பாட்டம் வெற்றிபெற்றதாக அறிவிக்கப்பட்டது.

சீரணி அரங்கினை ராமசாமி அரங்கம் என அறிவித்து வேலைகள் நடந்தன. ராமகிரிசாமி தமிழின் முதல் பவுண்டன் பேனா எழுத்தாளர். அதற்கு முன்பெல்லாம் மயிலிறகு, தொட்டு எழுதும் பேனா புழங்கிய காலத்தில் முதன் முதலாக பவுண்ட்ன் போனாவில் கதை எழதத் துவங்கிய பெருமை ராமகிரி சாமிக்கே உண்டு. கன்னத்தில் ஒரு கையை ஊன்றியபடி பவுண்டன் பேனாவுடன் அவர் உருவப்படம் மாநாட்டுப் பந்தலில் தீட்டப்பட்டிருந்தது. மிகப்பெரிய மைக்கூடு ஒன்று அவர் ஞாபகமாக வீட்டு முன்பு திறக்கப்பட்டது. ராமகிரிசாமி அரங்கின் பின்புறத்தில் அமர்ந்து யதார்த்தம் ராமசாமி தனது புதிய யாதார்த்த நாவலான கோ. *17:17:17*ஐ எழுதிக் கொண்டிருந்தார். அதை வேளாண்மை விவசாயக் கழகம் வெளியிட முன் வந்திருந்தது. கோடையில் பருத்திச் சாகுபடி செய்வது பற்றிய அந்த நாவலை எழுதும் போது துயரம் தாளாது அவரே விம்மி விம்மி மூன்று பேனா முனையை உடைத்து விட்டார்.

வழிதவறிய கப்பல் தெலுங்குதேசக்கரையில் முட்டிநின்றது. ஜோதியோடு உறங்கிக் கொண்டிருந்த ராமசாமி கிளம்பி நடைப்பயணமாக ஆந்திரக் கிராமங்களில் வந்தபோது நாய்கள் அவரை விரட்ட, ஓட்டமாகவே சென்னைக்கு வந்து கொண்டிருந்தார். எக்மோர் ஸ்டேஷனில் இலக்கிய ரயிலை வரவேற்க பல ராமசாமிகள் இரவெல்லாம் காத்திருந்தனர். மாநாட்டில் கௌரவிக்கப்பட உள்ள நூறு பிரபல ராமசாமிகள் லாட்ஜ்களுக்கு கூட்டிப் போகப்பட்டனர். பொன். ராமசாமி தலைமையில் நூற்றிஎட்டு பேர் கூடி அறிக்கை தயாரித்துக் கொண்டிருந்தனர்.

இந்த வேளையில் மானுடவியல் துறையின் லெவிஸ்ட்ரோ ராமசாமி மகாபலிபுரப் பாறைகளுக்குள் மெழுகுவர்த்தி ஒளியில் 'ராமசாமிகளின் வம்ச சரித்திரம்', 'மறைக்கப்பட்ட உண்மைகள்'

என்ற வரலாற்று ஆவணத்தை எழுதிக் கொண்டிருந்தார். அதிலிருந்து,

"ஆதியில் எல்லா தமிழ் எழுத்துகளும் 'ரா' என்ற முதல் எழுத்தில்தான் துவங்கின. அதன் வழியே தமிழர்கள் 'ராமசாமி' எனப் பெயரிட்டனர். ராமசாமிகள் பல நூற்றாண்டுகளுக்கு முன்பே நாகரீக முறையில் ஒப்பனை செய்துகொண்டு வாழ்ந்ததற்கு சான்றாக மொகஞ்சதாரோவிற்கு அருகிலுள்ள குறு நிலப்பரப்பின் 'ராப்பா' என்ற இடத்தில் சான்றுகள் கிடைத்துள்ளன. இங்கு தோண்டி எடுக்கப்பட்ட மண்பானைகளில் 'ரா' என செதுக்கப்பட்டுள்ளதை நீங்கள் அறிய இயலும் (புகைப்பட உதவி: ராப்பா அகழ்வாராய்ச்சி) அதை முதுபெரும் மானுடவியல் அறிஞர் த. நா. அல்டன் சிங்களோ ராமசாமி ஒத்துக்கொண்டிருக்கிறார். ஆக உலகில் தோன்றிய முதல் பெயர் ராமசாமியே (ரா. வ. ச. பக். 24)

ரயிலில் புகையிலையை மென்றபடி நவீனக் கதைகளைப் பற்றித் திரித்துப் பேசிய பவளக்கொடி ராமசாமியைத் தெப்பக்குளம் ராமசாமிக்குப் பிடிக்கவேயில்லை. இலக்கிய சர்ச்சை முற்றி இருவருக்குள் வந்த சண்டையில் தெப்பக்குளம், புகையிலை மட்டையைப் பிடுங்கி வெளியே எறிய, சீனியர் ரைட்டர் சங்கிலியைப் பிடித்து இழுத்து ரயிலை நிறுத்த, சீனியர் ரைட்டரை அவமானப்படுத்தி விட்டதாக ராமசாமிகளுக்குள்ளே சண்டை துவங்கிய போது ரயில் விருத்தாச்சலம் ஸ்டேஷனுக்கு அரை மைல் தூரத்தில் நின்றிருந்தது.

ராமசாமிகளின் மாநாட்டில் இலக்கிய விவாதங்கள் நடக்க ஜெமினி பாலத்தினை மேடையாக்கினர். கூட்டம் கீழே நின்று சொற்பொழிவு கேட்க வசதி செய்யப்பட்டது. இலக்கிய உரைகளின் பட்டியல்கள் அறிவிக்கப்பட்டதும் ராமசாமிகள் முண்டிக் கொண்டு தலைப்புகளைப் படித்தனர்.

'பிரபஞ்ச வரலாறும் தேவராட்ட கலையும்' என்ற தலைப்பில் திகில் ராமசாமி. 'எனது சுண்டுவிரலும் தமிழ் இலக்கியமும்' என்றபடி சுண்டுவிரல் ராமசாமி. இன்னும் யதார்த்தம் ராமசாமி 'கதை சொல்லிகளைக் காயப்போடுங்கள்' எனவும் பலதரப்பட்ட உலகத் தலைப்புகள் இடம் பெற்றன. பவளக்கொடி ராமசாமிக்கு மட்டும் தலைப்பை, தானே தேர்ந்தெடுக்கும் சிறப்புச் சுதந்திரம் கொடுக்கப்பட்டிருந்தது.

எக்மோர் ரயில் நிலையத்தில் இலக்கிய ரயில் வந்து நின்றதும் ராமசாமிகள் ஓடி ராமசாமிகளை வரவேற்றனர். ஆளுக்கொரு

பவுண்டன் பேனாவும், ராமகிரிசாமி உருவப்படப் பேட்ஜும் கொடுத்து கரகாட்ட குழுவின் நடனத்துடன் அழைத்துப் போனார்கள். இலக்கிய ரயிலின் கூறைகளில் அமர்ந்து வந்த தமிழ் வாசக ராமசாமிகள் குளிக்க தண்ணீர் வேண்டி நகரமெங்கும் அலைந்தனர். தண்ணீரற்ற கார்ப்பரேஷன் குழாய் மூசுமூசு என சப்தம் விட்டபடியிருந்ததைக் கண்டு அருகில் அமர்ந்து புகார் கவிதை எழுதினர். பர்மா பஜார் சாலையில் சில ராமசாமிகள் உறங்கிக் கொண்டிருந்தனர். பக்த ராமசாமிகள் மயிலை கபாலி கோவில் பிரகாரத்தல் நெய் அப்பம் சாப்பிட்டபடி பக்தியைப் பெருக்கினர்.

இதுவுமன்றி, தமிழ்நாட்டின் தென்மூலையிலிருந்து எரிச்சநத்தத்திலிருந்து ராமசாமி ஒருவர் பால்கேனுடன் தனது மொழிபெயர்ப்பு ஒன்றை இணைத்து பதிமூன்றாம் நம்பர் டவுன் பஸ்ஸில் அனுப்பிவைத்தார். தன்னுடைய நீண்ட கால கனவான நாலாயிரம் பக்க நாவலை எழுதி முடித்து ஒட்டன் சத்திரம் ராமசாமி காவடியின் இருபக்கத்திலும் நாவலை இருபாகமாகப் பிரித்து நாவல் காவடி எடுத்து பழனியிலிருந்து சென்னை நோக்கி வர, உடன் எண்பது இளம் கவிஞர்கள் கவிதை காவடி எடுத்து வர ராமசாமிகளின் நாவல் யாத்திரையைக் காண கிராமந்தோறும் பெண்கள் ஆரவாரமாக வரவேற்று, அன்னதானமளித்து வந்ததும் தனிக்கதை.

ஆராவயல் ராமசாமி தீபத்துடன் வரும்முன்பே மாநாடு துவங்கப்பட்டு விட்டது. மாநாட்டு வரவேற்பு உரையை ஆந்திர முன்னாள் கவர்னரும் காந்திவாதியுமான நுன்ன கொண்ட ரெட்டை கதவு ராமசாமி நிகழ்த்தினார்.

“இக்கடலு, ராமசாமிகலு, மாநாடுலு, நஸ்சலு, நடக்கலு, அக்கடலு, ராசமாகலு, கவிதைலு, நாவலு, சிறுகதையிலு, விமர்சனமிலி ராசிலு நோபலு பரிசலு பெற்றாருலு, ராமசாமிகலு, எதிர்காலமலு, நம்மலு, தேசத்தலு, முக்யமலு, உலகராமசாமிகலு, ஒற்றுமைலு, வளர்கலு”

பேசி முடிக்கும் முன்பு ஆராவயல் அணையா ஜோதியுடன் மேடைக்கு வர ஆட்கள் அவரைப் பிடித்துக் கொண்டு மாநாட்டின் ஜோதி தாமதமாக ஏற்றப்பட்டதும், ராமசாமிகளுக்கு ராமசாமிகளின் மரண முடிவை ராமசாமி சொன்னார். கண்ணீர் மல்க 999 ராமசாமிகளுக்காக மாநாடு அரைநாள் ஒத்தி வைக்கப்பட்டது, அத்தோடு தலைவர் 999 ராமசாமிகளின்

உடலோடு கப்பலில் ஆராவயல் ராமசாமி மிதந்து வருவது போன்ற தபால்தலையொன்றை வெளியிடவேண்டுமென மத்திய அரசைக் கேட்டுக் கொண்டார்.

மாநாடு ஒத்திவைக்கப்பட்டதால் எழத்தாளர்கள் அவசரமாக தன் குழுக்களுடன் பிரிந்து போயினர். வந்திருந்த கூட்டத்திடையே சிறு பத்திரிக்கை ராமசாமி "நீங்கள் என்னை ராமசாமி ஆக்கினீர்கள்" 'ராமசாமி முதல் ராமசாமிவரை' போன்ற சிறுநூல்களை விற்றுக் கொண்டு வந்தார். ராமசாமிகளுக்குள் நடந்த விபரங்களை முழுமையாக சொல்ல முனைந்தால் அது கடற்கரை மணலை எண்ணத் துவங்கிய அங்கதபுத்திரனின் கதையாகி விடும் என்பதால், எழுத்தாளர்களின் சுய அறிமுகத்தை மட்டும் சொல்லி வைக்கலாமென நினைக்கிறேன்.

சீனியர் ரைட்டர்களில் இதுவரை பரிசுகள் எதையும் பெறாத, பரிசுகளைத் தன் புறங்கையால் புறந்தள்ளிய வீரர் பழத்தோட்டம் ராமசாமிதான்தமிழ்க் கதை உலகின் பிதாமகர். இவரது நூல்களைத் தாண்டி எவரும் எழுதிவிட முடியாது, என்பது திண்ணம். அன்னார் பன்றிமலை சுவாமியின் சிஷ்யராகவும் சில காலம் நீட்ஷே, சோபன்ஹிர என தத்துவ விசாரத்திலும் பின்பு கலையிலும் மனம் கூடியவர். இவருடைய உள்ளார்ந்த மௌனம் கலாதெளிவுடையது என்கிறார்கள் பிரபல விமர்சகர்கள். அவர்கள் தொகுத்த நூல் ஒன்றில் 'பழத்தோட்டம் ராமசாமியின் வாழ்வில் சில தடவை' என்ற கட்டுரை உள்ளது. அதில் ஒரு பகுதியை நீங்களும் படிக்கலாமே.

பழத்தோட்டம் ராமசாமியின் வீட்டினைச் சுற்றி பல வகையான பழமரங்கள் உண்டு. எப்போதும் அவரை நண்பர்கள் சுல்தான் என அழைப்பர். பழவாடையில்லாத காலத்ததில் அவர் எழுதுவது இல்லை. தினமும் காலை கதை எழுதியவுடன் அவர் கலை கூடி வந்துவிட்டதே என பரவசப்பட்டு பழங்களைப் பறித்துத் தின்னும் காட்சி அபாரமானது. 'முக்கனி' எனும் பிரசுரலாயம் இவருக்கு உண்டு." *(ரா. வாழ்வில் சில தடவை பாரா. 18)*

அவர் காட்டிய வழியில் வந்த தமிழ் இலக்கிய நவீன விமர்சகர்களில் சுண்டு விரல் ராமசாமி முக்கியமானவர் அவருடைய வீட்டிற்குத் தினமும் ரிவ்யூவிற்காக வரும் புத்தகங்களையும் கொண்டு வர தபால் இலாகாவிலிருந்து எட்டு ஊழியர்கள் தனியே நியமிக்கப்பட்டிருந்தனர். பகலும்

இரவும் இவர்கள் தபால் நிலையத்திற்கும் வீட்டுக்குமாக ரிலே முறையில் விமர்சன புத்தகக் கட்டுகளுடன் இடைவிடாது ஓடிக் கொண்டிருந்தனர்.

சுண்டுவிரல் ராமசாமி எந்தப் புத்தகத்தையும் தன் கைகளால் புரட்டிப் படிப்பதில்லை. கால் சுண்டு விரலால்தான் புரட்டுவார். நல்ல புத்தகமென சுண்டுவிரல் அறிகுறி செய்தால் புரட்டி படிப்பார். மற்றவற்றை சுண்டுவிரலால் அழுத்தி வீட்டின் உள்ளை புதையுண்டு போகச் செய்துவிடுவார். இப்படி புதையுண்ட புத்தகத்தால் பெரிதானது வீடு. சுண்டுவிரல் அங்கீகரித்த இலக்கிய பிரதிகள் வெகு சிலவே. இலக்கிய விமர்சனத் தகுதி கொண்டதால் சுண்டு விரலினைச் சுற்றி மெல்லிய புத்தகக் காகிதத்தால் ஆன பழுப்பு கிரீடம் ஒன்று உருவானது. கர்வம் கொண்ட சுண்டு விரல் மற்ற விரல்களை ஏளனமாகவும், கர்வம் மிகுந்தும் பார்க்கத் துவங்கியது. சுண்டு விரலின்இலக்கிய மேன்மையைக் கண்ட மற்ற விரல்கள் பயந்தன. இருந்தும் சுண்டு விரலுக்கும் மற்ற விரல்களுக்கு மிடையில் அவ்வப்போது இலக்கிய சர்ச்சைகள் நடந்தபடியிருந்தன.

மற்ற விரல்கள்	-	புத்தக விமர்ச்னத்தால் கிரீடம் கொண்ட சுண்டுவிரல் விமர்சகரே, சோளக் கொல்லை பொம்மைக்குக் கதை சொல்வது யார்?
சுண்டு விரல்	-	வைக்கோல் மூதிகளே, கதை கிதை என பிதற்றாதீர்கள். அகமும் புறமும் இணைவதே கதை.
மற்றவிரல்கள்	-	'அபாந்தகன் எனும் நரி'யின் துரோகக் கதையை என்ன சொல்கிறாய்.
சுண்டுவிரல்	-	யாரென்ன சொன்னாலும் நானே விமர்சகராஜா!

இப்படியாக, உரையாடல்கள் தொடர்ந்தன. பல ஊர்களிலும் சுண்டு விரல் ராமசாமியின் விரலைப் பார்ப்பதற்கு ரசிகர்கள் அலைமோதுவார்கள். அவர் தனது வேஷ்டியால் சுண்டுவிரலை மூடியபடியே நடந்து செல்வார். இந்திய இலக்கியத்தில் இடம் பெற்ற தனி சுண்டுவிரல் என அவரைக் கௌரவித்தது தனி நிகழ்வு.

172 தாவரங்களின் உரையாடல்

நாவலாசிரியர்களில் நீர்வீழ்ச்சி ராமசாமியின் திறமை அசாத்தியமானது. எழுதிய கதைகளைத் தினமும் அவர் அருவியில் காட்டி வருவார். வார்த்தைகளை அருவி அடித்துக் கொண்டு போனது போக மீதம் உள்ளவற்றை வைத்து நூல் வெளியிடுவார். அவரது பிரசித்தி பெற்ற நாவலான 'கள்ள நாணயக்காரர்களும் நூறு ஆட்டுக்குட்டிகளும்' மூன்று முறை நோபல் பரிசுக்கு சிபாரிசு செய்யப்பட்டு புரூப் தவறுகளால் புறக்கணிக்கப்பட்ட இருத்தலிய நாவலாகும். இதில் ஆட்டுக் குட்டியொன்று யாருமற்ற வீட்டிற்கு வந்து தினமும் தன்னைக் கண்ணாடியில் பார்த்துக் கொண்டு போகும் சம்பவத்தை முதன்மையாக்கி மானுட வாழ்வின் சாராம்சத்தை தத்துவ சரடாக்கியிருந்தார். அவரது நாவல் 'பூனைகளுடன் பேசக்கூடாது' மாநாட்டில் வெளியிட இருந்தது.

இவர்கள் அன்றியும் தானே வீட்டில் காகிதங்கள் தயாரித்து, அதிலே மட்டுமே கதை எழுதி வந்த யதார்த்தம் ராமசாமி, எதைப் பார்த்தாலும் எழுதக்கூடியவர். இவரது கதைகள் ஐ. நா. சபையில் கையடக்கப் பிரதிகளாக உபயோகிக்கப்படுகின்றன. பொடி போடும் இவர், ஒவ்வொரு முறை தும்மும் போதும் யதார்த்தம், யதார்த்தம் என்றே தும்முவார்.

இவர்களின்றியும் நூறு ராமசாமிகள் மாநாட்டில் கௌரவிக்கப் பட்டிருந்தனர். நாயனம் கல்லிடைக்குறிச்சி ராமசாமி, போளிஆம்பூர் ராமசாமி, நெல்லி வளை ராமசாமி, கோ. ராமசாமி, சொ. ப. ராமசாமி, வி. வி. ராமசாமி, திசையன்விளை ராமசாமி, மச்சு வீட்டு ராமசாமி, எக்ஸ். ராமசாமியாபிள்ளை, புளிமூட்டை ராமசாமி, எட்டுவீட்டு ராமசாமி, மூப்பன் ராமசாமி, தமிழ் ராமசாமி, எஸ்தபான் ராமசாமி, பிரிட்டோ ராமசாமி, எஸ்.போ. ராமசாமி, ராமசாமி குமார், கவிக்கிழார் ராமசாமி, நடைவண்டி ராமசாமி என மாநாடு ராமசாமிகளின் திறமையைத் துல்லியமாக்கியது.

அடுத்த நாள் மாநாட்டிற்காக காலை கடற்கரையில் குளிக்க ஆயிரக்கணக்கான ராமசாமிகள் நீச்சல் உடையுடன் அலைந்தனர். சில ராமசாமிகள் புல்தரையில் படுத்து கவிதை பாடினர். ராமசாமிகளே படித்து ராமசாமிகளே எழுதி, ராமசாமிகளே கைதட்டிக் கொண்டனர். ஒரு பக்கம் ராமசாமியல்லாதவர்களுக்கு ஞானஸ்தானம் நடந்து கொண்டிருந்தது. எல்லோர் பெயரின் பின்பும் ராமசாமியிடப்பட்டு, பிரிட்டோ ராமசாமி, பருக் ராமசாமி, அலெக்சாண்டர் ராமசாமி, முபாரக் ராமசாமி என மாநாட்டுப் பந்தலில் உட்புகுந்துகொண்டிருந்தனர்.

மாநாட்டு இரைச்சல் அதிகமாகிக் கொண்டே போனதால் ஜெமினி காம்ப்ளெக்ஸில் குடியிருந்த அல்லேலுயா ராமசாமிக்கு வார்த்தை ஜுரம் வந்தது விடாமல் வார்த்தைகளை உளரியபடியே இருந்த அவரைச் சுற்றி இரவும் பகலும் அல்லேலூயா பாடினார்கள் ராமசாமிகள், அல்லேலூயா ராமசாமியின் வீட்டுச்சுவரில் 'ராமசாமி நல்லவரா என்பது ருசித்துப் பாருங்கள்', 'ராமசாமி என்றும் கைவிட மாட்டார்' என்ற வாசகங்கள் இருந்தன. மாநாடு உச்சநிலையை அடைந்த போது அல்லேலூயா ராமசாமியின் உடல் எகிறி எகிறி விழுந்தது.

ராமசாமியாயிருந்தபோதும் கருப்பு சட்டை ராமசாமியை மாநாட்டிற்குள் அனுமதிக்கவில்லை. அவர் வெளியே சிக்னல் போஸ்டில் சாய்ந்தபடி ஆதங்கப்பட்டார்.

"எங்க ஈரோட்டு அய்யா ராமசாமி அன்னைக்கு எத்தனை நல்லது பண்ணி வச்சாரு. அவர் இலலேன்னா, இந்நேரம் இப்பிடிப் பேச முடியுமா? இன்னைக்கு அவருக்கு மதிப்பில்லை. மத்த ராமசாமிகளுக்கு மதிப்ப வந்திருச்சு"

பந்தலின் வெளியே ஸ்பானிய உரைகள் கேட்டுக் கொண்டிருந்ததால் சிலர் கலைந்து போயினர். பௌண்டன் பேனா ஒழுகி சட்டையை நனைத்தது பற்றி சிறப்பு அமைப்பாளர் ராமசாமி பேசிக் கொண்டிருந்தார். பந்தலின் வெறியேயிருந்த கூட்டம் கலவரமானது. அதன் நடுவே கவுண்டர் கல்சர் ராமசாமி நின்று கொண்டிருந்தார். சுற்றிலும் ஆட்கள் அவரை வளைத்து நின்றனர். அவர் கைகளை வானுக்கு உயர்த்தி சொன்னார்.

"நான் உம்பர்ட்டோ ராமசாமியின் ரசிகன். அவர் பேச்சு கேட்க வந்திருக்கேன். பேச்சு முடிஞ்சதும் கலைஞ்சு போயிருவேன். போயிடுங்க"

உம்பர்ட்டோ ராசாமி தனது 'காத்திருக்கும் ரோஜா' தமிழில் வேறு யார் பெயரிலோ வந்திருப்பதாக சொன்னதும், கவுண்டர் கல்சர் ராமசாமி அவசர அவசரமாக மாநாட்டுப் பந்தலை விட்டு வெளியேறி போனார். பந்தலுக்கு வெளியே நான்—லீனியர் பஞ்சுமிட்டாய் விற்றுக் கொண்டிருந்தார் ஒருவர்.

மாநாட்டு அறிக்கை வாசிக்கப்பட்டது. ராமசாமிகள் தங்களை மற்றவர்களிடமிருந்து விலக்கி காட்ட ஒரே நிற ஆடையணிய வேண்டுமென, ராமசாமிகளுக்கு இலவச பஸ்பாஸ் வழங்க வேண்டுமென, நான்—லீனியர் ரைட்டிங்கை ராமசாமிகள் ஒதுக்க வேண்டுமென, ராமசாமிகள் வாழும் பகுதியை ராமசாமிஸ்தான்

என மாற்றி பெயரிட வேண்டுமென பல தீர்மானங்கள் நிறைவேற்றப்பட்டன.

அறிக்கையில் உடன்பாடில்லாத பல ராமசாமிகள் தனியே காந்திசிலை அருகில் உட்கார்ந்து விவாதித்தனர். பவளக்கொடி ராமசாமி 'முட்டாள் உலகில் முருகேசன்' என்ற தனது முதல் புதுக் கவிதையைப் பற்றி விரிவாக நாலுமணி நேரம் பேசினார். கூட்டம் சிதறுண்டது. அறிக்கையின் மீதான விவாதம் துவங்கியதுமே கூச்சலும் சப்தமும் கூடியது. பலர் வெளிநடப்பு செய்ய மீண்டும் அரைநாள் மாநாடு ஒத்திவைக்கப்பட்டது. அன்று ராமசாமிகள் பலர் திருப்பதி சென்று மொட்டைபோட்டு திரும்பினர். மாலையில் ராமசாமிகள் மாநாடு தத்துவார்த்த பிரச்சனையால் இரண்டாகப் பிரிவுற்றதாக அறிவிக்கப்பட்டது.

மிதவாத ராமசாமிகள், தீவிரவாத ராமசாமிகள் என இரு குழுக்களாக பிளவுண்டது. எழுத்தாளர்கள், அரசியல் பிரமுகர்கள், வியாபாரிகள், கவிஞர்கள், பிரசுரகர்த்தாக்கள், ஓவியர்கள், மருத்துவர்கள், நகலெடுப்ப வர்கள் வரலாற்று ஆய்வாளர்கள், சுகாதார அதிகாரிகள் என எல்லாத் துறைகளையும் இந்தப் பிரிவு பற்றிக்கொண்டது.

வரலாற்று முக்யமான இந்தப் பிரிவு தத்துவார்த்த பிரிவு என இரண்டு ராமசாமிகளும் கூச்சலிட்டனர். கடற்கரை சாலையிலிருந்த சிலையொன்று போவோர் வருவோரைப் பார்த்து விரலை நீட்டி 'நீ ராமசாமியா?' எனக் கேட்டபடியிருந்தது. 'ஆம்! ஆம்!' என தலைகள் அசைந்து சென்றன. தமிழக வரலாற்றின் மிக முக்கியமான சரித்திர நிகழ்வு நடந்து முடிந்த அன்று சென்னை மாநகரை இயற்கையாக வரும் புயல் தாக்கியது. பந்தல்கள் சிதறின, காகிதங்கள் பறந்தன, மறுநாள் கடற்கரையில் ஆயிரக்கணக்கான புத்தகங்கள், ராமசாமிகளின் படங்கள் ஒதுங்கி கிடப்பதை ராமசாமியல்லாத மற்றவர்கள் பார்த்து கலைந்தனர்.

~